चेहऱ्यामागचे चेहरे

तळागाळातील माणसाच्या मनाचं सूक्ष्मतेने ग्रामीण भाषेत केलेलं चित्रण

महादेव मोरे

मेहता पब्लिशिंग हाऊस

✆ +91 020-24476924 / 24460313 / Mob. No. 9545000513
Email : production@mehtapublishinghouse.com
Website : www.mehtapublishinghouse.com

- *या पुस्तकातील लेखकाची मते, घटना, वर्णने ही त्या लेखकाची असून त्याच्याशी प्रकाशक सहमत असतीलच असे नाही.*

CHEHRYAMAGCHE CHEHRE by MAHADEV MORE

चेहऱ्यामागचे चेहरे : महादेव मोरे / व्यक्तिचित्रे

Email : author@mehtapublishinghouse.com

प्रकाशक : सुनील अनिल मेहता, मेहता पब्लिशिंग हाऊस,
१९४१ सदाशिव पेठ, माडीवाले कॉलनी, पुणे ४११०३०.

मुद्रक : ट्रिनिटी ॲकॅडमी फॉर कॉर्पोरेट ट्रेनिंग लिमिटेड

मुखपृष्ठ : शैलेश मांडरे

प्रकाशनकाल : डिसेंबर, २००२ / पुनर्मुद्रण : ऑक्टोबर, २०१६

किंमत : ₹ २२०

P Book ISBN 9788177663365
E Book ISBN 9789386175595
E Books available on : amazonkindle Apple Books Google Play Books

---

आम्हां विद्यार्थ्यांचे अभ्यास व खेळ ह्यांबाबतीत
एक संस्कारकेंद्र असलेले
निपाणीतील श्री. बालवीर क्लबमधील
माझे शाळकरी वयातील एक सहाध्यायी -
श्री. रघुनाथराव विठ्ठलराव कदम उर्फ **दादा** यांना,
आमदार पदावर असताना व त्यानंतर आपल्या शिष्यांना
आमदार-नामदार करण्यात पडद्यामागील कणखर भूमिका बजावताना,
तसेच बँका, पतसंस्था, शिक्षणसंस्था, मराठा मंडळ आदींचे
व्याप-ताप सांभाळत, सहन करीत, बहुजनसमाजाच्या हितार्थ,
ते आपल्या कुवतीनुसार जे काही कार्य ह्या उतारवयातही
तरुणांच्या उत्साहाने व तडफेने करीत आहेत,
त्याबद्दलची कृतज्ञता म्हणून!

– महादेव मोरे

मनोगत

कोल्हापूरच्या दै. 'पुढारी' रविवारीय 'बहार' पुरवणीमधून मी जाने. ९८ ते डिसें. ९९ अखेरपर्यंत दोन वर्षे 'चेहऱ्यामागील चेहरे' हे व्यक्तिचित्रांचे सदर- -लेखन केले. हे सदर एका वर्षासाठी होते, पण ते एवढे लोकप्रिय झाले, की त्याला आणखी एक वर्ष मुदतवाढ दिली गेली. ह्या दोन वर्षांच्या कालावधीत वाचकांनी धो-धो पत्रे पाठवून आपल्या खुशीची पोचपावती मला दिली.

माझ्या साहित्याचे चाहते व 'बहार' पुरवणीचे संपादक कवी श्री. श्रीराम पचिंद्रे यांच्यामुळे या सदर-लेखनाची मला संधी मिळाली, तसेच ह्या सदरासाठी लिहिलेली व्यक्तिचित्रे दै. 'पुढारी' ऑफिसमध्ये अगदी वेळेवर व त्वरित पोचविण्याचे काम निपाणीच्या शाखा कार्यालयाचे मुख्य कवी श्री. मनोहर बन्ने यांनी केले. वरील दोघां सुहृदांचे आभार मानावेत तेवढे थोडे आहेत.

माझ्या साहित्याबद्दल ममत्व व आपुलकी बाळगणाऱ्यांपैकी श्री. कुमारभाई मेहता हेही एक आहेत. आपल्या प्रकाशन संस्थेच्या लोकप्रिय लेखकांमध्ये ते माझी गणना करतात. हा संग्रह वाचकांपुढे आज येत आहे, ते माझ्यावर असलेल्या त्यांच्या लोभामुळेच. त्यामुळे त्यांचेही आभार मानले नाही, तर तो कृतघ्नपणा ठरेल!

– महादेव मोरे

अनुक्रमणिका

धंदा

भिकाऱ्यांचे जीवनाबद्दलचे आणि जगण्याबद्दलचे नियम व आडाखे त्यांच्या अनुभवविश्वावर आधारलेले असतात. लोकांचं मानसशास्त्र जाणण्याचं त्यांचं कसब एखाद्या तज्ज्ञालाही मागे टाकणारं असतं! संगाप्पा असाच एक महातज्ज्ञ म्हणायचा - भिकाऱ्यांच्या जगतातला.

गुरुवारी बाजाराच्या दिवशी तो नेमका इथं दिसतो. दिवसभर गावभर फिरून सायंकाळी पाचच्या सुमारास तो इकडं येतो. दाराबाहेरील सावलीत बसता बसता त्याचा नेहमीचा डायलॉग ठरलेला,

'ओऽ मोरेदादा, वाईच बसतो हो हितं सावलीत!'

जणू तो माझी परवानगीच घेतो आहे, असं वाटावं! पण ती देण्याचा वा नाकारण्याचा प्रश्नच उद्भवत नाही. मी काही बोलायच्या आत तो बूड टेकून सलामत बसतो, नि आपल्याच हातांनी पाय, घोटे दाबीत म्हणतो,

'बायलीऽ, फिरून फिरून पेकाटं ढिल्ली झाली! मोरेदादा, पैलंगत आता अंगात शिताफी ऱ्हायली न्हाई, जरा फिरलं की दमगीर व्हायला व्हतं!!'

"मग पेन्सुल घे जा की!" मी आपला थट्टगतीनं विचारतो.

"घ्या!" तो फक्कदिसी हासत म्हणतो, "आम्हास्नी आणि कोण पेन्सुल देणार हो?"

"का, पोरंबाळं न्हाईत?"

"हैत की! चांगल्या नोकऱ्या फिकऱ्या करत्यात. 'आता आम्ही मोठं झालाव. ह्यो धंदा सोड म्हंत्यात.' पण मी माझा धंदा का सोडू हो? ह्या धंद्यावरच त्येनला मोठं केलंय. आनि ह्यो धंदा सोडू? आनि आसं हाय, मोरेदादा, आपुन कमीवतोय् तंवरच आपली पोझीशन! तंवरच आपलं आपल्या घरात महत्त्व! आपुन कमवायचं बंद केलं, की आपली काय पोलमी ऱ्हात न्हाई... कोपऱ्यात टाकल्याला पोतीरा नि आपुन, दोन्ही सारखंच!"

"अशी कमाई तरी तुझी किती हुतीया संगाप्पा, घरात इतकं म्हातम् ऱ्हायाला?"

मी विचारतो.

"चिक्कार मिळवितो की मोरेदादा!"

तो थोडा आज घडाघडा बोलण्याच्या मूडमध्येही होता; बहुधा, आज चांगली कमाई झाली असावी. म्हणाला, "महिन्याला दोन-अडीच हजार तर सहजच."

"आँ? एवढं?" मी आश्चर्यात.

"दादा, तुमच्या एकाच गावचा बाजार आस्तोय व्हय? आज हितला, तर उद्या संकीसुरचा, मग कापशी, मुरगूड, सरवडं, गारगोटी, गडहिंग्लज, कोल्हापूर, इचलकरंजी. जसं जमंल तसं, जमंल तिकडं; एक दिवस काय खाडा करीत न्हाई! कुठलाबी बाजार व्हाऊदे, शंभरच्या आत काय येत न्हाई; मग सीझन कुठलाबी आसु! उन्हाळा आसु, पावसाळा, न्हाय तर हिवाळा आसु. बाजारपेठ नि त्या बाजारपेठांतली दुकानं तरी कुठं उठून जात न्हाईत? त्यामुळं आपल्या धंद्याला तरी कसला धक्का न्हाई! ही फाटकी किस्ताकं, आनि 'काय देता मायबाप!' हे पालुपद हेच आमचं भांडवल म्हणा!!"

त्याचं खरंही होतं. खाली फाटकं धोतर, त्यावर एक फाटकाच शर्ट, त्या शर्टावर पावसाळा वा थंडीच्या दिवसात एक काळं जाकीट; नि त्या जाकिटालाही दोन तीन ठिकाणी ठिगळं लावलेली, खांद्यावर झोळी; नि डोईवर निग्रोगत ताठ उभं राहिलेलं काळ्या-पांढऱ्या केसांचं शिप्तार. वाढलेली दाढी-मिशी, त्यातूनही चांदी चमकत असलेली; असा संगाप्पाचा एकूण एबाव होता!

"खांद्यावरल्या ह्या झोळीत एवढं काय भरलाईस?" कुतूहलानं मी विचारलं.

"ह्यात व्हय! ह्यात माजी कापडं हैत हो!" तो म्हणाला.

"कापडं?" मला काही अर्थबोध होईना.

"व्हय!" संगाप्पा शांतपणे म्हणाला, "ह्या फाटक्या कपड्यावर कोण मला यस्टीत घुसू दिल व्हय? म्हंजे, माज्या गावास्नं हितवर मला यस्टीतनंच यायला पायजे की!!"

"कंच्चं गाव तुजं?" मी विचारलं.

"लांब तिकडं कानडी मुलखात, उगावतीकडं, कब्बूरजवळ हाय. तुमच्या ह्या मराठी फाट्याला मला कोण वळखीत न्हाई; आमच्या मुलखाचं तिकडं कोण ईतबी न्हाई; तवा कोण वळीकनार म्हणा; म्हणून तिकडंच ह्यो आपला धंदा करीत काळ काढला बगा!"

तो आपल्या भीक मागण्याला 'धंदा' म्हणतो; आणि ते खरंही आहे म्हणा! ग्रामीण भागात एखादा छोटासा धंदा वगैरे करून जेवढं मिळेल, तेवढं तो सहज मिळवत असतो. त्यामुळे त्यानंही भीक मागण्याचा हा एक धंदाच काढला आहे आणि आपल्या चलाख बुद्धिकौशल्यानं हा धंदा एकाच गावात करून मर्यादित न

ठेवता, आपलं कार्यक्षेत्रही त्यानं वाढवलं आहे; जणू माझ्या भागात ज्या ज्या गावी मोठे बाजार भरतात, त्या त्या गावी त्यानं आपल्या ह्या धंद्याची शाखाच उघडली आहे; आणि ही शाखा केवळ बाजारादिवशीच चालू असते!

"बरोबर हाय तुजंबी संगाप्पा! आपुन आपल्या भागात, आपल्या गावात ईज्जतीनं ऱ्हावावं. पोलमीनं काळ काढावा!" मी म्हणालो, "म्हणजे, यस्टीतनं हितवर येताना तुझा ड्रेस वेगळाच असतो तर!"

"व्हय! अगदीच पॉश! परीटघडी! तुम्ही वळीकणारबी ऱ्हाईसा!" आणि ह्या वेगळ्याच धंद्यात रमलेला संगाप्पा म्हणाला, "लोकांच्या नदरंत आपली अशी एक वळख रुतून बसल्याली आस्तीया; त्यामुळे रोज खाकी कपड्यात असल्याल्या पोस्टमन घ्या, ऱ्हाय तर पोलिस घ्या. ही मान्सं साध्या कपड्यात आस्ली, की आपुनला वळखूनबी येत ऱ्हाईत!! आमचंबी असंच हाय बगा मोरेदादा, ह्या फाटक्या किस्ताकात लोकं माज्यासारख्याला बघत्यात आनि चटाकृदिशी वळीखत्यात! त्येच जर मी धोतार, शर्ट, कोट, असा परीटघडी कपड्यात आणि वर टेचात लहरी पटका बांधून जर यस्टीत बसलो, तर मला कोण वळखील? तर मी ऱ्हेमीच एवढा काय दाबात ऱ्हात ऱ्हाई; पण सहज कुनाला आपुन वळखून येणार ऱ्हाई असा मतोर अस्तोच! म्हंजे, कवा ईजार, न्हेरू शर्ट, गांधी टोपी, कवा न्हेरू शर्टावर जाकीट, कवा साधं धोतर, लांब हातुप्याचा शर्ट नि डोईवर साधाच पटका, असं दरखेपी जरा न्यारं न्यारं. म्हंजे तुमच्या शहरगावच्या भाषेत सांगायचं, तर जरा चेंज करायचं झालं!" आणि संगाप्पा म्हणाला, "बरं दादा, लै येळ बसलो, आशी ही लाईन मागत यस्टी स्टँडकडं जावूस्तोवर किनिट पडलं, तवा द्या आता हातावर काईतरी! लै उश्शेर त्वांड वाजवीत बसलोय् दादा, तवा योक बंदाच द्या आता! घशाला कोरड पडलीया, समोरच्या म्युन्सिपाल्टीच्या गाळ्यात योक रुपयूला च्या येतोय. त्यो पितो ते सुटतोच...!!"

रुपया हातावर ठेवताच संगाप्पा निघून गेला...

परवा एका मित्राच्या ट्रकमधून दूरवर कर्नाटकात प्रवास करायचा योग आला. एका चेकपोस्टजवळ असंख्य थांबलेल्या ट्रक्समध्ये आमचीही ट्रक थांबली; क्लीनर ट्रकची कागदपत्रे घेऊन त्यावर शिक्का मारून आणायला निघून गेला न् तेवढ्यात ड्रायव्हर साईडला एक मिलिटरी ड्रेस घातलेला, लंगडा सॅल्यूट मारल्यागत उभा राहिला. तसा ड्रायव्हरनं त्याला एक रुपया देताच तो परत सलाम करीत आमच्या मागे राहिलेल्या ट्रककडे निघून गेला.

ड्रायव्हर म्हणाला, "मोरेमामा, ह्यो मिलिटरी रिटायर्ड लंगडा कुबडी टेकत हितं हात पसरून सलाम ठोकतोय ह्यावर जाऊ नका!.. म्होरच्या मोठ्या सीटीत ह्येच्या मालकीच्या पंचवीस रिक्षा फिरत्यात; त्येंची रोजची कमाई किती आसंल बगा!!"

मनोमन मी कोलमडलोच! संगाप्पाचा साडभाऊच तिथं मला भेटला होता!

"मिलिटरीतनं रिटायरहून आल्यावर फंडाबिंडाचं मिळाल्यालं पैसं बिनडोकपनं उडिवल्यावर ह्याला गरिबी आली. तवापास्नं ह्या चेकपोस्टवर त्येनं ह्यो धंदा चालू केला. नि आता लाखोपती झालाय! माज्या बाच्या येळपास्नं ह्यो हितं आसा पैसे मागत फिरतोय! बा मेल्यावर आता आमी डायवर झालाव... ह्यो मिलिटरीवाला म्हटल्यावर तशी हरेकाला दया फुटतीयाच! आनि वाटंत बसविल्याला सिटांचं पैसे तर आपल्या खिशात असत्यातच. त्यातला एक रुपया ह्येला द्यायला आपुनला काय जड जात न्हाई म्हना! रोज किती ट्रका हितं थांबत्यात, त्येंचा एकेक रुपय् म्हंजे रोजची कमाई किती झाली बगा!"

◆

मच्छिंदर

गावाबाहेरील व्यायामशाळेत जोर, बैठका व करेली फिरविणं या व्यतिरिक्त इतर काही व्यायाम होत नसे. तिथं हौदा नव्हता. त्यामुळं हौद्यातील लाल मातीत शड्डू ठोकत समोरच्या जोडीदाराशी झोंबी खेळण्याची सोय नव्हती. बाकी तिथं व्यायाम केल्यावर रोज पेलाभर दूध फुकट मिळे.

व्यायामशाळेतील मल्लू मास्तरांना सरकारनं त्यावेळी चार-पाच म्हैशी घेऊन दिल्या होत्या, त्यांचं कासंडी भरून दूध मास्तर गरम करून आणीत आणि आम्हा पोरांचा व्यायाम झाल्यावर प्रत्येकाला पेलापेलाभर गरम केलेलं निच्चळ आकडी दूध देत. कुस्तीतील चार डावपेच शिकावेत, म्हणून मग आम्ही तीन-चार पोरं, व्यायामशाळेच्या ऐवजी गावाच्या पूर्वेस ओढ्याकडे जाणाऱ्या गल्लीत असलेल्या तालमीत जाऊ लागलो. गावात पूर्वी चार-पाच तालमी होत्या, म्हणजे त्या सगळ्या बंद पडून ही एकच तालीम आता उरली होती. त्यामुळे या तालमीत तेव्हा खूप मुलं येत होती. पाचनंतर शाळा सुटल्यावर तर तालीम भरून जाई. मच्छिंदरला मी इथंच प्रथम पाहिलं.

तो त्यावेळी सोळा-सतराच्या भरातला होता. तालमीला जाणाऱ्याचं शरीर कसं घोटीव, पीळदार हवं, पण ह्याचं शरीर विसविशीत होतं. दंड, मांड्या कशा घट्ट हव्यात, पण याच्या थुलथुलीत वाटत. अन् त्यानं थोडं दोंदही सोडलं होतं. त्याच्या बरोबरीच्या जोडीतील बजरंगबरोबर तो हौद्यातल्या लाल मातीत झोंबी खेळू लागला, की दहा-पंधरा मिनिटात त्याचं दोंद हलू लागे आणि तो दमात उखडून जाई...

तालीम उगावतीकडं तोंड करून होती. आत लाल मातीच्या हौद्यानं जेवढी जागा व्यापली होती, तेवढीच जागा डाव्या बाजूनं खुल्ली होती. तीवर शहाबादी फरशी बसवलेली होती. उगावतीच्या भिंतीला एक भला मोठा उंच असा आरसा टांगला होता व आरशापुढे काही अंतरावर, एक मल्लखांबही रोवला होता. व्यायामशाळेतून आलेली आम्ही काही मुलंच केवळ मल्लखांब करीत होतो; बाकी सर्व जोर, बैठका आणि हौद्यातल्या लाल मातीत कुस्ती खेळत. आरशासमोर राहून

बैठका व जोर मारण्याचा अग्रहक्क अर्थात पहिल्या जोडीतील पोरांना असे. थोडं लवकर आल्यावर पोरांचा विशेष ओघ तालमीकडे लागला नसेल, तेव्हा आरशासमोरील जागा रिकामी गावे, न् मग त्याच्यासमोर उभं राहून खम्म् ठोकत, शड्डू मारत जोर-बैठका मारण्यात एक वेगळाच कैफ चढे! या कैफामध्येच रोज थोडे-थोडे वाढवत, जोर तीन हजार व बैठका तीन हजारपर्यंत मारण्याचा मी तेव्हा एक विक्रमच केला होता! रोज भरपूर दूध, कढविलेल्या तुपात खारका टाकून, तूप व खारका खाण्याच्या खुराकाची चव शे-दीडशेची क्वाटर सहज रिचवून, वेगळ्याच आडगारात चाललेल्या आजच्या तरुणाईला कशी कळावी? शिवाय आठवड्यातून एक-दोन वेळा थंडाईही घोटून पीत असू.

मच्छिंदर पहिल्या जोडीतला पैलवान. त्याच्याबरोबर सरावासाठी कुस्ती खेळणारा त्याच्या शिनंचा असा बजरंगच होता. दोघांची झोंबी चालली, की आम्ही हौद्याच्या कडेवर बसून त्यांचे डावपेच पाहत बसत असू. तसे आम्हाला डावपेच शिकवायला चिमाजी वस्ताद व समशेर वस्ताद होतेच. चिमाजी वस्ताद तर काही चुकलं, की झाम्म्‌दिशी उघड्या पाठीत एक झमाटा लगावत व सुधारायला लावीत! तरी पण ह्या शिकविण्यापेक्षा हौद्यात खेळणाऱ्या आम्हाहून मोठ्या व जास्त अनुभवी पोरांच्या कुस्त्या पाहून आम्हाला डावपेचांचं ज्ञान जास्त चांगलं आकलन होई!

कुस्तीत तरबेज व्हावं, म्हणून मी मच्छिंदर आणि त्याच्यासह त्याचा जोडीदार बजरंग ह्यांची शागिर्दीच पत्करली होती! अन् त्यामुळे ते सांगतील ती कामं मला करावी लागत! म्हणजे, आठवड्यातून दोनेक वेळा त्यांची मॉलीश वा मालीस करावी लागे! खोबरेल तेल वगैरे लावून त्या दोघांची मालीस करायची म्हणजे हत्तीच्या दोन पिल्लांचीच मालीस करण्यागत होई! ह्या कामास बक्कळ दोन तासाहून अधिक वेळ लागे! आठवड्यातून दोनेक वेळा त्यांना थंडाईही घोटून द्यावी लागे! तालमीचा षौक ज्यांनी केला आहे, त्यांना हे 'थंडाई' प्रकरण म्हणजे काय प्रकार आहे त्याचं चांगलं ज्ञान असते. बडीशेप, तीळ, बदाम, पिस्ते, जायफळ आदी दुधात टाकून दगडी कुंडीत ते चांगलं घोटून एकजीव झाल्यावर, मग गाळून वा वस्त्रगाळ करून दोन तीन शेर (तेव्हा लीटर हे माप नव्हतं आणि एक रुपयाला पाणी न घातलेलं असं नीरसं दूध तीन शेर मिळे!) दुधाची थंडाई करायलाही तासाहून अधिक वेळ लागे! कुठं जत्रा वा उरुसात कुस्त्या ठरल्या, की मेहनत मारण्यात आणखीन वाढ होई. अशाच एकदा कुस्त्या ठरल्यावर सकाळीही मेहनत मारायचं ठरलं. सकाळी व्यायामशाळेत आणि संध्याकाळी तालमीत. मच्छिंदर आणि बजरंग हे दोघे झोपायलाच व्यायामशाळेत जात. त्यांना जाऊन उठवायचं काम मला करावं लागे. मच्छिंदरनं एके दिवशी मला सांगितलं, नव्हे, हुकूमच केला,

"उद्यापास्नं येताना आम्हास्नीबी राखुंडी भाजून आणत जा!"

मालीस, थंडाई ह्या कामात हे राखुंडी भाजण्याचं काम आणखी जादा वाढलं. भल्या पहाटे पाचला उठून, बचाकभर तंबाखू घेऊन तो रद्दीनं निम्मा अर्धा जाळला, की राखुंडी तयार होई. टॉवेल, लंगोट्यासह ह्या राखुंडीची पुडी बांधून घेऊन मी व्यायामशाळेत जाई. शाळेबाहेर भव्य असं ग्राऊंड होतं. शाळेतल्या हॉलमधील टेबल टेनिसची टेबलं बाहेर आणून त्यावर ते दोघे गडदेबाजपणे झोपलेले असत. त्यांना उठवून मग तिघांची मेहनत मारून झाल्यावर, मग राखुंडी लावीत पूर्वेकडील दीड-दोन किलोमीटर अंतरावरील मिरजकरांच्या विहिरीकडे आम्ही आंघोळीला जात असू.

बजरंगसारखा मच्छिंदर कुस्तीत चलाख नव्हता, त्याचं डोकं जरा मद्दडच होतं. कुठल्या मैदानात गेलाय आणि कुस्ती मारून खणाखणा शड्डू ठोकत त्यानं आखाड्यातनं खाली झ्याल घेऊन वस्तादाचं पाय धरल्यात असं कधी होत नसे. कुस्ती सुरू झाल्यावर अर्ध्या तासात तो दमात उखडे आणि लव्हारी शाळेतील भात्यागत त्याची छाती व तीसह पोटही हलू लागे! आपल्या अरबाट ताकदीच्या जोरावर प्रतिस्पर्ध्याला तो तटवून धरीत असे! तो त्याला अस्मान दाखवीत नसे आणि स्वत:ही पडत नसे अन् मग 'नुरा कुस्ती चालू झालीया. ती सोडवा रंऽ' अशी ओरड बघ्या शौकिनांतून सुरू झाली, की कुस्ती सोडवावी लागे! मच्छिंदर जरा सुधारू दे, म्हणून त्याच्या बानं कोल्हापुरातील शाहूपुरी तालमीतही त्याला ठेवलं. महमंद हनीफमुळं त्याकाळी शाहूपुरी तालीम गाजतही होती, पण मच्छिंदरला कोल्हापूरची कडवी मेहनत न पेलल्यामुळे असेल, तो काही महिन्यांनी गावी परत आला. मध्ये मच्छिंदरला का कोण जाणे, अंगभर खांडकंच उठली. आम्हाला काही लागलं वा खरचटलं, की दोन दिवसात खपली धरून जखम वाळून येई. पण मच्छिंदरचं अंग 'गोडं' असावं. 'गोड्या' माणसाच्या अंगावरील जखमा लवकर भरून येत नाहीत, असा एक समज आहे. त्यामुळे तालमीत लवकर आल्यावर लंगोटा नेसल्यावर, मेहनतीला सुरुवात करण्यापूर्वी मच्छिंदर चिघळलेली खांडकं दाबून आतला पू काढत असल्याचं करुण दृश्य बरेच दिवस दिसे; पुढे त्याची खांडकं बरी झाली, तरी त्यांचे काळे, गोलसर डाग मात्र त्याच्या अंगावर बरेच दिवस राहिले.

मच्छिंदरच्या घरची परिस्थिती फारशी चांगली होती असंही नव्हे. मार्केटच्या प्रमुख रस्त्याकडेला एक टेबल ठेवून त्यावर बॅटरी, आरसे वगैरे वस्तू ठेवल्या जात आणि पैसे लावून सांगितलेला आकडा पडल्यावर त्यात आलेली वस्तू दिली जाई. बऱ्याच वेळा या जुगारात लावणाऱ्याचे पैसे जात... कुणी तक्रार केली, की त्याला मारहाण करून हाकून दिलं जाई! मच्छिंदरच्या वडिलांना या कामी त्याचे भाऊ आणि आप्तांची तरणी पोरं मदत करीत. यामध्ये काही दिवसांनी बक्कळ पैसा जमा

झाला. अन् मग तो कुणा-कुणा गरजूंना भरमसाट व्याजानं दिला जाऊ लागला. आताप्रमाणे त्यावेळी भरमसाट फायनान्स कंपन्या आणि बँका नव्हत्या. त्यामुळे नडलेल्यांना अशाच लोकांचे पाय धरावे लागत! असाच एक ऋणको लवकर मुद्दल आणि व्याजही देईना, म्हणून मच्छिंदरनं आपल्या तालीमबाजपणाचं कर्तृत्व त्याला दाखविलं. त्यानं सरळ पोलिस कचेरी गाठून फिर्याद दिली. मच्छिंदरला पकडून आणायला फौजदारनं दोन पोलिस पाठवून दिले, तर त्यांनाही धोपटून मच्छिंदरनं कचेरीकडं पिटाळून लावून दिलं! मग फौजदार एक पोलिस तुकडीच घेऊन आला, नि मच्छिंदरच्या मुसक्या वळून त्याला कचेरीत घेऊन गेला... मग गावाबाहेरील डोंगरावरच्या सरकारी डाक बंगल्यात नेऊन त्याला इतकी मारहाण केली, की मच्छिंदरचं डोकंच औट होऊन गेलं! भारोभार पैसा ओतून त्याला सोडवून आणलं तरी तो घरातच लागीर व्हावं, तसा एका जागी बसून राहू लागला. लागीरलेलं 'झाड' सुटावं तसं. मग तो काही महिन्यांनी बाहेर पडू लागला. बाहेर पडल्यावर तो थेट गावाबाहेरील व्यायामशाळेपर्यंत जाई. वाटेत कुणाशी बोलत नसे, कुठे इतस्तत: बघत नसे. खाली मान घालून जाई व तसाच परतही येई. एकदा बजरंगनं विचारलंही,

"सोड की लेका हे सोंग! बोलत जा जरा लोकांबरोबर! मिसळत जा जरा."

आपल्या मार्गात हा आडवा आलेला पाहताच त्यानं अनोळखी, वेडसर नजरेनं त्याच्याकडं पाहिलं, न् त्याला डावं घालून तो पूर्ववत चालत राहिला.

नंतर नंतर त्याच्या अंगावरील जीर्ण, फाटके कपडे पाहून मनातून खूप वाईट वाटे. फाटकी विजार एका हातानं धरून तो नजर खाली रोवून चालला आहे असं दृश्य दिसे. एखाद्याचं किती वाईट व्हावं याला काही मर्यादाच नसते! अखेर एके दिवशी मृत्यूनंच मच्छिंदरला सोडविलं! डब्बल हाडापेराचा, पहाडागत दिसणारा मच्छिंदर शेवटी शेवटी खूप रोडावला होता. वडील वारल्यानंतर तर त्याची फारच आबाळ झालेली दिसत होती. टेबलावरच्या जुगाराचा धंदाही बसला होता, अन् सगळाच इस्कोट होऊन गेला होता. ऐन भराच्या आयुष्यात मच्छिंदरला असं माणसातून उठवून त्या वरच्या खेळियानं काय मिळविलं, हे त्याचं त्यालाच ठाऊक!

◆

मुकं दुःख

डोईवर वैशाख वणवा घेऊनच ती शेडमध्ये सावलीला आली. ऊन लै लागू नये, म्हणून डोईवर घेतलेला जुन्याराचा धडपा तिनं तसाच खालती टाकला आणि त्यावर बूड टेकत म्हणाली,

"आरं देवा देवा, काय ऊन हे! मान्साला जाळून काढाय लागलंय नुस्तं!" अन् पदराच्या शेवानं तोंडागळ्यावर डंवरलेला घाम पुसू लागली...

"यंदा उन्हाळाच दांडगा पडलाय मौसी, काय करायचं?" मी म्हणालो.

उष्णतामान किती डिग्री आहे ह्याच्याशी, तिला आणि मलाही तसं काही कर्तव्यही नव्हतं. पण गेल्या कित्येक वर्षाचा आठव करता, यावर्षी उन्हाची तीव्रता जास्तच वाटत होती हे खरं! म्हणून मी म्हटलं,

"यंदा उन्हाळाच लै कडक हाय, काय करायचं?" अन् मी तिला विचारलं, "एवढ्या उन्हाच्या रक्कात का आलीतीस मौसी?"

तशी म्हातारी ओळखीचीच होती. येथून पाच किलोमीटरवर तिचं गाव होतं. तिथून ती इथल्या एका तंबाखू वखारीत कामाला यावयाची. मी काम करीत असलेल्या पिठाच्या गिरणीपासून हाकेच्या अंतरावर तिची वखार होती. सकाळी नऊला कामावर जाण्यापूर्वी, किंवा दुपारच्या एकच्या जेवणाच्या सुट्टीत, ती आपलं जोंधळ्याचं दळप गिरणीत ठेवून जाई, अन् मग सायंकाळच्या सातच्या सुट्टीनंतर दळून ठेवलेलं दळप घेऊन ती आपल्या गावाकडं निघून जाई!

"सुट्टी पगार मिळंल म्हणून आलोतो बाबा!" ती म्हणाली.

"म्हंजे, आता वखारीत कामावर न्हाईस व्हय?"

"न्हाई! कामावरनं काढलं नि काय!!"

"ह्यो तर तंबाखूचा ऐन उन्हाळ्यातला कामाचा धुंबडा; नि अशा मौसमात काढायचं म्हंजे व्हैकच!" मी आश्चर्य दाखविलं.

पावसाळा संपला, की तंबाखूच्या वखारी उघडल्या जातात. गेल्या सालीच्या जुन्या तंबाखूच्या 'चाक्या' तयार करण्याचं काम सुरू होतं. बाहेर गावच्या 'बिछाएत'ना,

तंबाखू खरेदीस येणाऱ्या व्यापाऱ्यांना, कुठल्या चवीचा वा टेस्टचा तंबाखू, आपल्या बिडी वा जर्दा फॅक्टरींना हवा आहे, त्या नमुन्याचा तंबाखू तयार केला, की एक 'चाकी' तयार झाली. तंबाखूवर ही प्रक्रिया करण्यासाठी कुठल्या गावातील शिवारातल्या तंबाखूत, अन्य कुठल्या गावातील शिवारातल्या तंबाखूची, 'चाकी' ऊर्फ मिलावट केल्यावर त्या त्या 'बिछाएतां'ना हवी असलेली विशिष्ट टेस्ट वा चव येते, ह्याचं सम्यक ज्ञान या तंबाखू टेस्टरना असतं. हे टेस्टर शॅम्पलसाठी शेतकऱ्यांनी आणलेल्या पुड्यांतील कच्चा तंबाखू, बिडी बंडलातील एक बिडी काढून, तिच्यातील मूळचा तंबाखू काढून टाकून तीत शॅम्पल पुडीतला कच्चा तंबाखू बारीक करून भरतात आणि बिडी शिलगावून त्या तंबाखूची रुची, स्वाद, चव आणि प्रतवारी वा दर्जा ह्यांची टेस्ट घेतात. बिडी बंडलातील तंबाखू फॅक्टरीतल्या भट्टीत बिड्यांसह भाजला जातो, म्हणून तो 'भाजलेला' तंबाखू,पण रानातला कच्चाच तंबाखू शॅम्पलपुडीत असतो व तोच बिडीत घालून सतत ओढत राहण्याचं टेस्टरांच्या नशिबी असल्यानं, म्हातारपणी त्यांच्या छातीची डबडी होतात आणि ते एखाद्या हृदयरोगानं लवकर मरूनही जातात! अशा टेस्टरनी टेस्ट केलेला आणि प्रतवारी ठरवून दिलेला तंबाखू, मग खरेदी करून वखारीत आणला जातो, प्रक्रिया, प्रोसेसिंग करण्यासाठी असा हा नवा तंबाखू वखारीम्होरल्या खळ्यात येऊन पडला, की कामाचा धुंबडा उडतो. आजूबाजूच्या पाचेक मैलाच्या परिसरातील दीडेक डझन खेड्यातील मजूर बायकांचा ओघही मग वखारींकडे लागतो, अन् मग तंबाखूचा मोसम चालू झाला, असं म्हटलं जातं. त्यामुळे अशा दिवसात म्हातारीला कामावरनं काढून टाकणं हे आश्चर्यच.

"व्हय! व्हैकाचीच वाटणी नशिबाला आलीया नि काय!" इतर गोरगरिबागत म्हातारी आपल्या नशिबाला दोष देत राहिली अन् मग सांगू लागली, "माझं प्वार हितल्या एका लोखंडी सामानाच्या दुकानात कामाला व्हतं. तिथं एकदा गिऱ्हाईक आलं. कम्पाऊंडला तार मारत्यात तसल्या काटेरी तारंला. तर त्या गिऱ्हाईकाला बंडलातली तार सोडून देत असतावख्ती ती तार स्प्रिंगवानी उस्सळली, आनि तिचं टोक माज्या पोराच्या डोळ्यात घुसून डोळ्याचं याक बुब्बुळच भाहीर आलं. हितं कोन केस धरंना, 'मिरजंला न्या' म्हणाय लागलं; तवा मग मिरजंला न्हेलं! आता बाबा तूच सांग, मिरजंत पोराला ठेवल्यावर तिथं त्येच्यासंगं घरचं माणूस म्हणून मी ऱ्हायाय पायजे का नको? तर तिथं योक म्हैना ऱ्हायाची पाळी आली; तवा डोळा बरा झाला. दवाखान्याचा सारा खर्च्या लोखंड दुकानवाल्या मालकानं दिला, खरं हिकडं म्हैनाभर मला वखारीच्या कामावर जायाय मिळालं न्हाई... पोराला बरं वाटल्यावर मिरजंस्नं गावाकडं आलो; नि दुसऱ्या दिवशी गावातल्या बायकासंगं वखारीकडं गेलो, तर वखारीतला दिवाणजी वखारीत पायबी टाकू दिऽना! 'कामावरनं तू ऱ्हायलीसच का?.. आम्ही तुला कामावरनं काढून टाकलंय!..' असं त्येनं मला सुनावलं."

म्हातारी आपली रामकहाणी सांगत होती. अशामध्येच कुणी अनामिक बाहेरील उन्हाचा ताव सहन न होऊन, थोडा वेळ सावलीत टेकावं, असा म्हातारीगतच विचार करून आत आला आणि माझ्या शेजारी बाकड्यावर बसून माझ्यागत तोही तिचं बोलणं ऐकत राहिला होता.

"मग?" माझ्याआधी त्या अनामिकानं विचारलं.

"मग काय? त्येंच्यावर का आपली सत्ता हाय? 'नको' म्हटल्यावर फिरलो माघारी..."

"तुमची कामगार युनिअन हाय न्हवं? तिथं तक्रार न्यायची हुतीस...!" त्या अनाहुतानं तिला विचारलं.

"आमची वखार 'त्या' युनीनमदी न्हाई." ती म्हणाली, "त्येंनी काय बाबाऽ आपल्या युनीनमदी हैत त्याच बायकांच्या तकरारी तेवढ्या ऐकणार, त्यामुळं भाहरली पाटीलकी कोन करणार?"

"तुम्हीबी युनिअनमदी जाशीला का न्हाई?"

"युनीनमदी गेलं, की मालक कामावरनं काढतोय!" सगळ्याच वखार मजूर बायकांगत म्हातारीही 'युनिअन'ला 'युनीन' असंच म्हणत होती. "आनि युनीनमदी वखार हैत, तिथल्या बायकाएवढीबी आम्हाला हाजरी न्हाई, त्येंच्यापक्षी च्यार-साऽ रुपय् कमीच रोजगार मिळतोय!!"

"म्हंजे, युनिअन असूनबी तुम्हास्नी तिचा काई आधार नाही!"

"व्हय, तसंच म्हणंनासा! आनि आलीकडं वखारीतनी नवी तंबाखूची मशीनं बशिवल्यापास्नं तर त्यावरच्या कामावर बायकांचा नुस्ता पिट्टा पडतोय! जराबी कसली ते उसंत मिळत न्हाई! कुठं कुठं वखारीतनी 'ऱ्हाळां'ची मशीनंबी बशिवल्यात; नि त्या ऱ्हाळाच्या धुस्काटानंतर खालचा दम खाल, वरचा वर हुतोय् एवढा तरास!!"

तंबाखूच्या खोडांची बारीक पूड करून ती तंबाखूच्या 'चाकी'त मिसळली जाते, तिला 'ऱ्हाळ' म्हणतात. गावातल्या ज्या वखारीत अशी ऱ्हाळांची मशीनं आहेत, ती चालू झाल्यावर इतका धुरोळा अन् धुस्कारा उडतो, की शेजारी असलेल्या घरातील माणसांना श्वास घेणंही कठीण व्हावं! पण म्युनिसिपालिटीच्या सॅनिटरी खात्याच्या कृपेनं हे सर्व गावात चालूच असतं. त्यामुळे म्हातारीचं म्हणणंही काही खोटं नव्हतं!

"बगा, बगा मोरेदादा, पेपरात लिवतासा न्हवं तुम्ही?" अन् तो अनामिक तावातावानं माझ्याकडे मुरा करून म्हणाला, "आनि ह्ये कुणी लिवायचं? ह्यो अन्याय कोण वेशीवर टांगायचा?"

मी त्याला ओळखत नव्हतो, पण तो अनामिक मला ओळखत असल्याचं

पाहून मनोमन मी थोडा दचकलोच! केवळ दोन वाक्यं बोलून त्याचा ताव कमी होण्याचं चिन्ह दिसत नव्हतं, कारण परत मघाचाच टिपेचा आवाज त्यानं लावला,

"दीड तपापूर्वीच 'संघर्ष नको, सहकार करा' ही स्लोगन देऊन कामगार लीडरनं नि त्याच्या सैनिकांनी संप, घराओ, उपोषणं, हरताळ अशी लढ्यात वापरायची शस्त्र शमीच्या झाडावर ठेवून दिल्यात, आनि ती तिथं आता इतकींदी गंजलीबी असतील! आनि आताच्या ह्या इंधन टंचाईच्या काळात ते शमीचं झाडसुद्धा जाग्यावर नसणार, नि त्यावरची शस्त्रंबी कवाच भंगारवाल्याकडं जमा झाली असतील! मग ह्या अन्यायाईरुद्ध लढा कोन द्यायचा?"

"कामगार लीडरनंच लढा द्यावा असा काय त्येनं पत्कोरा घेटलाय् साऱ्यांचा? त्यो आता म्हातारा झाला, पेन्सुलीत निघाला, आसं समजून दुसऱ्या कुणी का शस्त्र उपसू नये?" मीही त्याला प्रतिप्रश्न केला, "गावात गल्लोगल्ली अनेक तरुण मंडळं हैत, ती काय नुस्ती इलेक्शनच्या टैमाला इलेक्शन लढविणाऱ्याकडनं 'मंडळा'साठी म्हणून सात-आठ हजार मदत म्हणून उकळायपुरतीच का? जो पैसा देतो त्याच्या फुरफुऱ्या लावायच्या, हातातलं झेंडं उंचावून त्याच्याच नावानं चांगभलं करायचं, आनि उरल्यालं पैसे क्वाटर ढोसत मटणाच्या खानावळीत पुलावा झोडून संपवायचं, ही चंगळवादी तरुणाई असल्यावर नवा कामगार लीडर कोठून पैदा हुनार? एकदा चंगळवादी संस्कृतीचा स्वीकार केल्यावर समाजाच्या तळागाळातल्यांचा आक्रोश कानावर पडत न्हाई पाहा!" मी म्हटलं.

"तुम्ही काही म्हणा मोरेदादा, ह्या कामगार लढ्यांचाच इतिहास जगात सगळीकडंच असा हाय, की कामगारांची परिस्थिती हाय तिथंच ऱ्हाती, आनि कामगार लीडरची मतोर बदलती!!" मग तो म्हातारीला म्हणाला, "आज्जे, ह्या सुट्टी पगारासाठी तू आज पयल्यांदाच आलीयास का ह्येच्या आधी आनि...?"

"ह्येच्या आधी आनि तीन-चार येळा एडताकपट्ट्या झाल्या; खरं, आज न्हाई, उद्या ये, परवा ये, हे आसंच चाललंय बगा!!"

"मग आता पोटापाण्याचं कसं?" त्यानं विचारलं.

"कुठं काम मिळंल तिथं जायाचं टेंपरवारी! आर्धी मिळायची तिथं चतकोर तर मिळंल. आनि तीबी न्हाई मिळंल, त्या दिवशी घोटभर पानी प्यायचं आनि गुडघं उपाशी पोटाशी घिऊन, मुरडा मारून हातरुनाच्या रक्कटावर लवंडायचं. ज्यो चोच दिलाय, तो चारा दिलंच; आज न्हाई उद्या, एवढंच की!" अन् म्हातारी उठली. बुडाबुडी घेतलेला धडपा तिनं डोक्यावर ठेवला न् म्हणाली,

"जातो बाबानुं, काय हुतंय, बगतो!"

अन् पाठ वळवून ते मुकं दुःख चालत-चालत दृष्टिआड झालं...

◆

गोपाळराव

गोपाळराव परब या अफाट कर्तृत्वाच्या माणसाला वयाची पंचाहत्तरी पार केल्यावर अर्धांगवायूचा सौम्य झटका यावा आणि त्याची अर्धी बाजू लटकी पडावी, ही दैवगती! तरीही गोपाळराव एक पाय ओढत, उजव्या हातातील काठीचा आधार घेत आणि थरथरत असलेल्या डाव्या हातानं घरापासून अर्धा किलोमीटर अंतरावर असलेल्या टॅक्सी स्टँडवर येत, तिथं भाड्याच्या प्रतीक्षेत उभ्या असलेल्या टॅक्सीच्या ओळीवरून नजर फिरवीत, तोवर नव्या पिढीतील एखादा टॅक्सी ड्रायव्हर 'काय गोपाळमा' म्हणून बोलविला, तर त्याच्याबरोबर थोडं बोलून हायवेच्या पिंपळाखालच्या हनुमानाच्या कट्ट्यावर थोडा वेळ बसत...

या पिंपळाच्या बाजूला पूर्वी मेहतर समाजातील लोकांना राहण्यास म्युनिसिपालिटीनं चाळ बांधून दिली होती. गावाबाहेरून गेलेल्या हायवेच्या बाय-पास रोडवर काही वर्षांपूर्वी म्युनिसिपालिटीनं नवी चाळ बांधून तिकडं मेहतर लोकांचं स्थलांतर केल्यावर ही चाळ रिकामीच पडली होती. तिच्या आडोशानं लोक मलमूत्रादी विधी करायला सुरुवात करताच गोपाळरावांनी तेव्हा कल्पना काढली, की पिंपळाभोवती एक छानपैकी पार कट्टा बांधून त्यावर हनुमानाची प्रतिष्ठापना करावी, म्हणजे हा परिसर स्वच्छही राहील आणि पिंपळकट्ट्यावरील सावलीत लोकांना घटकाभर विश्रांतीही घेता येईल.

या पिंपळकट्ट्यावर बसल्या बसल्या गोपाळरावांना मुठीतील वाळू भुरूभुरू ओसरून जावी, असं ओसरून गेलेलं आतापर्यंतचं अख्खं आयुष्य आठवू लागतं... घाटाखालील कोकणातलं फोंडा घाट हे आपलं गाव. आई-वडील वारले, तेव्हा दोघा भावांची लग्नं झालेली. एक आपण, दुसरा आपल्या पाठीवरला नाथ! खरं तर त्याचं नाव रवळनाथ, पण सारे 'नाथ' हे अल्पाक्षरीच नाव उच्चारीत! तिसरा काशिनाथ, त्याचं मात्र लग्न व्हायचं होतं. याच्या नावातील 'नाथ' कटाप् होई व सारे त्याला 'काशि' असंच म्हणत... सह्याद्रीच्या पायथ्याच्या त्या टीचभर गावात धडपणे उदरनिर्वाह होईना, म्हणून गाव सोडून घाटावरील या गावी केलेलं स्थलांतर...

कोकणे गाडीवानांच्या बैलगाड्या सोडण्याचे इथे चार-सहा अड्डे होते. राधानगरी, गारगोटी, आजरा भागातील कोकणे बांबू, मेसकांठ्या, सोट आदी बैलगाडीत टाकून येथे येत आणि बाजारच्या आदल्या दिवशीच सारे अड्डे फुल्ल होऊन जात! अशाच एका अड्डेवाल्याच्या ओळखीनं अड्ड्याच्या कोपऱ्यात बैलं बांधायला गोठ्याच्या कडेला तट्टयाचा आडोसा करून तिथं सारा प्रपंच... अड्ड्यासमोरच्या रस्त्यावर कोकणातून आणलेले पाळणे, खुंट्या, पळपूट-लाटणी आदी विकून संसारगाडा चाललेला... माल संपला, की परत कोकणात जाऊन आणायचा नि विकत बसायचं... यात थोडा पैसा गाठीला शिल्लक पडताच जवळचंच एक पंधरा बाय तीस फुटाचं घर भाड्यानं घेऊन, पुढं दर्शनी फळ्यांची दारं करून त्यात सायकल दुकान घातलेलं... दुकानात स्पेअरपार्टसही ठेवलेले... सायकल रिपेअरी, स्पेअर पार्टस् विक्री ह्यातूनही बरा पैसा साठत गेला.

त्या १९३५ सालच्या कालखंडात सायकल हे वाहनही लोकांच्यासाठी अप्रूप! पण एवढ्यावर समाधान मानलं, तर ते कोकणे कसले! गोपाळरावांनी सेकण्ड हॅण्ड ओपन टप शोव्हरलेट कार घेऊन टॅक्सी धंदा चालू केला. तोही जोरात चालल्यावर मग भावासाठी दुसरी कार घेतली. आपल्या आणि भावाच्या मोठ्या झालेल्या मुलांना सायकल दुकानात डांबलं... मावळतीस शिंदे इनामदारांचे प्लॉटस् होते. २५ बाय ६० फुटाचा प्लॉट १५० रु. ला एक. तेही सहजी कुदळही घुसू नये अशा फोंड्या माळावर! असे तीन प्लॉटस् विकत घेऊन त्यावर झन्नाट बंगला बांधला. बाजूला कार सोडण्यासाठी लांबलचक गॅरेजही बांधलं आणि बैलगाडीच्या अड्ड्यातल्या गोठ्यातलं बिऱ्हाड उचलून गोपाळराव नव्या बंगल्यात राहायला गेले. तिथं गेल्यावर धाकट्या भावाचं, कुडाळकडील एक पोरगी पाहून लग्नही करून दिलं, आणि त्यालाही एक कार घेऊन दिली. या मधल्या अवधीत खूप उलथापालथ झाली होती. दुसरं महायुद्ध युरोपात पेटून इकडं कार गाड्यांना पेट्रोल मिळणं कठीण होऊन बसलं होतं. त्यामुळे गावातील बऱ्याचजणांनी कारगाड्या विकून टाकून टॅक्सी धंद्याला रामराम ठोकला होता. केवळ गोपाळराव अन् माझे वडील अशी दोनच माणसे टॅक्सी धंद्यात टिकून होती. माझे वडील ३६ साली पुण्याच्या 'कुलकर्णी मोटार ट्रेनिंग स्कूल' मधून ड्रायव्हिंग शिकून आले होते व वर्षभरात ७०० रु.ला ओपन टप फोर्ड कार घेऊन त्यानी टॅक्सी धंदा चालू केला होता. पेट्रोल नाही मिळालं, की वडील गाडीच्या पेट्रोल टाकीत रॉकेल ओतत व त्यावर गाडी चालवीत! रॉकेलमुळं गाडीच्या सायलेन्सरमधून जरा काळा धूर येई, इतकंच!

माझ्या वडिलांची आणि गोपाळरावांची तेव्हापासून दोस्ती होती. दोघेही निर्व्यसनी आणि दोघांच्या हातून कधीही अपघात न झालेला! ५३-५४ सालाच्या दरम्यान वडिलांनी लॅण्डोबॉडीची ४७ मॉडेल फोर्ड कार सात हजारला सावंतवाडीहून

आणली, तर गोपाळरावांनी ५१ मॉडेल शोव्हरलेटकार कोठूनशी टॅक्सी धंद्याला आणली. टॅक्सी धंद्यात पहिली ॲम्बेसडर कार आणण्याचा मान गोपाळरावांनाच. त्यापूर्वी शोव्हरलेट फोर्डप्रमाणे डॉज, स्टुडबेकर, बॉक्झल, परफेक्ट फोर्ड, मॉरीस आदी लहान-मोठ्या कार्स टॅक्सी धंद्यात होत्या. एखाद दुसरी हिंदुस्थान आणि लॅण्डमास्टरही होती, पण ॲम्बेसडर मात्र कुणाचीही नव्हती! आणि त्या काळी ॲम्बेसडरची ऐट काय वर्णावी? जशी आताची मारुती १००!

गोपाळरावांचा आणि माझा तसा थेट परिचय ६२ सालानंतरचा, मी एका मेस्त्रीच्या भागीदारीत मोटार रिपेअरी गॅरेज सुरू केलं, तेव्हापासून आला... इतर लोकांगत त्यांच्याही गाड्या गॅरेजला कामाला येऊ लागल्या. माझं आणि माझ्या भावाचं लग्न ठरलं, तेव्हा गोपाळराव माझ्या वडिलांना म्हणाले,

"लग्नात काही अडचण आली, पैसे वगैरे लागले, तर सांगायचं हं, आम्ही आहोत पाठीशी!!"

पण कुणाच्या पाच पैशाच्याही मिंध्यात न राहाता वडिलांनी आमची लग्नं केली.

गोपाळरावांचं एक वैशिष्ट्य होतं. त्यांच्या खिशात कधी पाच-दहा रुपयेही मिळाले नव्हते, पण नुसत्या शब्दावर व धिडफीड बोलण्यावर ते हजारो रुपयांची कामं करून घेत. मोटारस्पेअर पार्टस्च्या दुकानात उधारी, गॅरेजमध्ये उधारी. गाडी तयार झाली, की स्टार्टर मारून पळायला बघत! "गोपाळमा, बिल हो?" विचारल्यावर म्हणत, "माझ्याकडं आता पैसे हाईत व्हय रे? एक भाडं मारून ईवू दे गाडी, ते द्यायला लावतो की बिल! का कुठं गाव सोडून चाललाव् रे?"

एकदा मेस्त्री वा लोहार कारच्या कामाचे पैसे मागत राहिला, की दोघे भाऊ भांडायचे नाटक करीत, कोकणीतून एकामेकांना वचावचा शिव्या घालीत आणि मग कोकणीतूनच डायलॉग टाकत, तेरीमेरीवर येत! भांडणात आपला आणखी झक्कू मध्येच नको, म्हणून बिल मागायला येणारा 'आता उद्या वसूल करू!' म्हणत परत जाई!

गोपाळराव रोड्डा होते. काही काम करायचं ते डाव्या हातानं! डावा हात अशुभ समजला जातो, पण त्यांच्या डाव्या हाताला यश असे! गावात दोनेक इमारती व नव्या ट्रकची खरेदी त्यांनी अशी डाव्या हातांनीच केली!

कारचं वॉटरपंप रिपेअरी, डेल्को वा कट्‌औट रिपेअरी, असली काही चिल्लर कामं निघाली, की घराजवळच्या गॅरेजात कारचं बॉनेट उघडून ही कामं रोड्ड्या हातानं ते स्वत:च करीत राहात अन् रिपेअरी नाही जमली, की एखाद्या मेस्त्रीकडे जात! मेस्त्री आपापसात म्हणत राहात,

"आपण खोलून सत्यानाश केला असणार, आता आला बघा हिकडं!"

गोपाळरावांना बागकामाचीही आवड होती. कोकणातून कसली कसली झाडं नि रोपं आणून त्यांनी परसदारी आणि बंगल्यापुढेही लावली होती. वेळ मिळाला, की हाती खुरपं घेऊन ते झाडाच्या बुंध्यात काम करीत राहात.

ते मूडमध्ये असले, की तोंडानं शीळ घालीत राहात, तर कधी चिरमुरे, फुटाण्याच्या भट्टीकडं जाऊन रुपयाचे शेंगदाणे घेऊन शर्टाच्या खिशात टाकत आणि मुठीत थोडे थोडे घेऊन चवीनं तोंडात टाकीत ते खाण्यात एक वेगळंच परमसुख अनुभवीत राहात. असंच हॉटेलमध्ये जाऊन गरम गरम भजी खाणं त्यांना सुखाचं वाटे. अशीच एकदा सहजी हॉटेलात भेट झाली. म्हणाले,

"ये रे येऽ, भजी खा! काय मस्त लागत्यात बघ! अरे, खाऊन, जेवून मरायचं!"

एक प्लेटनं जीभ शांत झाली नाही, की ते आणखीन एक प्लेट भजी घेत. विजार, आखूड हातोप्याचा शर्ट (आणि त्याला हा ऽअस्सा खिसा!) आणि डोईला कोचदार पांढरी टोपी हा त्यांचा हमेशाचा पोशाख. घरात लग्न, मुंज, बारसं वगैरे काही असो, यात काही फरक पडायचा नाही! त्यांचे दोघे भाऊही साठी ओलांडायच्या आत वारले. दीर्घायुष्य लाभलेले गोपळरावही मोटार धंद्यातून वृद्धापकाळामुळे साईडिंगला पडले. त्यांच्या भावांच्या मुली सुस्थळी पडल्या, पण त्यांच्यागत कर्तृत्व एकाही मुलात नाही, हा नियतीचाच खेळ!

त्यांना अंथरुणाला खिळलेलं पाहून परत येताना वाटतं, डोंगर कपारीला बीज पडून रुजावं, नि खालच्या सांदोऱ्यातील चिमूटभर मातीत मुळं पसरत जाऊन वर आभाळ कवेत घेण्यासाठी वाढत जावं, तशी ही कोकणी माणसं असतात! पोटासाठी म्हणून कुठनं कुठं आली आणि वाढत गेली! अन् परमेश्वराचा नियमच आहे की काय कोण जाणे, एखाद्या कुटुंबात एखादाच माणूस कर्तृत्ववान निघतो नि तो आपल्या अख्ख्या गोतावळ्याला गरिबीच्या गर्तेतून वर काढतो! गोपाळराव हेच कार्य तडीस नेऊन आता पैलतीराकडे पाहत पहुडले होते.

◆

कारवाँ गुजर गया

यंदा पाऊसकाळच मायंदाळा होता. पाण्यानं वतांबल्यालं ढग धो धो पाऊस पाडून मघाच गेलं होतं आणि आता घटकाभरसुद्धा व्हायला नाही, तोवर हे सडसडून एक झिरमाट आलं होतं. त्यात भिजतच चल्लव्वाची आई, मी काम करीत असलेल्या पिठाच्या गिरणीच्या शेडमध्ये आली. ओला पदर पिळत त्यानंच मग तोंडावरलं पाणी निरपत बोलली.

'काय बिचारा खुळ्यावानी कराय लागलाय!' पावसाला उद्देशून ती परत म्हणाली, ''गरिबांचं मतोर मरान हाय ह्यात!''

चल्लव्वाची आई बेलपत्ताऱ्याची. गाढवावर आपल्या प्रपंचाचं चंबुगबाळं टाकून सोन्या-चांदीचं दागिनं दुरुस्ती करत गावोगाव फिरणारी. पण मुरारजी देसाई केंद्रीय मंत्रिमंडळात अर्थमंत्री असताना सुवर्ण नियंत्रणाचा कायदा आला, नि त्यानं सोनारांच्या बरोबर या बेलपत्ताऱ्यांनाही धोबीपछाड लगावली! सोन्याबरोबर चांदीच्या दागिन्यांचं रुकूटुकू काम मिळायचं. तेही गरिबाच्या स्वप्नागत वारंहुरं हून गेलं, अन् मग नशिबाला पुजली दांतकोरणी, कानकोरणी, चिमटं आणि लगामकड्या! दांत कोरून पोट भरायचे दिवस यावेत तसं झालं. एक दांतकोरणं, एक कानकोरणं आणि एक चिमटा ह्या हाताच्या करंगळीएवढ्या लांबीच्या तीन जिनसा अंगठीसारखा एका गोल रिंगीत अडकवून विकाव्यात, तेव्हा कुठं १० नवे पैसे पूर्वी मिळायचे! आठ-दहा गाढवांवर आपला सारा संसार लादून सात-आठ बेलपत्तारी कुटुंबं पूर्वी इथं सुगीच्या दिवसात येत आणि बिडी फॅक्टरीपुढल्या मोकळ्या मैदानात आपली पालं ठोकत नि गाढवांची दावी बांधायला जवळच मेखा मारीत... सुगी संपली म्हणजे सुगीत आलेली पाखरं फुऽर्र व्हावीत, तशी ही सारी बेलपत्तारं निघून जात. कुठे? कुणास ठाऊक! गेल्या वीसेक वर्षांपासून मात्र गावाच्या मावळतीच्या अंगाला असलेल्या तळ्याजवळ या बेलपत्ताऱ्यांनी पालं ठोकलीत, ती अजूनही तिथंच आहेत. दुःख, दारिद्र्य, दैन्य यांची सोबत पूर्वी गाढवांगत त्यांच्याबरोबर असे. आता गाढवं दिसत नाहीत, पण बाकीची सारी मात्र इमानी कुत्र्यागत अजूनही त्यांची सोबत धरून आहेत.

शेडच्या कुडाकडंला कुडकुडत चल्लव्वाची आई उभी होती. तिच्या तळावरली सारीच इथं दळपाला येत असल्यामुळं मी तसा सर्वांनाच ओळखत होतो, त्यामुळं मी म्हणालो,

"माणसाचं सारं तिरपागडं घोडं हाय! पाऊस पडूनबी चालत न्हाई, नि न पडूनबी चालत न्हाई!"

"पडू दे की बापडा! पाऊस पडल्याशिवाय काय धान्येऽ पिकणार हाय? पन मधनं, मधनं जरा उघडीपबी पडू दे!, गरिबास्नी चुली म्होरं बसूनबी भागतंय व्हय हो दादा? जरा उघडझाप आस्ली म्हंजे भाहीर पडून काय तरी हात-पाय हालवाय येतंय!"

तिचंही खरं होतं! थोडी उघडीप असली म्हणजे कानकोरणी, दांतकोरणी, चिमटं आणि लगामकड्या विकायला बाहेर तरी पडायला येत होतं! लगामकड्या विशेषत: आठवड्याच्या बाजारदिवशी जनावरांच्या बाजारातच खपत, पण इतर जिनसा रोज ईक्री करायचं ठिकाण म्हणजे यस्टी स्टँड. पावसाळ्यात आधीच लोकांचं चलन कमी, त्यामुळे विक्रीही बेताची! केव्हा पोटापुरतं मिळालं-मिळालं, नाहीतर उपाशी! काय पावशेर-कुडाचा असेल ते शिजवून पोरांफुडनी घालायचं, नि आपुन खपाटीला गेलेल्या उपाशी पोटाशी पाय मुडपून पालातल्या रकटावर मढ्यावानी पडायचं! कधी ओळखीच्या धान्य वा किराणी दुकानातून उधार-पाधार आणत राहायचं, न मग मिळगत आणि वाढत जाणारी उधारी यांचा ताळमेळ चुकू लागला, की बाप्पेलोक सरळ मुंबईचा रस्ता धरत. उपनगरातील एखाद्या खेळाच्या मैदानाच्या कोपऱ्यात पालं ठोकून रेल्वे स्टेशन, रेल्वे गाड्यातून, कधी यस्टी स्टँड वा थांब्यावर आपल्या जिनसा विकत राहात. मुंबईत ईक्री चांगली होई. पोटपानी बाहेर पडून चार पैसे शिल्लक राहात अन् मग एके दिवशी आपली पालं गुंडाळून बाप्पे इकडे येत आणि मग पावसाळ्यात झालेली उधारी भागवून टाकत! कुणाचा एक पैसा कधी बुडवीत नसत वा कुठे कुणाची चोरीमारीही करीत नसत!

एकदा चल्लव्वाच्या आईला मी विचारलं होतं, " बाजार दिवशीबी स्टँडवरच कोरणी ईकत का फिरतासा? हितं बाजारपेठेत मायंदाळी गर्दी जास्ती, अशा ठिकाणाला एखाद्या मोक्याच्या जागी का बसत न्हाईसा?"

"दादा ज्येच्या-त्येच्या जागा ठरल्याल्या असत्यात! कुठं यरवाळी जाऊन बसावं, तर त्या जागला जर बाजारी बसत्याला माळवंवाला, न्हाय तर बागवान भांडाण काढतोय! एखाद्या दुकानाम्होरं कुठं जरा सांदरीगत मोकळी जागा दिसली, नि तिथं जिनसा विकत जरा टेकावं म्हटलं, तर दुकानवाला आमचं काय तरी चोरशीला म्हणून उस्कलून लावतो! दादा, आमची जात उपाशी मरंल, पन कुणाच्या काडीला हात लावणार न्हाई!" आणि चल्लव्वाची आई म्हणाली, "आनि दादा,

आमच्या जिनसा ह्या अशा हैत, एकदा घेटल्या, की ते गिऱ्हाईक तुटलं! जुंधळं म्हणा, तांदूळ म्हणा, एकदा घेटल्यावर ते संपलं म्हंजे गिऱ्हाईक पुन्ह्यानडाव घेयाय जातंय. तसं आमचं कुठं हाय! एकदा कानकोरणी इकत घेटली, की ती कायमची झाली! ती कुठं हाळ व्हावीत, व्हगडावीत तवा कुठं गिऱ्हाइक दुसरी घेणार! लगामकड्या तर एकदा ढोरास्नी घेटल्या, की त्या पुन्ह्यान्‌डाव कोण कशाला घील हो? का त्येचं लोणचं घालायचं हाय?''

तिचंही बरोबर होतं, वारंवार मागणी असावी असे हे जिनस नव्हते आणि दुसरं काही हुन्नर त्यांचे बाप्पेही शिकत नव्हते! चल्लव्वाच्या आईचा तर दाल्ला कायमचा शीक असे, अन् ती स्वत: सारे जिन्नस करायला शिकली होती. पोरं लहान होती, तरी ती कापशी, मुरगूड, गारगोटी, चिक्कोडी असं बाजार यस्टीतून जाऊन थापटत! यस्टी दरवाढीचा खरा फटका ह्या बेलपत्ताऱ्यांनाच बसला! चार पैसे बाकी उरत होते. पोरांना चिरमुरे, बटारं नेता येत होती, त्यावर आणखी सरकारनंच यस्टी दर वाढवून डल्ला मारला!

''या पावसुळ दिसात पालांमदनी सारी वल्लच येत आसंल! ईळभर बडघाडून ईवून राती आंथरुणावर पडायबी ईत नसंल!''

''काय सांगायचं दादा तुला, ह्या भाहीरचा चिखोलकोळपा बरा, खरं आमच्या पालातनी नको, इतकी सारी वल्ल नि राड! त्यातच झोपताव झालं. गावभर हिंडून कुठनं कुठनं प्लॅस्टिकचं पडल्यालं तुकडं गोळा करायचं, त्ये चिखलावर वल्लीवर हातरायचं नि त्यावरती चिरगुटं टाकून लवंडायचं!''

ऐकून मनातून हादरूनच गेलो. पाऊस ईदाळल्यावर ती निघून गेली, पण हे मनातून काही जाईना! जवळच एका दैनिकाचे पत्रकार मित्र राहात होते. त्यांच्याकडे गेलो नि म्हणालो,

''येत्या पंधरा ऑगस्टला आपल्या स्वातंत्र्याची ५० वर्षे पूर्ण होतात. हा सुवर्णमहोत्सवी दिन दणक्यात साजरा करण्याचं सरकारी पातळीवर घाटत आहे. दैनिकांच्या खास पुरवण्याही त्यानिमित्त निघणार आहेत. त्या निमित्तानं आपण या बेलपत्तारी लोकांच्यावर काही लिहावं! ह्या धो धो पावसात त्यांच्या पालांतून टीचभर तरी कोरडी जागा आहे का पाहा हवं तर जाऊन! पालासकट एक फोटो मारा त्यांचा आणि दणकून लिहा- हे स्वातंत्र्य कुणासाठी, कशासाठी?''

''अवश्य लिहितो!'' वार्ताहर मित्र म्हणाले.

मी उत्सुकतेनं १५ ऑगस्टची स्वातंत्र्यदिन खास पुरवणी पाहिली, तर त्यात काहीच नव्हतं! नंतर मी त्यांना भेटलो; म्हटलं, ''अहो, का लिहिलं नाहीत?''

''कामातून जमलंच नाही हो लिहायला!'' ते म्हणाले.

मी मनातून खूप हिरमुसलो. स्वातंत्र्याचा सुवर्णमहोत्सवी रथोत्सव खूप डामडौलात,

वाजत-गाजत निघून गेला आणि चल्लव्वाच्या आईगत असंख्य भटक्या जमातीतील लोकांचं दु:ख, पावसात भिजून वळचणीला कुडकुडत उभ्या असलेल्या कोकरागत अंग चोरून मिकीमिकी डोळ्यांनी तो पाहात थिजून राहिलं.

कवी 'नीरज'नं लिहून ठेवलंय,

"कारवाँ गुजर गया, गुबार देखते रहे."

◆

भंकस

सौ.ला सांधवाईचा त्रास गेल्या ७ ते ८ वर्षांपासून सुरू होता. भोवतालच्या पाचपन्नास मैलांच्या परिसरातील सर्व ख्यातनाम डॉक्टर्स व वैद्यांची ट्रीटमेंट घेतली होती. हुबळी आणि गदगच्यामधील भैरापूरच्या प्रसिद्ध आयुर्वेदिक दवाखान्यातही जाऊन आलो होतो. कोल्हापूरच्या एका डॉक्टरनी तर स्पष्ट सांगितले होतं,

"संधिवातावर कुठलंही रामबाण औषध आजवर निघालेलं नाही! हा विकार झालेल्या पेशंटला मरेपर्यंत त्यावरील टॅब्लेटस् वा औषध हे घ्यावंच लागतं. त्यानंही तात्पुरती सांधेदुखी थांबते, कायमची नाही!"

तरी पण आपल्या आणि पेशंटच्या समाधानासाठी औषधोपचार चालूच होते. कुणी काही यावर सल्ला दिला, तर लगेच तो अमलात आणायचा, हे असं चालू होतं.

गावातील एक पुढारी माझ्या फ्रेन्ड सर्कलमधील होते. त्यांच्या मिसेस एके दिवशी म्हणाल्या,

"माझी बोटं उघडत-मिटत नव्हती, अशी मला सांधवाई झालेली होती. आपल्या गावातील गोळेकर वैद्याचं सहा-सात महिने औषध घेतलं आणि गुण आला! आपणही घेऊन पाहायला हरकत नाही!!" आणि त्यांनी गोळेकर वैद्यांचा पत्ता सांगितला.

पिसाळलेलं कुत्रं चावल्यावर गोळेकर वैद्य भज्यातून औषध देत व यासाठी ते ह्या परिसरात तसे प्रसिद्धही असल्यानं त्यांचा पत्ता मला माहीत होता; पण ते काही वर्षापूर्वी वारले होते! मग त्यांचे नाव वापरून कोण औषध देत होतं? गोळेकरांच्या घरी चौकशीला गेलो. आत एक वृद्धा आणि तरुण पोर होती.

"इथे गोळेकर वैद्य राहातात का, सांधवाईवर औषध देणारे?" मी विचारलं.

"होय, पण ते वारलेत, त्यांचे जावई आता औषध देतात!" आतली वृद्धा म्हणाली.

"कुठे असतात ते?" मी पृच्छा केली.

"असतात याच गावी, पण राहातात दुसरीकडं. स्मशान मारुती रस्त्यावर त्यांचं घर आहे."

"आता भेटतील घरी?"

"भेटतील! इथं दुपारी तीननंतर येऊन औषध देतात!" अन् तिनं सांगितलं, "औरनाळकर नाव आहे बघा त्यांचं!"

या औरनाळकरला शोधत गेलो. विजार, बनियनमध्ये किडकिडा देह झाकलेला, गव्हाळ वर्णाचा, लांबट चेहऱ्यावर नकटे नाव चिकटवावे, तसा; आणि डोईचा विमानतळ झालेला औरनाळकर होता. त्यानं चाळिशी केव्हाच पार केलेली, त्यामुळे त्याच्या डोळ्यांवर जाड भिंगाचा चष्मा लागलेला... स्मशान मारुती रस्त्यावर दोन-तीन जागी चौकशी केल्यावर एका पोरानं त्यांचं घर दाखविलं होतं न् मग मी घरापुढं जाऊन विचारलं होतं,

"गावठी औषधं देणारे औरनाळकर इथंच राहातात का?"

"होय!" आतून एक स्त्री म्हणाली होती.

"आहेत ते घरी?" मी पृच्छा केली होती.

"आहेत, बसा, येतात इतक्यात!"

बसायला तिथं भारतीय बैठक होती, म्हणजे तिथं एक पोतं टाकलं होतं, त्यावर मिनिटभर टेकतोय, तोवर ते किडकिडीत, चष्मीस गृहस्थ आतून बाहेर येत म्हणाले,

"मीच औरनाळकर, बोला काय काम काढलं होतं?"

तसं मी येण्याचं प्रयोजन सांगितलं, अन् त्या अमुकतमुक पुढाऱ्याच्या मिसेसनी आपलं नाव सुचविल्यावरून मी आलो आहे, ही पुस्ती जोडताच वैद्यराज खूष झाले. म्हणाले,

"पर्वा महाराष्ट्रातील खासदार बगाडेअण्णाही आपल्या जीपमधनं अशीच चौकशी करीत आले होते. त्यांना आपल्या इथला ह्याच पुढाऱ्यांनी माझं नाव सांगितलं होतं!"

"बरं, आम्हाला औषध देता नव्हे?"

"अवश्य! पण मी औषध इथं देत नाही, तर ते सासुरवाडीत, सासऱ्याच्या गादीवर बसून देतो! ती गादी महत्त्वाची, मी निमित्तमात्र! सासऱ्यांचा लौकिक आणि श्री गुरुदेव दत्ताचे आशीर्वाद, यामुळे माझ्याही हाताला थोडंफार यश येत आहे! मी दत्ताचा भक्त आहे आणि दत्ताची कृपा आहे माझ्यावर!"

ही दत्तभक्ती 'गुरुदेव दत्त' म्हणत मध्येच प्रकट झाल्यामुळे मी थोडा वेळ गप्प बसलो. दत्तभक्तीची ही कॅसेट तो प्रत्येक पेशंटपुढं अशीच वाजवत असणार, याचं अनुमान काढायला फार तर्कशक्ती खर्च करायचीही जरूरी नव्हती! त्याची कॅसेट

संपल्यावर मग मी विचारलं.

"तर आम्ही किती वाजता यावं तुमच्या सासुरवाडीत?"

"दुपारी तीननंतर या की, मी तिथंच असतो."

त्या परम दत्तभक्ताचा निरोप घेऊन मी उठलो, तसा तो म्हणाला, "मी एकवीस दिवसांचं औषध देतो, त्यासाठी नव्वद रुपये घेतो!"

"पैशाचा काही प्रश्न नाही, पण गुण यावयास हवा!" मी म्हणालो आणि त्याच्या घराबाहेर पडलो...

अनेक ठिकाणी सांधवाईवर औषध घेऊनही गुण आला नव्हता. सांधवाई पूर्णत: बरी करणारं एकही औषध नाही, हे ज्ञान असूनही एखाद्या आयुर्वेदिक औषधानं तो बरा होईल वा थोडा आटोक्यात येईल, या वेड्या आशेवर कुणी काही सल्ला देईल तिकडे मी धाव घेत होतो. जणू मला बुद्धीभ्रंश झाला होता! हा भंकस माणूस होता, हे त्याच्या बोलण्यावरूनही कळत होतं. पण पुढाऱ्याच्या पत्नीनं सांगितलंय, तेव्हा पाहावं तरी, हा एक विचार मनात घोळत होता. कदाचित गुण येईलही! माणूस अशा आशेवरच जगत असतो हेच खरं!

दुपारी तीननंतर आम्ही उभयता त्याच्या सासऱ्याच्या घरी गेलो, तर तो 'दत्तगुरू' सासऱ्याच्या लाकडी पलंगावर आडवा झालेला. कपाळावर उजव्या हाताचं तिकाटणं टाकलेलं आणि 'विमानतळ' दरवाजाकडे केलेला. आम्हाला पाहताच तो उठून बसत म्हणाला,

"या."

आत जुनाट खुर्च्या होत्या, त्यावर जाऊन आम्ही बसलो. त्याचा पत्ता सांगितलेली सकाळची ती म्हातारी आणि तिची तरुण पोर घरी होत्याच. म्हातारी सासू असावी व पोर मेव्हणी.

"औषध तयार आहे, पण पुड्या बांधायच्या आहेत! तुम्ही येता की नाही म्हटलं! नव्वद रुपये दर ऐकून चौकशी करून गेलेले एकेकजण परत येत नाहीत! अलीकडं आमच्या औषधाला लागणारं मटेरिअल महाग झालं आहे ना, म्हणून नव्वद घेतो!" आणि तो म्हणाला, "कुत्रं चावल्यावर औषध द्यायला पूर्वी फक्त पाच रुपये घेत होतो, पण एका रात्री दत्तगुरूंनी स्वप्नात येऊन आज्ञा केली- 'दहा घेत जा' म्हणून, तेव्हापासून दहा रुपये घेतो! दत्ताची माझ्यावर कृपा झालेली आहे, त्याच्या आज्ञेनं हे सारं करतो, एक जनसेवा म्हणून! तसा यात विशेष फायदा आहे, असं नाही!"

त्यानं मग पेशंटची नाडी पाहण्याचं नाटक करीत म्हटलं, "हा संधिवात बरा होईल; डॉक्टरी औषधानं बरे होत नाहीत, ते विकार वा आजार आयुर्वेदिक औषधानं बरे होतात, पण गुण यावयास थोडा वेळ लागतो, इतकंच! तुम्हाला एक वर्ष तरी

माझ्याकडील औषध घ्यावं लागणार!''

"घेऊ की! त्याला काय! पण गुण येऊ दे म्हणजे झालं! ह्यावर चांगलं औषध देतात म्हणून गदकजवळील भद्रापूरपर्यंत जाऊन आलोय. तेथील वैद्यांनी योगराज गुग्गुळच्या चार बाटल्या आमच्या कारमधून हुबळीला येऊन घेऊन दिल्या होत्या, त्यातील एक संपवूनही आजारात गुण न येता वाढ होऊ लागल्यानं, या तीन तशाच उरल्यात!... ह्या पाहा!'' आणि मी योगराज गुग्गुलच्या गोळ्या असलेल्या चुन्याच्या डबीसारख्या लांबट आकाराच्या प्लॅस्टिकच्या तीन डब्या त्याच्याकडे अवलोकनार्थ दिल्या.

त्या पाहात तो म्हणाला, "ह्याचा काही उपयोग नाही, हे काही खायचं नाही; हे आता टाकून द्यायचं!'' आणि त्यानं सव्वाशे रुपयांहून अधिक किंमतीच्या गोळ्यांच्या त्या तीन बाटल्या टाकून देण्यासाठी आमच्या स्वाधीन न करता आपल्या कपाटात व्यवस्थित ठेवून दिल्या!

त्या कपाटाजवळच एक जुनाट बोर्ड होता. त्यावर कुठल्या कुठल्या विकारांवर औषध दिलं जातं, याची लांबलचक यादीच पेन्टरकडून रंगवून घेतलेली दिसत होती. सर्पदंश, दमा, मिरगी, संधिवात, मूळव्याध, आम्लपित्त, गोवर, डोळे येणे वगैरे वगैरे!

मग त्यानं आपल्याजवळील कसल्याशा चूर्णाच्या लहान लहान पुड्या बांधल्या आणि त्या माझ्या स्वाधीन करीत म्हटलं,

"हे एकवीस दिवसाचं औषध! सकाळी एक पुडी, रात्री एक पुडी, असं हे चूर्ण चमचाभर मधामध्ये खलून खायचं! आणि पथ्य म्हणजे भोपळा, वांगी, दही वगैरे खाणं वर्ज्य!!''

त्याचे नव्वद रुपये दिले आणि आम्ही बाहेर आलो.

घरी आल्यावर माझ्या अव्यवहारीपणाची कानउघडणी करीत सौ. म्हणाली,

"हुबळीहून आणलेल्या गोळ्यांच्या बाटल्या त्याला कशाला दिल्यात तुम्ही? टाकून द्या म्हणत चांगल्या व्यवस्थित ठेवून दिल्या त्यानं त्या सगळ्याच आपल्या कपाटात! त्यावर तो आणखी पैसे मिळवितो...''

त्याच्या औषधाचा काहीही गुण एकवीस दिवसात दिसून आला नाही. एका मित्राकडे हा विषय निघाल्यावर तो त्या दत्तगुरूला शिवी हासडीत म्हणाला,

"कशाला हो गेलात त्या भोंदू बदमाशाकडे! कुत्रं चावल्यावर औषध घ्यायला माणसं गेल्यावर तो दोन प्लेट भजी आणायला लावतो आणि त्यातल्या फक्त दोन भज्यात औषध घालून कुत्रं चावलेल्याला ती भजी खायला देतो आणि उरलेली सहा भजी आपणाला खायला ठेवून घेतो, साला भंकस!!''

◆

वऽशीऽद

ईराप्पा चांभाराच्या दुकानापुढील कट्ट्यावर आज कुणी न्याराच माणूस बसलेला दिसला. माणूस जोखणारी एक वेगळीच नजर आपणास असेल, तर आपल्या परिसरातील माणूस आणि बाहेरील भागातील माणूस, सहजी ओळखून येतो. हा काही आमच्या भागातील दिसत नव्हता! डोकीवर मुरचटलेली आणि लाल मातीच्या धुळीनं मळून लालट, मातकट झालेली टोपी, अंगात कुणा मिलिटरी जवानानं गावाकडे आल्यावर दिलेला, लांब हातोप्याचा आणि दोन्ही खांद्यावर दोन कान असलेला खाकी शर्ट. त्यातील एका कानाचं बटन तुटून तो दंडावर खाली लोंबणारा, कमरेला खाकीच हाफपँट, गोलसर चेहरा, फत्ताडं नाक, कोल्ह्याची बेरकी, शिकारी नजर, उन्हातान्हात फिरून रापलेला काळसर वर्ण व खांद्यावर घोंगडं, तो धनगर समाजातील दिसत होता. अशी घोंगड्याची घडी खांद्यावर टाकूनच बहुतेक धनगर हिंडत असतात. मिलिटरीतल्या जवानाकडे सामानसुमान टाकून खांद्यावर अडकवायची हॅवरसॅक असते, तसली जाड खाकी कापडाची हॅवरसॅक उर्फ पिशवी त्याच्याकडे होती. तीत नाना नमुन्याच्या झाडांच्या फांदोऱ्यांचे २/३ इंच लांबीचे तुकडे, झाडांच्या साली, मुळ्या, झाडपाला असलं बाराबत्तर होतं. कमरेला येईल एवढ्या उंचीची, करंगळीएवढी जाड, वेताच्या आकाराची काठीही त्याच्याजवळ होती. म्हणजे वातपित्तावर, संधिवातावर वऽशीद! नाडीपरीक्षा करणार, रोग नाहीसं करणार, म्हणत येणारा कुणी कोकण्या धनगर दिसत होता.

वीज बोर्डातील एक कर्मचारी, लाईनमन, त्याच्याकडून औषध उर्फ 'वऽशीऽद' घेत होता. मी ईराप्पा चांभाराला विचारलं,

"कशावर हे औषध घ्यायचं चाललंय्?"

"सांधवाईवर!" ईराप्पा म्हणाला.

त्या दोघांच्या सौद्यात ईराप्पा उत्साहानं सहभागी झालेला दिसत होता. घरी माझ्या पत्नीलाही सांधवाईचा विकार गेल्या काही वर्षांपासून जडलेला होता. कोल्हापूरपासून गदगपर्यंत नि चिक्कोडीपासून फोंडाघाट, आजऱ्यापर्यंतच्या परिसरातील

बहुतेक सर्व नामवंत डॉक्टरांची औषधं वेळोवेळी घेऊनही पेशंटच्या आजारात काडीमात्रही फरक पडत नव्हता. कोकणातील धनगर तिकडील जडीबुटी घेऊन येतात, प्रयोग म्हणून त्यांच्याकडील औषध घ्यायला काय हरकत आहे, अलीकडे असे विचार मनात येत होते. अन् आज अचानकपणे ओळखीच्या ईराप्पा चांभाराच्या दुकानापुढंच असा धनगर आलेला होता! मुरब्बी आणि बेरकी ईराप्पा जवळ असल्यानं अशा सौद्यात माझी फसवणूक होण्याची शक्यताही नव्हता.

शेवटी घासाघीस करून वीज बोर्डवाल्यानं धनगराच्या हातावर सव्वापाच रुपये टिकविले! असं गावठी औषध घ्यायचं असो, वा भाजीची पेंडी, घासाघीस करून कमी दरात वस्तू पदरात पाडून घेणं, हा माणसाचा स्वभावधर्मच आहे म्हणा! धनगर बोलला,

''एवढंच? आवंऽ पंद्रा तरी द्या!''

''हे बघ, पंद्राच काय, पन आम्ही सव्वाशे रुपये देणार तुला.''

ईराप्पा चांभार वीज बोर्डवाल्याला डोळ्यानं खुणावत धनगराला म्हणाला, ''तुज्या या औषीदानं गुण तर येऊ दे, तुज्या पत्त्यावर मनीऑर्डरनं सव्वाशे धाडताव् आम्ही! काय तात्या?''

''व्हय!'' तो वीज बोर्डातील तात्या म्हणाला, ''हावं तर तू परत कवा हिकडं आलास की माजी गाठ घे. मी आमच्या हापीसापक्षी ह्या ईराप्पाच्या दुकानात हितंच लै ते टाईम ठिय्या मारून आस्तो! न्हाय तर तुजा पत्त्या दे. धाडताव् पैसे!''

ह्यावर त्या धनगराला जास्त काही बोलणेच सुचेना. तो एवढेच म्हणत राहिला,

''लैच कमी हुत्यात हे, बगा तरी तुम्हीच!!''

धनगराच्या डोक्यातून आणखी काही निघू नये व त्याला विचार करायलाही उसंत राहू नये, असं योजून असेल, ईराप्पा घाईघाईनं म्हणाला,

''बरं, वैद्य महाराज, तुमचा तेवढा पत्त्या द्या, म्हंजे ह्या सायबास्नी गुण आल्या पेट्टाला तुम्हाकडं पोस्टानं पैसे पाठवाय बरं!'' न्हावी, परीट, शिंपी ह्याप्रमाणे चांभाराची जात व्यवहारात पक्की असतेच!

''पत्त्या घ्या लिवून : बाळू बाबू चौगुले, मुक्काम पोस्ट कातळी, तालुका गगनबावडा, जिल्हा कोल्हापूर! घेतलं का टिपून?''

''काय टिपून-फिपून घ्याय् लागत न्हाई घे, ऱ्हातंय् सारं ध्येनात, पन गुणमतोर याय् पायजे हं!''

''आवं, गुण येतोय्, म्हणून तर पत्त्या दिलाय्, नपक्षी कोण असा आपला पत्त्या दिल व्हय?'' तो धनगर म्हणाला.

''बरं, बघुयाच की आता!'' आपल्या मोटारसायकलवर बसत, पायानं किक् मारत ती चालू करीत वीज बोर्डवाला म्हणाला नि धनगर वैदूनं दिलेला कसल्याशा

झाडाच्या फांदीचा तो तुकडा खिशात टाकीत परत त्यानं विचारलं,

"बरं, हे कसं लावायचं म्हणालास? आणि एकदा सांग!"

"वव्वा, खोबरेल त्याल, राकेल, हाळद, शेंदेलोण हे समदं एक करून कुटायचं, त्यात ह्यो तुकडाबी बारीक करून मिसळायचा, नि त्येचा लेप दुखणाऱ्या सांध्यावर लावायचा!"

"बरं, बघतोच की आता!" वीज बोर्डवाला म्हणाला, नि गेअर घालून फर्ऽफट, फर्ऽफट करीत निघून गेला.

याच्याकडील औषध घ्यावं की न् घ्यावं?... माझं मन शेक्सपियरच्या हॅम्लेटगत द्विधा झाल्यानं नक्की ठरत नव्हतं! तोवर तिकडे धनगर वैदू आपली पिशवी आवरू लागला होता. अन् मग अंगाला कावूसकोल्या लागल्यागत तो किंचाळू लागला.

"माझी काठी? माझी काठी काय झाली?"

मघापासून सौदा करण्यात व पटविण्यातही सर्वच कार्यमग्न वगैरे झाल्यानं खाली जमिनीवर ठेवलेल्या त्याच्या काठीकडे कुणाचंही लक्ष नव्हते! त्याचंही!

भोवताली मघापासून बघ्यांची थोडी गर्दी जमली होती, तिकडे पाहात ईराप्पा चांभारही मनापासून म्हणाला,

"कुणी थट्टा केली अस्सीला, तर द्या बिचाऱ्याची काठी, जाऊ दे त्येला!"

धनगर वैदूही सर्वांच्या तोंडाकडे भिरभिरत्या डोळ्यांनी गरीबपणे पाहत असलेला. हातात काठीची सवय झाल्यानं, वा सवयीची काठी झाल्यानं आणि तीच सौदा करण्याच्या तंद्रीत भान न राहिल्यानं कुणी लंपास केल्याचं पाहून त्याला काही सुचेनाच! एवढ्यात बघ्यांपैकी एकाचं लक्ष जवळच्या चौकात सार्वजनिक गणेश उत्सवाचा मंडप घालण्याचं काम चाललं होतं, तिकडं गेलं आणि तो 'अरेऽये बेट्या!' करून ओरडताच मंडपाजवळ खेळणारं पाचसहा वर्षाचं एक पोर हातातील काठी खाली टाकून पळून गेलं. त्या कार्ट्यानं ती खेळायला म्हणून मघाच्या गोमगाल्यात पळवून नेली होती जणू! शिसवीगत गुळगुळीत झालेली ती आपलीच काठी आहे, हे ओळखून तो धनगर ती आणायला तरातरा मांडवाच्या दिशेनं निघून गेला. तसा मी चांभाराला म्हणालो,

"ईराप्पा, मलाबी सांधवाईवर औषीद पायजे, तेवढं जमवून देतोय का बघ!"

"मी जमवून देतो सौदा!" ईराप्पा माझं मनगट दाबीत म्हणाला, "मतोर तुम्ही मदीमदी बोलून भाग घ्यायचा न्हाई! तुम्हाला येव्हारातलं काय कळत न्हाई!... फासदिशी वीसेक देशीला!"

तोवर तो धनगर आपली काठी घेऊन आम्हाजवळ परत आला व मघागत ईराप्पाच्या कट्ट्यावर टेकत म्हणाला,

"काय च्यापटर तरी, श्यारगावातली पोरं! बघता-बघता डोळ्यांत चुना टाकून

त्या कार्ट्यानं काठी कवा पळीवलीती बगा!''

''बरं ते रामायण ऱ्हावू दे, तुजी तुला काठी मिळाली न्हवं? बस्स! तर, आता धंदा करायचं बघ जरा!'' नि ईराप्पा त्याला म्हणाला, ''मलाबी सांधवाईवर औषीद पायजे, देतोस?''

तसा त्या धनगर वैदूनं आपल्या पिशवीत हात घालून थोडं शोधल्यागत केलं आणि तीतून लहान मुलाच्या मनगटाच्या जाडीचा व दोन-तीन इंच लांबीचा कसल्याशा जंगली झाडाचा तुकडा काढला व आम्हाम्होरं तो धरीत म्हणाला,

''हंऽ, हे घ्या!''

तो तुकडा हाती घेऊन ईराप्पा म्हणाला,

''झालं, एवढंच तुज्याकडं सांधवाईवर औषीद? का आनि काय हाय?'' अन् ईराप्पानं मजकडे पाहात एक डोळा मिचकाविला.

''हाय की, हे घे!'' आणि धनगरानं आपल्या पिशवीतून तळहाताएवढ्या आकाराच्या कसल्याशा झाडाच्या बुंध्यावरील दोन साली पुढं केल्या.

त्या हातात घेत ईराप्पानं विचारलं,

''बरं, ह्येचा कसा-काय उपेग करायचा?''

''पाणी घालून ह्या साली बारीक चेंचून आर्धी क्वाटर बाटली हुईल एवढा ह्येचा रस काढायचा, मग सालीचा चोथा फेकून द्यायचा. निघाल्यालं पाणी सोदन्यात सोदून ते सकाळचं आणि रात्रीचं आसं दोन-तीन चमचे पाच रोज घ्यायचं! आनि ह्यो लाकडाचा तुकडा बारीक चेचून त्यात वव्वा, खोबऱ्याचं त्याल, राकेल, हाळद, शेदेलोण घालून रपटा करायचा नि त्यो दुखऱ्या सांध्यावर रोज जरा-जरा लावायचा!''

''बरं, हे घे!'' ईराप्पानं सव्वापाच त्याच्या हातावर टिकवलं.

''काय एवढंच? पंद्रा तरी द्या की!'' वैदू बोलला.

''मघाशी किती घेटलास?'' ईराप्पानं पॉईंट काढला.

''मघा ह्या साली द्याय नव्हत्या!'' वैदूनं पॉईंट काढला.

''गप्पवानी घे हे सव्वापांच! बरं वाटलं, गुण आला, की आम्हीबी पोस्टानं सव्वाशे पाठविणार की तुला!'' ईराप्पा म्हणाला, ''खोकल्याचा पाला हाय नव्हं तुज्याकडं?''

''हाय की!'' धनगर वैदू बोलला.

''आन चार पानं हिकडं!'' ईराप्पा म्हणाला, ''आम्ही विशाळगडला गेलाव् की तिकडनं आणताव्''

तसं वैदूनं मेंदीच्या पानावानी हिरवीगार पानं ईराप्पाच्या हातावर ठेवली, नि म्हटलं,

''पैसे?''

"आता ह्येचं काय पैसे द्यायचं? एवढा फायदा करून तुजा दिला आनि!!" ईराप्पा बोलला.

"बरं, सिंगल च्या तरी पाजवा!" वैदू बोलला.

"आता च्या ग्या म्होरल्या टैमाला, एवढ्यावरच आता भागवायचं!" निर्णायक बोलावं, तसा ईराप्पा बोलला.

तसा मुकाट वैदू आपली पिशवी आवरू लागला...

"आज मुक्काम् का आपलं...?" ईराप्पानं विचारलं.

"न्हाय्, कोल्हापूरला जाणार!" तो म्हणाला.

"आगा जातोस कशाला? ऱ्हा बा हितं आजची रात. उद्या बेस्तरवार, हितला बाजार, आजूबाजूच्या खेड्यावरलं मायंदाळं माणूस येतंय बाजारात, तुजी औषीदबी खपतील!!"

"न्हाय बा ऱ्हाईत, आता कोल्हापूरला जाणार!" तो निश्चय केल्यागत म्हणाला आणि हाती काठी धरून औषधाची पिशवी डोकीवर घेऊन तराट चालू लागला...

हाफ पॅण्टखालचे त्याचे पाय, त्यावरील रांपलेली काळसर कातडी, लालमुंग्या वा डांस चावून उठलेल्या त्यावरील फुटकुळ्या... मी पाहातच राहिलो...

इकडं ईराप्पा म्हणत होता, "दादा, जाऊ देत गेलं तर सव्वा पाच! तेवढं च्या पिवून आपुन घालविलं म्हणायचं! वैनीस्नी सांधवाईनं धडपणे चालताबी येत न्हाई, द्या जरा, गुण आला, आला न आला, तर आपुन हाटीलात खर्चले म्हनायचं, नि गप्प बसायचं!!"

या गोष्टीला महिना केव्हाच उलटून गेला होता नि सौ. अजूनीही औषध तयार करतेच आहे! तिला 'औषध करून घे' म्हटलं तर ती काय म्हणेल, याचं एक कल्पना चित्र नजरेपुढे येतेय.

"ही औषीदं कुटत बसाय घर कामातनं मला सवड नाही, हवी तर एक बाई ठेवून घ्या!" ती म्हणेल.

"हेच माझ्या तरुणपणी म्हणत होतीस तर? आता कोण राहील माझ्यासारख्या म्हाताऱ्याकडे?" मी म्हणणार.

त्यापेक्षा गप्प बसलेलं बरं! एक-दोन वेळा मी सौ.ला सुचविलंही, पण तिनं माझ्या बोलण्याकडे पूर्णत: दुर्लक्ष केलं... एका रविवारी, सुट्टी दिवशी आपणच ते औषध करून देऊ, असा मी मनोमन संकल्प केला, पण रविवारी माझ्या स्वभावधर्मानुसार माझे दुसरेच काही ना काही नस्ते उपद्व्याप चालू असतात, नि मनातले असे काही संकल्प मनातच राहातात!

परवा अडगळीत काहीतरी शोधत असतेवेळी त्या धनगर वैदूनं दिलेल्या साली

गावल्या, सौ.ला म्हणालो,

"ह्या औषधाच्या साली तशाच राहिल्या!"

"आता त्या वाळून कोळ झाल्या असतील, आता काय उपयोग त्यांचा!" सौ. शांतपणे म्हणाली. मी वैतागानं त्या घराबाहेर भिरकावून दिल्या... तिकडे तो वैदू आमच्या मनीऑर्डरची वाट पाहात बसला नाही म्हणजे झालं!

◆

डोळ्यातील खऽडंऽऽ

बाजार असू दे, वा आडवार, माणसांच्या गर्दीनं रस्ता वाहता असू दे, वा कोरडा, शंकर मुडीकरचा केव्हाही आवाज ऐकू येई,

"डोळ्यातील खऽडं!" आवाजापाठोपाठ हातातील टीचभर लांबीची व करंगळीएवढ्या जाडीची पोकळ नळी खालच्या ओठाला लावून 'सूऽऽव' आवाज येई. रोज हाताळून स्टेनलेस स्टीलगत ग्लेजिंग आलेली ती नळीच केवळ असा आवाज काढू जाणे! केव्हा केव्हा उलटाही प्रकार होई.. म्हणजे ह्या नळीची सीटी आधी ऐकू येई, नि मग शंकरचा आवाज, 'डोळ्यातील खऽडंऽ!'

तिम्मा वड्डरागत काळा कुळकुळीत रंग शंकरला लाभला असला, तरी सणसणीत सहा फुटांच्या घरातील देहयष्टी मात्र ग्रीकशिल्पागत रेखीव, चेहराही कोरीव. पव्याच्या धारंगत लांबसडक नाक, टपोरे डोळे, हाऽ अस्सा ढाण्यावाघागत जबडा नि तो व नाक ह्यामध्ये तान्हुल्यागत मोठ्या काळजीनं जोपासलेल्या मिशा आणि त्यांचे कानाच्या दिशेनं चढविलेले आंकडे! डोईवर केसांचं हेऽ अस्सं शिफ्तर, नि सिनेनटागत त्यातील काही जुल्फं कपाळावर रुळणारी, 'स्ट्रीट फायटर' मधील चॉर्लस ब्रॉन्सन वा 'हलाकू' मधील अजित, ज्यांना पाहाताच तोंडात एकच शब्द यावा, पुरुषसिंह! तसं शंकरच्या बाबतीत होई. असा हा शंकर कुठल्या तरी बड्या ऑफिसातला बडासाहेब असल्यागत तपकिरी रंगाची सफारी अंगावर घाली, तर केव्हा कुठं तरी नायकिणीच्या बैठकीला जात असल्यागत सुरवार व त्यावर तलम झुळझुळीत नेहरू शर्ट घाली! ही कापडं त्यानं कोठून 'जोशी मिल'मधून आणली होती की काय कोण जाणे! जोशी समाजातील स्त्रिया, ज्यांना 'बोहारनी' म्हणतात, गल्लोगल्ली फिरून जुने कपडे घेऊन नवीन भांडी देतात आणि बाजार दिवशी त्या ही जुने कपडे विकत बसतात. गोरगरीब लोक त्यांच्याजवळचेही कपडे खरेदी करतात. ह्या कपड्यांना काही लोक 'जोशी मिल' मधील कापडं म्हणतात. कोठून का असेना, पण शंकर असे चांगलेचुंगले कपडे घालून टेचात असल्यामुळं त्याच्या मुडीकर समाजातील इतर जातभाईत उठून दिसे. त्याचे जातभाई शिंदीच्या पानांचे

साळुते वा झाडण्या तयार करून विकत. पण ह्यानं आपल्या जातभाईंच्याहून हा वेगळाच व्यवसाय पकडला होता. डोळ्यातील खडे काढण्याचा!

त्याचं पेटंट गिऱ्हाईक हे ग्रामीण भागातलं, खेडोपाड्यांतून विखुरलेलं, बाजाराच्या दिवशी बाजार करण्यास आलेलं, त्या दिवशी बाजारातून दोन-चार फेऱ्या मारल्या वा ढोराच्या बाजारातून एखादी लकार्णी मारली, म्हणजे चांगली बरकत होई. खिशात नोटांची ऊब येई अन् मग त्याची पाऊलं आपुआप दारू दुकानाकडं वळत. तिथं जाऊन शंभर मिली घशात ढकलली, की त्याचं 'विमान' थोडं वर चढे! पायाला चक्र लावल्यागत ईळभर असं फिर-फिरून संध्याकाळची त्याला खूप भूक लागे, मग तो स्टँडवरील चाच्याच्या खानावळीकडे येई.

या खानावळीचं वैशिष्ट्य म्हणजे, तिथं केवळ तीन रुपयांना जेवण मिळे. त्यामुळं समाजातल्या अत्यंत तळागाळातले लोक, हमाल, ढकलगाडीवाले, बिडी बांधणारे मलबारी, आदींचा तिथं उदार (व उधारही) आश्रय असे. चाच्याही आजूबाजूच्या हॉटेलातील पातळभाजीची भांडी खानावळीत आणी. गिऱ्हाईकांना देऊन उरलेली वा न खपलेली ती पातळ भाजी हॉटेलवाले चाच्याला मोफत देत, त्याबदली पातळभाजीचे ते भुगुणे धुवून, उजळून स्वच्छ करून द्यावे लागे. सगळ्या हॉटेलमधून फुकट आणलेली तीच पातळभाजी चाच्या गरम करून गिऱ्हाईकांना वाढे! ही पातळभाजी हवी तेवढी, एक मूद भात व दोन भाकऱ्या वा चपाती, एवढं केवळ तीन रुपयात! तेवढ्यानं गरिबांची भूक नक्कीच भागे!

एकदा आक्रीतच घडलं. सकाळच्या नऊच्या सुमारास भाजी मार्केटमध्ये, दारू पिऊन तर्र झालेल्या अवस्थेत शंकर अंगावरील सारे कपडे काढून, फेकून देऊन कमरेला एक लांग असलेल्या 'पैलवानी ड्रेसा'त मांडीवर शड्डू मारत जमलेल्या बघ्यांना शिव्या व आव्हान देत, जणू खासबाग मैदानात उभा राहिल्यागत पाय रोवून लढण्याच्या ईर्षेनं उभा राहिलेला दिसला! काहीजणांनी त्याला समजाविण्याचा प्रयत्न केला, "कपडे घाल नि घरला जा रे बाबा" म्हटलं. त्याला अत्यंत विशोभित असलेली सामान्य रूपाची व त्याच्यागत काळ्या वार्णाची त्याची बायकोही त्याचा हात धरून ओढत, "चल गप्प घरला मुडद्या, भाड्या.." अशा खास ठेवणीतील शिव्याही देत होती, पण कुणाचंच ऐकण्याच्या अवस्थेच्या पार पल्याड तो गेलेला होता! अखेर, जमलेले सारे बागवान, माळव्याचे व्यापारी बिथरले अन् 'हाणा, मारा साल्याला!' म्हणत एकदम अटॅक केल्यागत त्याच्यावर तुटून पडले! तरीही तो म्हणत होता- 'एकेकटा या, दावतो! एकेकटा या!!' असं कुच्ची कोंबी, लाल बोंबी करून साऱ्यांनी त्याला मार्केट बाहेर काढलं! जणू जगाला शिव्या देत तावातावानं तो पुढं नि, त्यानं भिर्कावून दिलेली कापडं घेऊन त्याची बायको त्याच्या मागोमाग असे निघून गेले.

काही दिवसांनी त्याच्याबरोबर त्याची बायकोही दारू ढोसाय शिकली. एखाद्या रात्रीचं ती दोघं दारू पिऊन हुल्ल झालेल्या अवस्थेत, गावातील एखाद्या चौकात वा बंद दुकानाच्या पायरीवर एकमेकांशी भांडत आणि मारामारीही करीत असलेली दिसत. एखादेवेळी त्यांचेबरोबर त्यांचं नऊ-दहा वर्षाचं पोरगंही असे. हे पोरगं मात्र गोरटेलं, देखणं होतं...

एखादे दिवशी दुपारचं भर ऊन डोकीवर घेऊनही दोघंही पिंडकी चाच्याच्या खानावळीम्होरं येऊन दत्त होत. त्यांची अवस्था बघून सावध झालेला चाच्या म्हणे,

"जेवण संपलंय!"

ह्यावर ही दोघं भांडत राहात- "खोटं सांगतोस! दुपार हाय आनि जेवण संपलं कसं, आमी काय पैसे देत न्हाई." असं म्हणत राहात, न मग खिशातील चिल्लर हातात घेऊन चाच्याला दाखवत.

"हे बघ, किती पायजेत पैसे तुला? बुङ्ढ्या, खोटं बोलतोस?"

"दादा-अप्पा" करून त्यांना घालवून देईपर्यंत चाच्याची पुरेवाट होई.

एकदा खडी मशीनवर, क्रशरवर, काम करणाऱ्या मजुराच्या डोळ्यात खड्यांचं रेताड गेलं. तो ह्याला शोधतच होता. दोघांची गाठ मी काम करीत असलेल्या शेडबाहेर रस्त्यावर पडली.

"ए खडंवाल्या, किती हुडकायचं तुला? थांब, हिकडं ये!"

"काय?" शंकरनं धूर्तपणे गिऱ्हाईकाचा अंदाज घेतला.

"मी खडी मशीनवर काम करतोय. डोळ्यात रेपाट बसलंय. डोळं लचाय् लागल्यात, काय घेणार काढाय्?"

"रुपये पंचवीस घीन्! पैज लावून काढतो-एकदम क्लीन!"

"बापरे, पंचवीस! हे का नडून माराय लागलाईस का?"

"डाक्टरकडं गेलासा तर नुसता फारम् काढाय रुपय् चाळीस घेत्यात, आनि हे तर कायच न्हवं!"

"तू डाक्टर हैस काय? रुपय धा दीन बघ, हे लास्ट!"

"बरं, तुजं ऱ्हावू दे, माजं ऱ्हावू दे, रुपये पंधरा दे, बस!"

नाईलाजानं गिऱ्हाईक कबूल झालं. खाली बसलं, ह्यानं ओठाला लावून आधी आपली नळी फुंकून तो विशिष्ट आवाज काढला, मग त्या गिऱ्हाईकाच्या डोळ्यांच्या पापण्या चोळल्यागत करून, त्या उलट्या करून एकदा खालच्या न एकदा वरच्या पापणीवरून नळी फिरवीत फुंकर मारली व आपल्या तोंडातून हेऽ अस्सं रेपाट काढलं नि म्हटलं,

"हात म्होरं कर!"

अन् गिऱ्हाईकाच्या पुढं ते ठेवलं न म्हटलं, "आता बघ, कशी आराम इव्हॉप

लागती राच्चं!'' आणि गिऱ्हाईकानं दिलेलं पंधरा रुपये खिशात घातलं व पुन्हा नळी फुंकली. गिऱ्हाईक निघून गेलं.

''शंकर, तुजी नळी तरी जरा दे बघू!'' मी म्हटलं.

''तसं द्याचं नस्तंय दादा. ते धंद्याचं सिक्रेट हाय!'' नि हसत तो निघून गेला.

त्याच्या वर्तणुकीला कंटाळून पहिली बायको त्याला सोडून आपल्या पोराला घेऊन निघून गेली, अन् थोड्याच दिवसात त्याची पोरगी शोभेल अशी एक पोर, त्याचा हात धरीत, त्याच्या खांद्यावर हात ठेवीत फिरू लागली.

माघी पुनवेनंतर यल्लाम्माच्या डोंगरावर जत्रेला गेलेल्या गावातील बैलगाड्या परत येत, व गावच्या खाल अंगाला असलेल्या निमाजमाळावरल्या वडाच्या झाडाखाली 'बागेतील जत्रा' भरे. तिथं जवळच डोंबारी, मांगगारडी, मुडीकर यांची एक झोपडपट्टी उठली होती. पण ५-६ वर्षांपूर्वी सरकारनं गावाच्या उत्तरेस बेघर लोकांसाठी घरं बांधून दिली, त्यात ह्यांचीही वर्णी लागली. तिथून शंकर गावात धंद्याला येई. आजूबाजूंच्या गावच्या बाजारालाही जाई. एकदा जवळच्या गावी पाव्हण्यांच्या येथे म्हाईच्या जेवणाला मी गेलो होतो. तेव्हा त्या महाईच्या जत्रेत शंकरही होता. त्याची बायकोही होती. ओळखीनं कुणाच्या तरी घरी रस्सा मटणावर ताव मारून ते चालतच गावाकडं निघाले होते.

ह्या दुसऱ्या बायकोपासून शंकरला एक गोरंपान पोरगंच झालं. त्याचं पिणं तर सुटलंच नव्हतं, उलट वाढलं होतं. बायको दुसऱ्यांदा पोटुशी होती तेव्हा हार्ट ॲटॅकनं एके दिवशी शंकर उडाला. दुसराही झालेला पोरगा कडेवर घेऊन त्याची बायको काही दिवस दारोदार भीक मागत राहिली, अन् मग एके दिवशी ती वेश्यावस्तीत दिसू लागली. पोट भरायची ही सोपी वाट तिनं धरली.

हल्ली अनेकांनाच बाजार सुनासुना वाटतो. डोळं खुपाय लागले, की डॉक्टरकडं जाऊन पाचपन्नास व्हगडून येणं, हेच उरलंय. शंकरगत ओठाला नळी लावून पुऱ्या ताकदीनं खच्चून फुंकणारं कुणी नाही व खड्या आवाजात 'डोळ्यातील खऽडंऽ' म्हणून आरोळी ठोकणारंही कुणी नाही.

◆

पारू

५८-५९ सालाचे शैक्षणिक वर्ष. मी कोल्हापूरच्या गोखले कॉलेजला इंटर आर्टस्‌ला होतो व दसरा चौकाजवळील शाहू बोर्डिंगमध्ये राहात होतो. शाहू पुतळ्याजवळील हॉटेलात तेव्हा असलेल्या रेडिओवर प्रत्येक बुधवारी 'बिनाका गीतमाला' ऐकणं आणि थर्ड क्लासचं चार आण्याचं तिकीट काढून सिनेमा पाहाणं, ही तेव्हाची आमची चैन! पण यापुढेही चैनीचा काही प्रकार असतो आणि त्याचीही लज्जत काही मुलं चाखत असतात, हे मला ठाऊकही नव्हतं!

पण एके दिवशी बी. ए.तला साताऱ्याकडील चष्मीस, उंच, किडकिडा, गौरवर्णीय पाटील म्हणाला, "लता मंगेशकरचा आवाज चांगला आहे आणि गेली अनेक वर्षं तिनं तो तसाच राखला आहे यात आश्चर्य काहीच नाही! भरपूर विश्रांती आणि खाण्याजेवण्यावरील पथ्य वा बंधनं पाळीत अशा गायिकांना आपला गळा गोड ठेवताही येतो! पण तमाशातील बायकांना रोजचंच जाग्रण असतं. धडपणे विश्रांती-झोपही नसते आणि जत्रा, उरूस वा जिथं सुपारी मिळेल त्या-त्या गावचं पाणी पीत, नि मिळेल ते कदन्न खात जगावं लागत असल्यानं, त्यांचे गळे कामातून गेलेले असतात! आवाज चिरके बनलेले असतात आणि स्टेजवर नाचत-नाचत गाणं म्हणणं वाटतं तितकं सोपं नसतं! ट्रायल म्हणून नाचत-नाचत तुम्ही गाणं म्हणून पाहा, दम भरतो की नाही! आणि बायकांना तर नाचत-नाचत एकापाठोपाठ एक अशी गाणी म्हणावी लागतात! अशा परिस्थितीत पारूचा गळा गोड आहे, आवाज चांगला आहे, हे एक आश्चर्यच!!"

कुरळ्या केसांच्या लाटा मागे वळवून, डोळ्यांवर जाड भिंगाचा चष्मा घालणारा पाटील, आम्हा पोरांत तसा प्रौढ आणि विद्वानही वाटायचा व त्याला गळाही होता. गाता गळा! तो जुन्या नाटकातील पदं तर अशी म्हणायचा, वाटेनं जाणाऱ्यानंही थबकून ऐकत उभं राहावं न्‌ पसंतीची मान डोलवावी! परमेश्वर नरडी सर्वांनाच देतो, पण 'गाता गळा' नामे महाप्रसाद मात्र एखाद्याच्याच झोळीत पडतो. असा प्रसाद मिळालेल्या भाग्यवान अशा पारू कऱ्हाडकरणीला एकदा पाहावं, तिच्या गोड

गळ्यातून बाहेर पडलेलं एखादं तरी गाणं ऐकावं, अशा इच्छेचा अंकुर पाटीलचं बोलणं ऐकून माझ्या मनाला फुटला.

एके दिवशी मनाचा हिय्या केला नि रात्रीच्या नऊच्या सुमारास निघालो. त्याकाळी सिनेमागत तमाशाचंही तिकीट चार आणे असल्यानं, खिशात चार आणे टाकले. अशा वेळी मला कुणाची साथ, संगत वा सोबत लागत नसे, बेदरकारपणे एकटाच कुठंही जाई, अमावस्येचे रात्री स्मशानातील भुतं पाहायलाही गेलो होतो आणि आज तर जिवंत बाई, तीही तमाशातील, पाहायला चाललो होतो.

'लक्ष्मी थिएटर'जवळ आलो. बाहेर जत्रेच्या तमाशागत गर्दी नव्हती, तर तुरळकच हुमदांडगी कोल्हापुरी माणसं तिथं वावरत होती. थर्ड क्लासच्या दारालगत पूर्वेकडं असलेल्या खोलीत खिडकीपुढं टाकलेल्या बाकड्यांवर नाचणाऱ्या पाच-सहा पोरी बसल्या होत्या. नऊवारीचा चापून कासोटा मारलेल्या, चेहऱ्यावर भरपूर रंगरंगोटी केलेल्या, पायांत चाळ बांधलेल्या!

जवळच्या खिडकीतून चार आण्यांचं थर्ड क्लासचं तिकीट काढून मी आत गेलो, निम्मे-अर्धे थिएटर भरलेलं होतं. कुणाचीशी संगीतबारी चालू झाली होती. पाटीलचा गुरुमंत्र होता, "जलशात जी सरस संगीत बारी असते, ती शेवटी असते हं! कारण काय तर शेवटपर्यंत प्रेक्षक बसून राहावेत! नाही तर तुम्ही कुठल्या तरी आलतू-फालतू बाईचं गाणं ऐकून 'हीच होय पारू' असं पस्तावत म्हणत मध्येच उठून याल!"

पाटीलनं सांगितलं होतं, त्याप्रमाणे सर्वात शेवटी पारूची बारी सुरू झाली, तशी प्रेक्षकांची संख्याही वाढली. इतर फुटकळ बाऱ्या पाहात बसण्यापेक्षा बरेच शौकीन केवळ या बारीसाठीच येत असावेत. पारू ही कुणालाही आकर्षित करून घेईल अशी होती. नावं ठेवायला कुठंही जागा राहू नये असं देखणं रुपडं लाभलेली, ऐन पंचविशीच्या गच्च भरलेल्या बांध्याची, बाईच्या जातीला शोभेल अशा मध्यम उंचीची, केतकी वर्णाची... आणि तिचा गळा... तिचा आवाज... गर्भागारातील लख्ख, उजळ समईच्या प्रकाशागत परमेश्वरानं तिच्या गळ्यात गांधार ठेवला होता आणि तमाशातील त्या अस्थिर जीवनाचा त्याच्यावर काहीही विपरीत परिणाम झाला नव्हता! त्या गळ्यातून बाहेर पडलेला स्वर असा, की विधात्याची जादूच वातावरणावर कलाबूत काढत चालली आहे असं वाटावं!

"काठेवाडी घोड्यावरती, पुढ्यात घ्या हो मला
राजसाऽ जाऊ या जेजुरीला..."

'जय मल्हार' मधील नायिका ललिता पवार, बलदंड बाबूराव पेंढारकरसह बैलगाडीतून जातेवेळचं, हे एकेकाळी खूप गाजलेलं लावणीच्या ढंगाचं गाणं पारूनं अशा काही नजाकतीनं व खानदानी मऱ्हाठी ऐटीनं म्हटलं, की तिचा कुणी राजस

काठेवाडी घोड्यावरून तिला जेजुरीलाच नेत आहे, असं वाटावं! ‘राजसा’मधील ‘सा’ घोळवत, घुमवत तिनं टिपेला नेला, की त्याला आपसूकच लावणीतलं लावण्य प्राप्त झालं!

पारू गाऊ लागली नि नोटांची पुडकी सुटू लागली. कोल्हापुरी लहरी पटके हवेत उडू लागले. इर्षेनं दौलतजादा होऊ लागली. नाचगाण्याची जी एक झिंग असते, ती जणू साऱ्या थिएटरलाच चढली!

जलसा संपल्यावर एक प्रकारच्या धुंदीतच मी परतलो...

दुसरे दिवशी पाटीलनं जणू आव्हानाच्या स्वरात सवाल केला,

“कसा काय पारूचा गळा?”

“प्रश्नच नाही!” मी प्रांजळपणे कबूल केलं.

त्यानंतर कधीच मी जलसा थिएटरात पाय टाकला नाही! माझं औत्सुक्य सरलं होतं व परत परत त्या आडवाटेवरून वाटचाल करण्याइतका खिसा भरलेला तालेवार मी लागून गेलो नव्हतो! इन्टरलाच माझं कॉलेज शिक्षण संपुष्टात आलं व गावी येऊन पडेल ती कामं करीत मी आयुष्याशी तडतोड करीत राहिलो, आणि ‘पारू कऱ्हाडकरीण’ हे नाव माझ्या मन:पटलावरून केव्हा पुसलं गेलं तेही मला कळलं नाही.

पण असं व्हायचं नव्हतं! यानंतर तीन-चार वर्षांनी हे नाव पुन:श्च माझ्या मन:पटलावर उमटलं गेलं! गावातल्या सरकारांच्या वाड्याजवळच्या एका लांब-रुंद वखारीला थिएटरचं रूप देऊन त्यात संगीत बाऱ्यांचे, जलशांचे कार्यक्रम सुरू झाले व ते नवल विशेष पाहायला धो धो गर्दी तिथं लोटू लागली! मी तेव्हा एक मोटार रिपेअरी वर्कशॉप चालवत होतो. इकबाल वेल्डरच्या भागीदारीत आमचं तेव्हा एक वेल्डिंग मशीनही होतं. वेल्डरसारखा बुलबुल वाजविण्यात पटाईत आमच्या भागात कोणीही नव्हता! एके दिवशी तो म्हणाला,

“गावात संगीत बाऱ्या आल्यात बघा माधवराव! त्यातली पारू कऱ्हाडकरणीची भ्हन तर अशी बेफाम नाचती म्हंताऽ...”

गीत-संगीताच्या आवडीमुळं तो जलशाला तर जात असेच, पण दुपारचा घरातून जेवून दुकानाकडं येताना, थोडा वेळ या जलशेवाल्यांच्यात बसून बुलबुलही वाजवीत असे! त्यांच्या अंगातील या हुनरमुळं त्याला जलसा बिनतिकीट असे!

पारूची बारी आलीय म्हटल्यावर उत्सुकतेपोटी मीही एकदा गेलो. रोज गाऊन-गाऊन बारीतल्या गाणाऱ्या पोरीचे गळे कामातून गेल्यानं, चिरक्या आवाजानं गाण्याचे त्या मढेच पाडीत होत्या. बारीतून आता जणू अस्सल मऱ्हाटी लावण्यांचा दुष्काळच पडला होता व हिंदी सिनेमातील गाण्यांचा सुकाळ झाला होता. शौकीन नोटांची पुडकी घेऊन बसले होते. सुरू झालेलं गाणं नोटा फडफडवीत तोडत होते

व आपल्या पसंतीचं म्हणायला लावीत होते! धडपणे एकही गाणं पूर्ण होत नव्हते! मला मात्र पारू कऱ्हाडकरणीच्या गळ्यातील गांधाराविषयी उत्सुकता होती! तिचा स्वर पूर्वीसारखाच राहिला असेल? की काळानं आपल्या पाऊलखुणा त्यावर उमटविल्या असतील! तिच्या बारीचा नंबर येईपर्यंत संगीतावरील ते अत्याचार पाहात बसल्याशिवाय गत्यंतर नव्हतं!

अखेर एकदाची पारूची बारी सुरू झाली! नऊवारी चापून-चोपून नेसून, ती एखाद्या सम्राज्ञीगत पेटी वाजविणाऱ्या मास्तरजवळ उभी होती. पूर्वीपेक्षा अंगपिंडानं भरलेली पारू जीवनातील सर्व सुखोपभोग भोगलेल्या पूर्ण स्त्रीसारखी दिसत होती. तिचा आवाज तर पूर्वीसारखाच होता, पण तो आणखीनच गहिरा व मादक झाल्यागत वाटत होता. सूरपेटीवाल्या मास्तरजवळ उभी राहून ती गाणं म्हणत होती व थिरकत नाचायचं काम तिची १५/१६ वर्षाची बहीण करीत होती! वयोमानामुळं नाचाला रजा देऊन ती आता नुसतं गायनच करीत होती...

वेल्डरच्या ओळखीमुळं पारूच्या बारीतला तो सूरपेटीवाला मास्तर संध्याकाळच्या सुमारास दुकानात येऊन बसू लागला. तो गेल्यावर एकदा वेल्डरनं सांगितलं, "पारूचा ह्यो मालक!"

एकदा वेल्डरनं त्याच्याशी माझा परिचय करून दिला.

"आमचे हे मालक, गोष्टीबिष्टी लिवत्यात!!"

एवढ्या परिचयावर पारूच्या त्या मालकानं एके दिवशी मला म्हटलं,

"संगीत बारीत जरा चेंज म्हणून आम्ही एक वग बसवायचा ठरविलाय. सगळी स्टोरी जमलीया, पन कोर्टसीन काय आम्हाला जमंना! तेवढा तुम्ही लिवून दिलासा तर बरं हुईल!"

मीही तेव्हा जोरात होतो. महिन्याला दोन-चार कथा कुठं कुठं प्रसिद्ध होत होत्या. त्यामुळं एका बैठकीत त्याच्या स्टोरीला जुळणारा आठ-दहा पानांचा कोर्टसीन लिहून मी त्याला दिला...

नंतर तो त्यांनी कसा बसविला, हे पाहायलाही मी कधी तिकडं फिरकलो नाही.

या जलशातील पोरींनी अनेकांना खूळ लावलं होतं! काही तर रोज बारीला जाऊन बसत. एका सावकाराच्या घरी ढोरं राखणारा धोंडी तर खुळाच होऊन गाणं म्हणत फिरू लागला. जलशात होणाऱ्या अनेकानेक अपप्रकारांची कीर्ती 'वर' पर्यंत तक्रार अर्जातून पोहोचली व मराठी माणसांबद्दल विशेष आस्था नसणाऱ्या कर्नाटक सरकारनं 'जलशाचे लायसन्स रद्द केलं!' सुगी संपल्यावर रानपाखरं उडून जावीत, तशा सर्व बाऱ्या कुठल्या कुठं फुऽर झाल्या...

कालौघात पारू कऱ्हाडकरीण हे नाव मी परत विसरूनही गेलो! आणि परवा-परवा जिल्ह्याच्या गावांहून निघणाऱ्या एका दैनिकात बातमी वाचली. पारू कऱ्हाडकरीण

सध्या खूपच हलाखीत आपला वृद्धापकाळ व्यतीत करीत आहे! आपल्या मालकानं आपणास लुबाडलं, असं ती म्हणतेय!

तिच्या बारीत दौलतजादा करीत पूर्वी खंक झालेले तिचे शौकीनही आता असंच म्हणत असतील! त्यांना पारूनं आणि पारूला आणखी कुणी, तिच्या मालकानं लुबाडणं हे सर्व आधीच 'कुणी' ठरविलं होतं का? हे जे 'कुणी' आहे, त्याच्या हातातील आपण केवळ कळसूत्री बाहुलीच?

पण या कळसूत्राच्या खेळियालाही माहीत नसेल, असं हे लुबाडून घेण्यातही किती सुख असतं! आणि हे समजायला आपलं वय व मनही तरुण असावं लागतं!

म्हणून म्हणतो पारू, सारी सुखं उपभोगून, हातातून वाळू निसटून गेल्यागत आयुष्य निसटून गेल्यावर आपल्या हाती काय उरतं? आणि अशा वेळी आपणच साथसंगत जोडलेल्या आपल्या भोवतीच्या मतलबी लोकांबद्दल त्रागा करण्यात तरी काय अर्थ आहे?

◆

झुकानेवाला

डोळ्यावर गॉगल, अंगात केव्हा इन केलेला शर्ट वा कधी सफारी, साडेपाच फुटाच्या घरातील उंची, मागे वळविलेले कुरळे केस, गोलसर चेहरा, धारदार नाक, बहिरी ससाण्यागत शिकारी नजर, निमगोरा रंग व हाती पेटती सिगार, अशा सायब्याला कुणी यस्टी स्टँडवर टेचात उभं राहिलेलं पाहिलं, तर हा मांगगारड्याचा आहे, हे कुणाला सांगूनही खरं वाटायचं नाही! आणि त्यातूनही सांगितलं, "हा खिसेकापू आहे," तर तुम्ही म्हणाल, "काय सांगता राव?"

सायब्याचा एकंदर एबाव, व्यक्तिमत्त्व असं आहे, की त्यानं इम्प्रेस केलेला माणूस सत्य स्वीकारायला सहजासहजी तयार होत नाही! अलीकडं लोकसंख्याच इतकी वाढलीय, की यस्टी स्टँडवर बारा महिने, तेरा काळ हमेशा गर्दी असते. यस्टी फलाटला ऊर्फ प्लॅटफॉर्मला लावल्यावर ड्रायव्हर-कंडक्टर कुठंतरी गुल होतात. स्टँड ड्युटीवर नेमलेला पोलिस कुठंतरी दुसरीच ड्यूटी करायचा गेलेला असतो आणि यस्टीच्याच प्रतीक्षेत असलेले प्रवासी तिच्यावर एकसमयावच्छेदेकरून (हुश्श!) हल्ला करतात! 'दीड हात रुंदीच्या त्या एवढ्याशा दारातून 'तू पुढं का मी पुढं' असं करीत सगळे एकदमच आत घुसू लागतात! पानिपतवर काय खंदारवंदळ उडाली असेल, तशी तिथं उडू लागते. आणि 'शिकार' टिपण्याचा सायब्याचा हाच क्षण असतो. जणू तोही ह्याच यस्टीची वाट पाहात थांबला होता, असं वाटण्यासारखी तो त्वरा करतो. हातातील सिगारेटचं थोटुक फेकून देऊन तो यस्टीच्या दाराशी उसळलेल्या गर्दीच्या दिशेनं जाऊ लागतो. लक्ष्याच्या दिशेनं तीर जावा तसा! तो गर्दीत घुसतो आणि क्षणात मट्माया होऊन जावं तसं होतं...

काही वेळात बाहेरील साऱ्या गर्दीला यस्टीनं सामावून घेतलेलं असतं! कुणाला बर्थवर जागा मिळते, कुणाला ड्रायव्हरच्या केबिनमध्ये, तर कुणी पॅसेजमध्ये दाटीवाटीनं उभं राहिलेलं असतं! पण मघा ह्या गर्दीत घुसलेला सायब्या आतमध्ये कुठंच दिसत नाही! तो यावेळी स्टँडबाहेरील एखाद्या हॉटेलमध्ये निवांतपणे वडा-पाव हांदलत असतो व मग चहा प्याल्यावर बिल भागवायला गल्ल्याजवळ

जाताना, मघा गर्दीत मारलेलं पाकीट आपलंच असल्यागत टेचात बाहेर काढतो, नि त्यातील दहाची एक नोट गल्ल्याच्या टेबलावर टाकतो!

पौस ते माघी पुनवेच्या यल्लाम्माच्या जत्रेच्या व त्यानंतरच्याही लगीन सराईच्या काळात स्टँड माणसांनी ल्हाया फुलल्यावानी फुलतो आणि सायब्याच्या दृष्टीनं धंद्यातील हा अत्यंत तेजीचा काळ! एकट्यानं धंदा आटपत नाही, म्हणून सायब्या आपल्या गारड्याच्या वस्तीवरील आपले आणखीन तीन-चार साथीदार आणतो व 'बिझनेस'चा व्याप वाढवितो! स्टँडवर चौ दिशांना जाणाऱ्या गाड्या वेगवेगळ्या फलाटाम्होरं थांबल्या असल्या, तरी सर्वांना सर्वदा एकदमच लग्गा लागतो, असं कधी होत नाही! आणि ज्या कुणाला लागला, की सर्वांनी स्टँडबाहेरल्या आपल्या नेहमीच्या हॉटेलात चहा पिण्याच्या निमित्तानं जमायचं, आणि मिळालेल्या लग्ग्यातील पैसे सर्वांनी समान वाटून घ्यायचे!

आठवड्याचा बाजार ही तर सायब्याला पर्वणीच असते. धंद्याचं कार्यक्षेत्र स्टँड निवडावं की बाजार, हे ठरविणं कठीण जावं अशी दोन्हीकडं माणसांची मुकरनं पडलेली असते, अशी गर्दी! बाजार करून गावाकडं परतायसाठी स्टँडवर आलेल्यांचे खिसे बहुधा पातळ झालेलेच असतात. त्यामुळं ते कापून वा त्यावर हात मारून विशेष मोठी रक्कम हाती येत नाही. म्हणून बाजाराचे दिवशी बाजारपेठेतील गर्दीतच फिरणं 'शिकार' मिळण्याच्या दृष्टीनं जास्त फायद्याचं असतं किंवा या दिवशी आपले चार-पाच साथीदार घेऊन ऑईल मिलच्या तोंडाशी किंवा गर्दीनं वाहत्या रस्त्याच्या कडेला 'पाच का दस' हा पत्त्यांचा डाव लावून बसतो! पत्ते पिसायचे आणि दोन-चार पानं खाली जमिनीवर डब मारत म्हणायचे, "बोलो पाच का दस, पांच दस! पैसे लगाओ, डब्बल कमाओ!!" समोर सायब्याचेच साथीदार असतात, ते स्वत:च्या खिशातले पैसे लावत असतात व जिंकतही असतात! तसं हे एक नाटकच चाललेले असते. कुठल्याही अभिनयसम्राटानं मान खाली घालावी, अशा जिवंत व जातिवंत अभिनयाचा आविष्कार येथे घडत असतो! "भाऊ ईमानदारीसे पत्ते टाक हां! येऽ चांगलं पीस हां पत्ते, बनवाबनवी केलास तर याद राख!" हे असे डायलॉगही चालू असतात अधूनमधून. पत्त्यावर पैसे लावणाऱ्यांना फसासा पैसे दिले जातात. पत्ते पिसणारा सायब्या, लगावणारे व पैसे जिंकणारे त्याच्याच गँगमधले, हे कळून न आलेला एखादा खेडुत बरोबर या जाळ्यात गावतो. मिलमध्ये शेंगांची पोती विकून आलेले दीड-दोन हजार त्याच्या खिशात उड्या मारत असतात. ही माणसं एवढं जिंकताहेत म्हटल्यावर आपणही नशिबाची परीक्षा पाहू, अशा विचारानं तोही पैसे लावतो. सुरुवातीला दोन-चार वेळा त्याला जिंकू दिलं जातं व त्या जिंकण्याच्या कैफामध्ये तो परत परत पैसे लावत राहातो व हळूहळू हरतही राहातो! चांगलंऽ हजारभर उडाल्यावर मग कुठं हळूहळू तो ताळ्यावर येऊ लागतो. कांगावा

करू लागतो.

"तुम्ही संगनमतानं लुबाडलंया मला, म्या पोलिसाला बलवून आणतो!"

"आम्ही काय तुला खेळ, पैसे लाव म्हणून जबरदस्ती केली का भाऊ." सायब्या त्याच्यावर एक पट्टी आवाज चढवून म्हणतो, "तूच तर भाऊ पैसे लावलाईस, आनि हारलाईस! ही नशिबाची बात हाय भाऊ, त्येला आम्ही काय करावं? जा, कुणाला बलवून आणतोस ते आण जा. आम्ही हितंच थांबताव तंवर!"

लुबाडला गेलेला 'तुमचं बघून घेतो, काटा काढतो' म्हणून कचेरीकडं गेलाच, तर तिथं त्येचीच अक्कल काढून, चार शहाणपणाच्या गोष्टी सांगून परत पाठविलं जातं आणि कुणी खॅट्ट हटून बसलाच, तर त्याच्या समजुतीसाठी म्हणून उगीच एका कॉन्स्टेबलला त्याच्यासह पाठवून दिलं जातं - 'बघ जा रे, काय ते' म्हणून! मघाच्या जुगाराच्या ठाणकाला दोघं येतात तर तिथं काय असतं? सायब्या आणि त्याची गँग केव्हा उठून छू: झालेली असते!

एकदा असाच सायब्या 'पाच का दस'च जाळं पसरून शिकारीची वाट पाहात बसला होता. तोवर साध्या ड्रेसातला हवालदार आला, नि मी काम करीत असलेल्या गिरणीम्होरल्या जलकुंभाच्या कट्ट्यावर पाय ठेवून त्यानं आपली सायकल थांबविली. तिथून सायब्याच्या -'पाच का दस' या पथनाट्याची जागा कासराभर अंतरावर होती. शिकारी कोल्ह्याच्या औलादीच्या सायब्याची नजर टप्पकन हवालदाराकडं गेली, तसं हवालदारानं हात उंचावून मूकपणानंच त्याला आपल्याकडं बोलावलं. आज विजार व फुल्ल बाह्यांचा शर्ट अशा सभ्य पोषाखात असलेला सायब्या हालत-डुलत हवालदाराकडं येऊ लागला. येताना त्यानं आपले आखडलेले हातोपे खाली सोडले व उजव्या हाताच्या तळव्यात दहाची एक पत्ती दडवली. हवालदाराजवळ येताच 'काय म्हंता भाऊ?' करीत त्यानं शेकहॅण्ड केला; यामध्ये त्याच्या हातातील पत्ती हवालदाराच्या तळव्यात गेली. ती खिश्यात सरकवत अनुरागाच्या स्वरात हवालदार म्हणाला,

"एवढंच व्हय रे साल्या!"

"आताच तर ईवून बसलोय की सायेब, आजून बॉनी बी न्हाई!" सायब्या ईवळलं.

तशी हवालदारानं सायकल रेमाटली, अन् ह्या नाट्याचा एकमेव प्रेक्षक असलेल्या माझ्याकडं पाहात सायब्यानं बेरकी हसत डोळा मिचकावला आणि तो चालू लागला. तसं मी त्याला हाकारलं,

"सायब्या, हिकडं ये!"

"काय दादा?" जवळ येत त्यानं विचारलं.

"बेन्यानु, काय तरी कामधंदं करशीला का हे धंदे रे! तुम्ही सुधारावं म्हणून

सरकारनं तुम्हाला फुकट घरंबी बांधून दिली.''

''व्हय दिली की हो. आनि ती पयल्याच पावसुळ्यात धडाधडा पडलीबी! आनि दादा, नुस्ती घरं झाली म्हंजे झालं व्हय हो? ह्या पोटाला काय आम्ही काटंकवाळं घालावं व्हय हो? काय कामधंदा हाय का आमाला? काय काम करावं आमी? कुठं काम तरी भेटतंया? गारडी म्हटल्यावर चोरटी जात म्हणून कोण कामावरती ठेवून घेत न्हाईत! तवा चोरी करणं ह्या आमचा धरमच हाय हो दादा! आम्ही पोटासाठीच तर चोरी करताव, फसीवताय, पाकीटमारी करताव, कुणाचा मुडदा तर पाडीत न्हाय नव्हं!''

''आता तेवढंच फक्त राहिलंय म्हणतोस!'' मध्येच मी म्हणालो.

''न्हाय दादा, असं म्हणू नका! आम्ही चोर, खिसकापू जरूर हाय, पन खून करणारं, मुडदेफरास कसाब न्हवं! आनि समजा दादा, आमच्या जातीनं हे सारं सोडून दिलं, तर दुनिया सारी चांगभलं हुईल का? आमच्या जागी कुणी तरी दुसरी पाकीटमारी करणारच, फसवत राहणारच. आनि दादा, दुनियेत खुळ्यांची संख्या जास्त आनि शहाण्यांची कमी हाय, म्हणून तर म्हटलंय, 'दुनिया झुकती है, झुकानेवाला चाहिये.' इथं झुकणारे अनेक, झुकानेवाले कमी! मी झुकानेवाला हाय, हे काय पाप का?''

तत्त्वज्ञानी सायब्याच्या ह्या प्रश्नावर माझ्याकडं काही उत्तर नसतं! शाळा-कॉलेजाच्या जगाबाहेरही एक शाळा असते आणि ह्या शाळेत शिकून जे 'तत्त्वज्ञानी' होतात, ते आम्हासारख्या पुस्तक पोपटपंची करणाऱ्यावर सहजी मात करतात आणि हाच धडा मला आज ह्या झुकानेवाल्या सायब्यानं दिला होता!!

◆

नामज्या

किती दिवसांनी आज नामज्या दिसला! मध्ये बरेच दिवस तो दिसला नाही; वाटलं गेला वाटतं हा, आपल्या वाडवडिलांच्या गावाला. लांब तिकडं कोंकण फाट्याकडं, कूराजवळून वाहणाऱ्या वेदगंगेच्या काठी बसलेल्या, अन् नदीकाठीच स्वत:च्या मालकीला आलेल्या काजळाच्या वडीगत जमीन कसायला! पण कसचं काय, नि फाटक्यात पाय; हा आपला इथंच! शहर गावचं पाणी लागलेला, तेही उडत्या बंबाचं पाणी लागलेला. माणूस सहसा खेड्यावर जाय ऱ्हाय् धजावत नाही, हेच खरं!

तसा या नामज्याला मी कितीतरी दिवसांपासून ओळखतो. अगदी तो पाच-सहा वर्षांचा असल्यापासून! त्यानं आपली ओळख माझ्या काळजावर कायमची रुतवली तो दीस, आजही मला लख्ख आठवत आहे...

नेहमीप्रमाणं त्या दिवशीही मी सकाळी आठच्या टिपणाला पिठाची गिरण उघडली होती. झाडलोट करून उदबत्तीही लक्ष्मीच्या फोटोपुढं लावली होती, तोवर काही दळपं आली. ती दळून पाठवून दिली, अन् आता चहा प्यायला जवळच असलेल्या हॉटेलाकडं जाणार, तोंवर नामज्या आला.

शिवबाईचं नामज्या, हीच त्याची खरी ओळख सगळीकडं असलेली. त्याचा बाप गावातल्या एका हॉटेलात चहा गाळायच्या कामावर होता. तो वारल्यावर शिवबाई चार घरची भांडी घासून पोट भरू लागली. दोन मोठी पोरं होती, त्यांची लग्न झाल्यावर गावातच ती दोघंही वेगळी राहिली होती. दोघा लेकींचीही लग्नं झाली होती आणि धाकटं नामज्या तेवढं तिच्या जवळ होतं. आईच्या नावावरून त्याला सारी 'शिवबाईचं नामज्या' असंच म्हणत असत!

नामज्याच्या खांद्यावर एक हातभर लांबीचा सुळकासा डबा होता. समोरच्या फळीवर डबा ठेवून ते म्हणालं,

"म्हादूमा, एवढं दळून दे!"

"केवढं हाय दळप?" मी विचारलं.

“एक किलो!” ते म्हणालं.

“एक किलोला गिरण चालू हुतीया व्हय रे? दोन-तीन दळपं ईवूद्यात तोवर थांब, मग चालू करू! पायजे तर बस हितं, मी च्या पिऊन येईपर्यंत!”

आणि मी चहासाठी बाहेर पडलो.

हॉटेलकडून पाचेक मिनिटातच चहा घेऊन मी परत आलो, तर गिरणीतून नामज्या गायब! त्याचा डबा मात्र फळीवर तसाच होता. वाटलं, माझी वाट बघून 'दळप नंतर दळून ठेवू देत' म्हणून नामज्या घरी गेलं असेल. तसाच मी गिरणीतील माझ्या नेहमीच्या खुर्चीवर बसायला येत असताना सहज माझं वर लक्ष गेलं, तर छप्परापासून खाली लोंबत सोडलेल्या वायरीच्या टोकाचा बल्ब गायब झालेला! सकाळी गिरण उघडली, की करंट आहे की नाही हे पाहायला मी बल्ब लावून पाहात असतो. मी सकाळी लाईट लावला तेव्हा तरी होता; आणि आताच त्याला पाय फुटावेत? मघा दळपं दळण्यासाठी गिरण चालू केली होती, तेव्हा उडालेला पिठाचा धुरोळा गिरणीतील एकमेव बाकड्यांवर बसला होता, तो पुसून त्यावर बसणार तो, त्या थरावर दोन तीन पाऊलखुणा उमटलेल्या दिसल्या व त्या नामज्याच्या वयाच्या मुलांच्या पायाइतक्या लांबी-रुंदीच्या! आता कुठं माझी ट्यूब पेटली. मी चहाला गेलेला पाहून नामज्यानं बाकडं बल्बखाली ओढून, त्यावर चढून बल्ब काढून घेतला व बाकडं जिथल्या तिथं ठेवून तो सटकला! पण त्या धांदलीत बाकड्यावर उमटलेल्या आपल्या पाऊलखुणा पुसायचं मात्र तो विसरला.

साधारणपणे तासाभरानं नामज्या परतला. साळसूदपणे त्यानं म्हटलं,

“झालं व्हय गा, म्हादूमा दळून!”

“दळून झालंय की!” मनातला राग आवरीत मी म्हणालो, “पन बेट्या, हितला लाईट पळवून नेलाईस, त्यो आधी आणून दे. मग तुझं दळप देतो.”

त्या काळी दळपाचा दर ४ आणे प्रती किलो होता आणि तीन-चार रुपयाला नवीन बल्ब विकत मिळत होता! बल्ब हडप करूनही निगरगट्ट चोरागत नामज्या म्हणू लागलं,

“मी कवा न्हेलोय् लाईट? मी न्हाय् बा! दे माजं दळप!!”

“दिवसभर हितं ऱ्हाईलास तरी देणार न्हाई, आधी नेल्याला बल्ब आण जा!!”

यावर 'दे की गा, दे की गा!' असं करत बराच वेळ नामज्या राहिला, अन् मग निघून गेला..

अखेर संध्याकाळच्या वेळी किनिट पडल्यावर नामज्या परत आला आणि खिशातला बल्ब काढून त्यानं माझ्यापुढं धरला, तसा त्याचा डबा मी फळीवर ठेवला. तो घेऊन निगरगट्टपणे तो निघून गेला...

नामज्याची ही पहिली खऱ्या अर्थी ओळख!

बाजारच्या दिवशी बाजारात जाता-जाता कधी कधी नामज्याची आई दळपाचा डबा गिरणीत ठेवून जाई व परतताना तो घेऊन घराकडं येई. अशीच ती एकदा आली असता मी तिला म्हणालो,

"शिवबाई, तुज्या पोरानं पर्वा हितला बल्ब चाट मारून न्हेलाता बघ!"

आपल्या पोराची अशी कर्तुकी तिच्या कानी यापूर्वीही आली असावी. कारण कावदारल्या आवाजात ती बोलली,

"काय करायचं म्हादूऽ, कार्टच चोरटं निघालंय! कुठं कुणाचा योक बल्ल राखंना! चाटमारी करायची, योक-दोन रुपयला बल्ब विकायचा नि आल्याल्या पैशातनं हॉटेलात काय तरी खायाचं, न्हाय् तर सिनिमा बघायचा!"

त्याकाळी हॉटेलात चार आण्याला चहा, आठ आण्याला भजी येत, रुपयात चंगळ होई! तसंच सिनेमाचं थर्डक्लास तिकीट दोन रुपयांना मिळे... मध्यंतराला डोअरकीपरच्या हातावर रुपाया ठेवला, की तो आत सोडे! खुर्चीवर जागा नसली तरी जमिनीवर बसून अर्धा का असेना, सिनेमा पाहायला मिळे!

"म्होरं चोरटं हुतंय् बघ पोर, त्येला आताच चाप लाव!"

"आगा, पोलिसांनी कचेरीत न्हीवून भुजीवलंसुद्धा; खरं हे प्वार काय ताळ्यावर ईना! आनि मला तरी बाबा कुठं फुरसद हाय; या कार्ट्यावर डोळ्यात त्याल घालून खडा पारा करत बसाय्? धा घरातली खरकाटी काढावीत, आनि तंबाखुच्या खळ्यात वंगाय् जावावं, तवा कुठं चूल पेटणार!"

प्वार वाया जाण्याच्या भयापेक्षा उद्या चूल कशी पेटेल, याचीच काळजी तिला वाटणं स्वाभाविकच होतंही! तरीही मी तिला म्हणालो,

"हे बघ शिवबाई, पोराला आता बेळगावला न्हेवून रिमांड होममदी ठेव! असली पोरं सुधारायसाठी तिथं ठेवत्यात. बोर्डिंगगतच आस्तंय ते!!"

"पोराला दाखल कराय् तिथं आनि बाबा म्हामुरी पैसा वताय् लागत आसंल."

"न्हाय्! यस्टीनं जायाचं आनि तिथं पोराला दाखल करून यायचं!" नि म्हणालो, "तिथं तरी काई सुधारणा हुईल!!"

दुसऱ्याच आठवड्यात तिनं एका दिवसाच्या मिळकतीवर पाणी सोडून नामज्याला बेळगावला नेलं, अन् तेथील सुधारगृहात दाखल करून ती परत आली.

पण आठवड्याभरात नामज्या परत गावात दत्त!

न राहावून मी विचारलंही, "नामज्या, लेका तुला बेळगावला न्हेवून ठेवलंतं न्हंव रे-आईनं!"

"तिथं जेवान् चांगलं मिळंना, म्हणून आलो पळून!"

"मारीऽ, तिथनं हितंपतोर पंच्चेचाळीस मैल तसाच आलास-चालत?"

"ते का चालत येतोय्! एक रोज निसाटलो तिथनं, आनि कोल्हापूर, निप्पाणीकडं

जाणारा रस्ता कंचा, हे ईच्यारत ईच्यारत काकतीपतोर आलो चालत. चालून पाय दुखाय् लागलं! आता गावापतोर कसला चालत जातो, या ईच्यारानं रडायच लागलो. तिथं रस्त्याच्या दो बाजूला चिक्कार ट्रका हुबा ऱ्हायल्याल्या. एका ट्रकवाल्याला पाझर सुटला. त्येनं ट्रकमदी बसीवलं, वाटंत एका ठिकाणला जेवायबी घाटलं, आनि हितं आणून सोडलं...''

सुधारगृहातून असा सुधारून नामज्या आल्याचं बघून मनोमन मीही गार होऊन गेलो! इथं आल्यावर त्यानं आपला पूर्वीचाच लघुउद्योग चालू केला. तो गल्लीतनं चालला, की पोरं ओरडू लागली, ''अरे, बल्ब सांभाळा रेऽ, नामज्या आलं!''

नामज्या थोरला होईल तसं त्याला एक दुसरंच व्यसन लागलं. दारू पिण्याचं! एकदा भरपूर पिऊन ते गिरणीतील बाकड्यावर येऊन बसलं, नि खिशातून नोटांची एक चळत काढून मोजत बसलं, अन् बरळतही!

मी विचारलं, ''कुठलं पैसे रे एवढं, नामज्या?''

शे-दीडशेची रक्कम तरी सहजच होती ती.

''मला आकडा बसला!'' तो म्हणाला. आकडा म्हणजे मटका!

''बेट्या, मग घराकडं जातोस का काढू कानाखाली जाळ? कोणतरी पैसे काढून घील. जा, घरात ठेव. जा!'' मी डाफरलो.

तसं नामज्या लडबडत निघून गेलं... पुढल्याच बाजारी त्याची आई दळप घेऊन आली तेव्हा तिला म्हणालो,

''परवा तुज्या लेकाला आकडा बसला जणूंऽ ह्ये अस्सं पैसे हुतं त्येच्याकडं!''

''कुठला आकडा का फिकडा, म्हादू!'' वैतागानं ती माऊली म्हणाली, ''तंबाखूच्या वखारीतल्या कामाचा माजा आठवड्याचा पगार आला व्हता, भाड्यानं त्यावर धाड घातली, आनि सारा पैसा दारूत उडीवला!!''

दोन वर्षांपूर्वी सरवड्याच्या हायस्कूलच्या स्नेहसंमेलनात चीफ गेस्ट म्हणून चाललो होतो. निढोरीच्या पुलावरून जाताना वेदगंगेच्या दोहो तीरावर पसरलेल्या हिरव्यागार मळी पाहून नामज्याची आठवण झाली. या वेदगंगेच्या काठावरील गावी असणाऱ्या नदीकडेच्या आपल्या हक्काच्या मळीत न राबता लोकांच्या बल्बांच्या चोऱ्या करीत फिरणं, हे नामज्याचं भागधेय का असावं, ते काही कळेना! इतर काही न चोरता केवळ तो बल्बच चोरत फिरत असतो, हे आणखी विचित्र! त्याच्या मालकीच्या रानात त्याचे भाऊबंद सोनं पिकवीत असतील, पण आपण तिथं जावं, राबावं, हे त्याच्या मनातही येत नाही!

नामज्यानं आता विशी केव्हाच ओलांडलीय्. त्याच्या ओठांवर आता मिसरूट फुटलीय्, नि हनुवटीवर बोकडागत कोचदार दाढी. वखारीतल्या बायका साळसबूदपणे त्याच्या आईला म्हणतात,

“शिवबाय, ल्योक हुडागत वाढलाय, त्येचं लगीनबिगीन करशील, का आपली अशी डोळं झाकून बसणार?”

“या भाड्याचं आनि लगीन करून, कुणाच्या पोरीचा गळा कांपू? वळूगत टळोऽऽ करून गावभर फिरतोय फिरू दे की! कवा सुद्दीवर ईल आनि घाम गाळून चार दिडक्या मिळवून आणील, तवा बगाय् ईल!!”

मध्ये एकदा दारू पिऊन नामज्या, चुलीम्होरं शेकत बसलं होतं आणि शेकता शेकता त्यानं उजवा पायच जाळून घेतला! दवाखान्यातल्या दव्यानं पाय बरा झाला, पण बोटं एकमेकांना चिकटली; नि चालताना आता त्याला लंगडत चालावं लागतं. तशाही अवस्थेत तो एखाद्या बल्लावर झडप घालतो नि आपण त्या गावचे नसल्यागत निघून जातो!

आणि परवा-परवा किती दिवसांनी नामज्या दिसला! आता त्याचा चेहरा थोडा जून दिसू लागला होता. तो खूप दारू प्यायला होता आणि मागे पाहात-पाहात, स्वत:शी बरळत, तो या जगात असून नसल्यागत, कुणाचीही पर्वा वा पत्रास न करता, उजव्या पायानं लंगडत-लंगडत चालला होता... त्याचं एक वेगळंच जग आता निर्माण झालं होतं. बल्ब चाट मारणे व तो कुणाच्या तरी गळ्यात घालून आलेल्या पैशातून दारू ढोसणे, एवढ्याच त्या जगाच्या सीमा होत्या...

भूक लागल्यावर भाकरीचं शिबडं घरात होतंच व चुलीवरच्या डेचकीत कोरड्यास! आईमुळं त्याला हीही काळजी नव्हती!!

◆

हनीफ

कोल्हापुरातलं कामगार साहित्य संमेलन संपल्यावर परतत होतो. बसनं एमआयडीसीचा 'गोकुळ डेअरी स्टॉप', तिथून वडाप ट्रॅक्सनं कागल. तेथील स्टँडवर माझ्या गावाकडं जाणारी यस्टी लागलेली नव्हती, तेव्हा एखादी ट्रक तरी मिळाल्यास पाहावं, म्हणून मावळतीकडील टेकाड चढून हाय-वेवर आलो. एखादी ट्रक येते की काय पाहण्यास उजवीकडं दूरवर नजर फेकली, तोवर कानावर आवाज आला,

"मोरे अण्णा, आज लांब आलासा हो?"

पाहतो, तर हनीफ. रस्त्याच्या कडेला, घसारतीवर पाय लांब सोडून व मागे दोन हातांचे टेकू लावून आरामात बसलेला. जवळच त्याचा आईस्क्रीमचा गाडा. त्याचा एक जोडीदारही जवळच बसलेला! त्याचाही गाडा बाजूसच उभा होता. परगावी आपल्या गावचं माणूस भेटल्यावर मनावर आनंदाचा शिडकावा होतोच! त्यामुळं माझा आनंद आवाजात प्रगटला,

"हनीफ, एवढ्या लांब येतोस आयस्फूट विकाय?"

"काय करता, पोटासाठी धडपडाय पायजेच की!"

"मग, आता ह्यो गाडा ढकलतच घिऊन जायचा आपल्या गावापतोर, वीसेक किलोमीटरवर?"

"ते कुठलं, एखादी रिकामी टेम्पो बघायची आनि तीत गाडा ढकलून गावाला परतायचं, मग काय करता?" नि त्यानं विचारलं, "आईस्क्रीम खातासा?"

"दे, आसंल तर!" मी म्हणालो.

तसा तो जागचा उठला, आईस्क्रीम गाड्यावरील त्या चौक डबड्यावरील झाकण त्यानं काढलं, तसं मी आत डोकावलं. कांड्यातून सुटलेले वा फुटलेले आईस्क्रीमचे सात-आठ तुकडे तळाशी उरले होते, त्यातील त्यातल्या त्यात जरा धडसा असा कांडीसकट असलेला तुकडा त्यानं उचलला व माझ्याकडं देत म्हटलं,

"घ्या!"

खूप तहान लागली होती. त्यामुळे ‘आईस्क्रीम’ नावाचा बर्फाचा तो लांबट चौकोनी तुकडा तोंडात घालून, लहान मुलागत मी बिनदिक्कत काही क्षण चोखत राहिलो न् मग त्याला विचारलं,

“हनीफ, आता हाटीलात कवा येणार?”

मी नेहमी चहासाठी जातो, त्या हॉटेलात पूर्वी हनीफ चहा गाळायच्या कामावर होता. कधी हॉटेलची भज्याच्या डाळीची दळपं घेऊन तो गिरणीत दळायला म्हणून माझ्याकडं यावयाचा. तिशीच्या घरातला हनीफ उंचीनं लंबाटा, उभट चेहऱ्याचा, ओठांवर ब्रॉडकट मिशी राखलेला व सावळ्या वर्णाचा होता. तो गावातल्या एका बेंजो बॅण्डपथकातही होता. लग्न, वराती, बारसं अशासारखं काही असेल नि त्याच्या पथकाला ‘सुपारी’ दिली असेल, तर मग त्या दिवशी हॉटेलला दांडी मारून तो ढोलगं बडवायला पथकासह निघून जाई, दुसऱ्या दिवशी आणखी कामावर हजर होई! हनीफ असला, की चहाची लेव्हल बिघडत नसे. चहा पावडर, साखर, दूध यांचं प्रमाण व्यवस्थित राहून चहाही मिष्ठास होत असे. एक-दोन दिवसाआड हनीफची आई येऊन हॉटेलच्या पायरीवर बसे आणि एखाद्याची हजेरी घ्यावी तशा खड्या आवाजात त्याच्याशी बोलत राही. मग नरडं सोकल्यागत घटाघटा चहा पिई अन् मग नुकत्याच घाणा काढून परातीत टाकलेल्या गरमगरम भज्याचा पुडा घेऊन निघून जाई.

हनीफ हा तसा बालबच्चेवाला होता, तरी आडवाट धरण्याची दुर्बुद्धी त्याला कुठून झाली कुणास ठाऊक! त्या आडवाटेवरचा ‘प्रसाद’ त्याला मिळाला. हॉटेलमध्ये काम करणाऱ्या पोरांना तो एक विनोदाचाच विषय होऊन बसला! डॉक्टरकडं जाऊन, ढुंगणात सुया खुपसून घेऊन हनीफ बराही झाला. पण औषधपाण्याच्या या खर्चानं मालकाचं आणखीन रीण त्याच्या डोकीवर झालं! उन्हाळा सुरू झाला आणि हनीफ गायब झाला! वाटलं, मालकाशी काही वांदं आलं असेल, अन् त्यानं दुसरीकडं एखाद्या हॉटेलात चाकरी धरली असेल... मी त्याला जवळ जवळ विसरूनच गेलो होतो, तोवर एके दिवशी हॉटेल मालक म्हणाले,

“येत्या शुक्रवारपासून हनफ्या कामावर येणार हाय. कालच इथं येऊन दीडशे रुपये आगाऊ उचल म्हणून अंगावर उसनं घेऊन गेलाय, म्होरल्या आठवड्यास्नं कामावर येतो म्हणून!”

पण हनीफ काही कामावर आला नाही! त्यानं हॉटेलच्या मालकाला शेंडी लावली वाटतं, असं वाटलं. काही दिवसांनी मी मालकाला बोलूनही दाखविलं,

“कुठं हाय हनीफ? तुम्हाला टांग मारली जणू त्येनं! आता त्येला दिल्यालं दीडशे रुपये बुडीत खातेच जमा!!”

“ते कुठलं बुडीत हुत्यात!” मालक म्हणाले, “हनीफ आता गारेगारचा गाडा

घिऊन ईकत फिराय लागलाय! उन्हाळा संपून पावसुळा सुरू झाला, की येतोय का न्हाई बगा झक मारत!! पावसुळ्यात गारेगारच्या आईसकांडी फॅक्टऱ्या बंद, मग हॉटेलातल्या कामाशिवाय निर्वा कुठं हाय! म्हणून तर मी दीडशे देऊन असा बिनघोरी हाय! ते आडव्हान्स म्हणायचं. सीट रिझर्व्ह करत्यात तसं हे माणूस रिझर्व्ह केलं, आता कुठं ते मिट्ट्यात जातंय!!''

शाळेतील गणितापेक्षा ही व्यवहारी गणितं काही निराळीच असतात अन् ती किती अचूक असतात, हे धंदाव्यवहाराच्या जगात मुरलेल्या अशिक्षित वा अल्पशिक्षित अशा बऱ्याच माणसांच्या सहवासानं मला ठाऊकही झालं होतं! त्यामुळे मालकाचा होरा होता त्याप्रमाणे हनीफ पावसाळ्यात अळंब्याच्या छत्रीप्रमाणे उगवणार होता... पण आज अचानक तो पावसाळा सुरू होण्यापूर्वीच दीड एक महिना अगोदर भेटला होता... त्यामुळे सहजच माझ्या तोंडून गेलं,

''हनीफ, आता हाटीलात कवा येणार?''

''ह्यो गारेगारचा सिझन संपल्याशिवाय काय येतोय, मोरे आण्णा!''

''का, ते सावलीतलं काम नको व्हय? हे आसं ईळभर उन्हात तळत फिरण्यात सुख हाय म्हणणास!''

''तसं न्हवं मोरे अण्णा, हाटीलात ईळभर मरून काय पगार मिळतोय म्हंताऽ? वाराला खच्चून ऐंशी न्हाईतर शंभर मंजे डोस्कं फुटलं!!''

''त्यापक्षी हे आसं गारेगार ईकून जास्त पैसे मिळत्यात व्हय?'' मी विचारलं.

''एक गाडा कसाबी आरामात ईळभर खपतोय! म्हंजे शंभर भरला तरी मरान् न्हाई!''

''मंजे, हितवर बारा मैल चालतच यायचं?''

''ते कुठलं, येता वख्ती एखादी रिकामी टेम्पो बघायची आनि तीत गाडा ढकलायचा, आनि हितं आल्यावर उतरून घ्यायचा नि मग हितं गावात खपला तर बरं, न्हाई तर जवळची दोन-चार, दोन-चार मैलावरची गावं थापटायची! ऊन कसल्या तऱ्हंच पडाय लागलंय यंदा! सांजपतोर फन्ना उडतोय गाड्याचा!! मग हितं यायचं आनि गावाकडं जायाला परत टेंपोची वाट बघत बसायचं!!''

''येता जाता हे आसं टेम्पो भाडं जाऊन शंभरातलं आनि पैसे पातळ झाल्यावर मग ऱ्हायलं काय?'' मी विचारलं.

''करेक्ट शंभर कुठलं मोरे अण्णा, शंभरच्यावर हुत्यात! हे भाडंबिडं जाऊन कसंबी नेट शंभर तरी ऱ्हात्यातच!''

''आनि दुपारच्या जेवणाचं कसं? का, गावाकडूनच भाकरी बांधून घिऊन येतोस आनि वाटतल्या एखाद्या मळ्यातल्या हिरीच्या धावंवर बसून भाकरीचं गटरं सोडतोस?''

"अगदी यरवाळी उठून भाकरी बांधून द्यायला तेवढ्या हालपिल्या अंगाची बायकु तर नशिबाला गावायला पायजे, मोरे अण्णा?" हनीफ थोडा रंजीस आवाजात म्हणाला, "ही आठ वाजून गेल्यावर भाकऱ्या बडवून जेवाण बांधून द्यायला म्हंजे नऊ हून जाणार. तंवर आईसकांडी फ्याक्टरीत माल तर शिल्लक मिळाय पायजे! आमच्यावानी लै हैत हो आगा पडल्याली, कुणाकुणाला म्हणून माल मिळणार? तवा फ्याक्टरीम्होरं यरवाळीच जायाय पायजे!!"

"म्हंजे, हाटीलातल्या कामालाबी दुपारी घरचं जेवाण न्हाई. म्हंजे मिसळपाव, न्हाईतर भजी पाव खाऊनच दिवस काढायची पाळी! आनि या आईसकांड्या ईक्रीच्या कामावरबी घरचं जेवाण न्हाई, भाहीर गावातल्याच एखाद्या हाटीलात वडा पाव खायची पाळी म्हणंनास!"

"नशीब आस्तं एकेकाचं मोरेअण्णा, काय करायचं? शिकंदर नशीब घिऊन जल्माला यायलाबी लै पुण्याई लागती, आमच्या हातनं पापच जास्त झालं असलं तर?"

मघापासून मी दो-चार ट्रक्स तसेच जाऊ दिले होते, पण आता कोल्हापूरच्या दिशेनं एक ट्रक आला व थांबला, त्यातून कागलच्या सीटा उतरू लागल्या तसं मी हनीफला म्हणाले, "चलतो रे हनीफ, ह्यो ट्रक थांबलाय तंवर!!"

आणि मी ट्रकच्या दिशेनं पाय उचलला.

◆

दरवेशी

दरवेशी बुढ्ढा पूर्वी दरवर्षी सुगीच्या दिवसात इकडं टपकायचा. सुगीच्या दिवसात कुण्या कुण्या मुलखाची पांखरं पोटआगीनं इतक्या दूरवर येतात, तसाच हाही! एकदा विचारलं तर म्हणाला,

"हम मनेराजुरीके जी! उधर बहुत दूर सांगलीके आगे हमारा गाँव है, गाँवमें एक पुरी गल्ली हमारे अस्वलवाले दरवेशी लोगोंकी है, सुगीके दिनोंमें हम सब बिखर जाते - कौन सातारा-बारामती तरफ, कौन सांगोला-पंढरपूर तरफ, कौन शिरोळ-इचलकरंजी तरफ, कौन शिराळा-कणदूरके बाजूको, और हम इधर तुम्हारे मुल्कमें! यहाँ गावके बाहरवाले मरगुबाईके माळपर तंबू ठोकनेका और दूरतका कापशी, मुरगूड, गारगोटी, राधानगरी, कणकवली, और उससेभी आगे पार दर्यातक, मालवणतक जानेका! खूप बरकत देताय् अल्ला यहाँ, कतै हरसाल इधर आनेका!"

"तेरा अकेलेका कुटुंब कबेला इधर आताय्, क्या औरभी?"

"नही जी मालिक, मैं अकेला काहेको आवूँ? मेरे तीन भायाँ है तो! उनके बीबी बच्चे, मेरे बीबी बच्चे, बडा मायंदाळा कुटुंब कबेला है जी हमारा!"

खेड्यापाड्यांवर अस्वल फिरवून मिळणारे जोंधळे दळायला तो मी काम करीत असलेल्या पिठाच्या गिरणीत घेऊन येई आणि अशा सुखदु:खाच्या चार गोष्टी बोलून आपलं मन हलकं करी. गेल्या पंधरा-वीस वर्षांपासून प्रत्येकाचंच जीवन इतकं धकाधकीचं, धावपळीचं झालं आहे, की कोण कुणाची रामकहाणी ऐकत बसणार? प्रत्येकाचीच एक रामकहाणी होऊन बसलेली असते, अशामध्ये कोण कुणाचं ऐकणार? तेवढा वेळ तर कोणाला आहे?

ह्या अस्वलवाल्या दरवेशाची उंची चांगली सणसणीत साडेपाच फुटाहून अधिक आहे. मूळचा गव्हाळ रंग उन्हातान्हात फिरून तांबारलेला. मुसलमान पद्धतीची कोरलेली मिशी व दाढी त्यानं राखलेली. 'रक्ताची तहान रक्ताला' वा 'रक्तात न्हाली कुऱ्हाड' आदी मेलोड्रॅमॅटिक, अतिरंजित नाटकांतल्या एखाद्या दाढी-मिश्याधारी वृद्ध पात्रानं, आपल्या गावातल्या मांगाकडील अंबाड्याचा वाख आणून

दाढी-मिशीवानी ओठांवर, गालांवर, हनुवटीवर चिकटवावा, तशी त्याची पांढरट तांबूस वाणाची दाढी-मिशी दिसे. समोरच्याला जोखणारी कोल्ह्याची धूर्त नजर त्याला लाभली होती. अंगात नेहमी एखादा शर्ट, त्यावर केव्हा काळं जाकीट, तर केव्हा गजगीरंगाचा कोट, डोईवर कधी तपकिरी, तर कधी मळकट पांढऱ्या रंगाचं वावभर लांबीचं चिंधुक पटका म्हणून गुंडाळलेलं. खाली कमरेला धोतर व पायात कापशी माटाचं, तळवे झिजून फेकून द्यायच्या लायकीचं झालेलं पायताण, असा त्याचा एकंदर एबाव होता. त्याचं वैशिष्ट्य म्हणजे, त्याच्या डाव्या हातातील, दोन लोखंडी कडी! त्यानं हात हलविला, की ती कडी 'छुळंऽक शुळंऽक' वाजत अन् त्याच्या आवाजापूर्वी तो आल्याची वर्दी देत; मग त्याचा आवाज येई.

"अस्वलवाला दरवेशी आया, कुछ देव जी मालिक!" अन् परत डावा हात हलवून तो हातातील कडी वाजवीत राही.

"कहाँ है तेरा अस्वल?" विचारणारा त्याची थोडी गम्मत करी, "साँप बिना सपेरा और अस्वल बिना दरवेशी चकोट दिसताय क्या?"

"वो सच्च हे मालीक, मगर बात ऐसी है, गये साल बरसात के दिनोंमें हमारे मकानकी एक दीवार गिर गयी, और उसके तल्लर मेरा न्हन्ना भाई और आस्वल सापड्या, और दोनोभी मरेऽ।।"

ऐकणारा चुकचुकत राही! १८ टक्के बझेटमधून सरकारनं इंदिरा गांधी बेघर योजना राबवून घरे बांधली होती व ह्या तळागाळातल्या भटक्या लोकांना तसंच दलितांना देखील दिली होती, पण ह्या फुकट मिळालेल्या घरांच्या पावसाच्या माऱ्याकडील भिंती एक-दोन पावसाळ्यातच धराशायी होऊन सरकारी यंत्रणेतील भ्रष्टाचारालाच त्यांनी खिंडार पाडली होती! अन् ह्यात एक अस्वलवाला दरवेशी व त्याचं अस्वलही कामी आलं होतं!

"गरीब आदमी मऱ्या तो उसकी क्या कीमत रहतीयाजी मालिक? मगर अस्वल मऱ्या तो रोजीरोटीकाच वांदा हुया क्या नही? कहाँसे लानेका जी अस्वल? और सरकारने नया कायदाकानु कऱ्या क्या नही? जंगलके जानवरोंको पकडनेका नही, उनकी शिकार करनेका नही! योऽ कायदे की भी भौत तकलीफ होतीया जी हमना! उधर दावनगिरीकडे आगे, इधर नंदगडके आगे भौत दूर ज्याना पडताय जंगलमें और वहाँके आदिवासी लोगोंपाससे अस्वलका पिल्ला लाना पडताय! केत्येमें, पुछो नही? ढीगभर पैसा पडताय! क्यत्ता? पंद्रा-बीस हजार एक पिल्लेको!! उसे लाको सिखाना पडताय..."

"और कोई फौजदार, पोलिस तकलीफ दिया तो?"

"हमारे ह्याँ लायसन है तो! अस्वलवालेकोभी कायदा लगाया तो हम खानेका क्या जी? हम जिंदा कैसे रहेंगे?"

अलीकडे एक पर्यावरणवाल्यांचं फॅड निघालं आहे. कुठं कुणी फासेपारधी चार पक्षी घेऊन विकत बसला, की फौजदाराला बोलावून आणून त्याला लॉकअपमध्ये टाकायचं आणि त्याच्याकडील पिंजऱ्यातले सर्व पक्षी सोडून द्यायचे! सरळ मार्गी जगण्याचा प्रयत्न करणारा फासेपारधी, परत आपल्या गोतावळ्यात सामील होतो आणि चोर, दरोडेखोर होतो! चार-सहा साप घेऊन खेळ करून पोट भरणारा गारुडी, प्राणी संरक्षण कायद्यावर बोट ठेवून चार-सहा नागरिकांनी कचेरी गाठली तरी गजाआड होऊन जातो व त्याच्या उदरनिर्वाहाचं साधन असलेले साप रानावनात सोडून देऊन त्याच्या टोपल्या टाकून दिल्या जातात! तसंच ह्या दरवेशांचं झालं तर ह्या लोकांनी काय करायचं?

मध्ये आक्रीतच घडलं! अस्वलविना दारोदार झोळी व हात पसरत फिरणाऱ्या दरवेशाच्या भावाच्या मुलानं कोठूनसं अस्वलाचं अत्यंत देखणं असं, पुऱ्या वाढीचं पिल्लू आणलं. हा भावाचा मुलगा चांगला अंगापिंडानं भरलेला, पस्तिशीच्या घरातील होता. गावातला उरूस सुरू झाला, की हा कमरेला लुंगी गुंडाळून फकिरांच्या दोहोंबाजूच्या रांगेत बसलेला आढळे. भर उरूसाच्या तीन दिवसांच्या कालावधीत मलिदा, मटणपुलावा, सुक्के मटण आदींचा त्याच्या पुढ्यातील इस्तारीवर ह्योऽ अस्सा ढीग जमे व रात्रीचे वेळी पुढ्यातील ते बाराबत्तर घरी आणताना झोळी हीऽ अस्सी वतांबून जाई! ह्या अस्वलाच्या पिल्लाला त्यानं कुस्ती खेळायला शिकविलं होतं व तोंडानं डरकाळी फोडून मागच्या पायांवर ते उभं राहिलं, की ह्या दरवेशाच्या पोरापेक्षा उंच दिसे! उभे राहिलेल्या अस्वलाचे पुढले दोन्ही पाय धरून इकडे-तिकडे हलविले की झाली कुस्ती! अस्वलाला बघायला झडा सारी गल्ली लोटे! 'मी म्होरं, तू म्होरं' करीत पोरंही मुकरंन उडवत. आया-बाया सुपातून पसा-कुडचा धान्य आणून झोळीत ओतत. कापशी मुरगूड, गारगोटी, राधानगरी असं करीत खालतं कोकणात कणकवलीपर्यंत हे दरवेशी अस्वल घेऊन जातं. भाताची सुगी उलागल्यावर तिकडं अशी लकार्णी मारली, की दोन-चार चुंबडी भात मिळे. कोकणात व खेड्यांवरही भुताखेतांचे प्रस्थ जास्त. अस्वलाचे केस घालून केलेले ताईत वा गंडेदोरे दंडात बांधले, की भूतबाधा होत नाही, ह्या समजुतीपोटी दरवेशीवाल्याकडील ताईत, गंडेदोरेही म्हामूर खपत व बक्कळ पैसा मिळवून देत.

दरवेशाचा धाकटा ल्योक हंडीबाग होता. दाल्ल्याकडं न नांदणारी कुर्वाड्याची काळी ढूऽपोर ह्यानं ठेवून घेतली होती. नंतर काही वर्षांनी लगीनही करून घेतलं होतं. ह्याच्या तोंडात नेहमी पानाचा तोबरा. जिथं तिथं पचापचा पिचकाऱ्या मारीत राहायचा. एकदा हा दळप घेऊन आला.

"आज तू पिसना लेके आया रे? बुड्ढा बुड्ढी कहाँ गये?" मी विचारलं.

"मनेराजुरी गये बकरी ईदको! आयेंगे दो दिनमे!" तो म्हणाला.

"तू क्या काम करताय?" मी विचारलं, "तूभी अस्वलके साथ जाताय?"

"मैं? मैं काहेकु काम करूँ? मेरी दो औरते है- एक शादी की, एक बिन शादीकी! दोनोंको कामको भेजता हूँ और मैं आरामसे घरमें दारू पिते बैठता हूँ!!"

वैलवारं आलं तर उडून जाईल, असं हे किरमिडं पोर एके दिवशी दारू पिऊन पिऊनच मेलं!

पूर्वी केवळ सुगीतच येऊन गावाबाहेरील माळावर पालं ठोकून राहणाऱ्या दरवेशांना मोडकी का असेना सरकारी घरे मिळाली व ते येथेच स्थायिक झाले. दरवेशाची वाळून खारकेगत झालेली बुढ्ढी बायको परवा म्हणाली,

"बुढ्ढा दिनभर गाँवमें घुमके पैसे माँगते फिरताय, और मिलेसो पैसे दारू पिको घलाताय! मुर्दा धुलाये उसका...!"

एकदा रात्री साडेआठला कामावरून घरी चाललो होतो, तेव्हा ह्या दरवेशी बुढ्ढीचा बुढ्ढा चौकातील मटण शॉपजवळ बसला होता. दारू पिऊन तर्र होता! मी मनात म्हटलं, बिनशिडाचं हे जहाज आता आपल्या मुक्कामावर जायचं केव्हा तीन-बाराला? तशाही अवस्थेत त्यानं मला पाहिलं अन् आवाज टाकला,

"ओऽ मालिक, आब इधर जराऽ!!"

गिरणीत ईळभर बडद्याडून खरं तर मी पेकाळून गेलो होतो, तरीही काय म्हणतोय बघावं, म्हणून त्याच्याजवळ गेलो नि त्याला विचारलं,

"बोल, क्या काम है?"

"मेरेकु क्या पैसे की जरूरत नही! तुम देखतेच न्हव्वे, मैं फुल्ल लोड हूँ; घरतक पैदल ज्याना मुश्कील है, तो तुम मेरेकु एक रिक्शा करके देव, पैसेकी फिक्र मत करो," अन् त्यानं जाकिटाच्या खिशात हात घालून चिल्लर वाजवीत म्हटलं, "दारू पिया, गौस लिया, फिरभी मेरे पास अब्बी दस-पंधरा तो बचे हैही!! वतैमें रिक्षा तो क्या ट्याक्क्षी भी..."

मागे तो तारेत बडबडत राहिला आणि मी रस्त्यानं जाणारी एखादी रिकामी रिक्षा आढळते का, हे न्याहाळत तिथंच उभा राहिलो- हेच मला आता एक काम परमेश्वरानं नेमून दिल्यागत!!

◆

सुरेखा

परमेश्वरानं गोऱ्या रंगाच्या माणसातही किती छटा निर्माण केल्या आहेत! गाजर मोडल्यासारखा लालभडक रंग, केवड्याच्या बनातून आल्यागत नि जणू केवड्याची पातच उघड्या अंगावर फिरवून जादू केल्यासारखा वाटणारा रंग, रसरशीत लिंबाच्या सालीगत वाटणारा हळदिवा रंग, फिक्कट गुलाबाच्या पाकळ्या अंगभर चिकटविल्यासारखा गुलाबी रंग...

तिचा रंगही असाच होता. फिक्कट गुलाबाच्या पाकळ्याच जणू विधात्यानं कुस्करून तिच्या अंगभर लावून टाकल्या होत्या! तिच्या अंगावरील शाळकरी पोरीसारख्या गडद निळ्या रंगाच्या परकर-पोलक्यामुळे तिचा हा गुलाबी गोरा रंग आणखीन उठून दिसत होता. पंधरा-सोळाचं वय. कुठंही न्यून निघणार नाही असा रेखीव चेहरा, लांबसडक नाक, टप्पोरे बोलके डोळे, डोकीवरील काळ्याभोर केससंभाराचा एकच शेपटा पाठीवर लोंबकळणारा, हसली, की मोगऱ्याचा सडा पडल्याचा भास व्हावा, असे शुभ्र दात, नि पाच फुटाच्या घरातील उंची.

प्रथम ती दळप घेऊन आली, तेव्हा दळपाचा आपल्या कमरेवरील डबा माझ्यासमोरील दळपं ठेवायच्या फळीवर ठेवीत ती म्हणाली,

"अहो मामा, एवढं दळण दळून देताय नं?"

सकाळी गिरण उघडल्यावर आलेली चार-सहा दळपं दळून झाल्यावर मी नुकताच पेपर उघडून बसलो होतो. तिचे शब्दोच्चार, बोलण्याचं टोनिंग ह्यावरून व तिनं वापरलेल्या 'दळण' या शब्दावरूनही चटकन मी ओळखलं, मुलगी या भागातील नव्हे! या भागात 'दळणा'ऐवजी 'दळप' हा शब्द वापरतात, अन् इतके शुद्ध नादमय मराठी तर कानांवरही पडणं कठीण!

मी काही बोलायच्या आत तीच परत म्हणाली,

"इथल्या इंजिनिअरसाहेबांचं दळण आहे हे! त्यांनी सांगितलं, येथून दळून आण म्हणून." अन् ती म्हणाली, "मी येथे नवीन आहे, मला येथील काहीच माहिती नाही पाहा!"

"कुठल्या गावची बाळ तू?"

"मी ना? फोंड्याची. गोवा फोंडा! इथले इंजिनिअरसाहेब आहेत ना ते, बांदेकर नावाचे; त्यांच्या इथं घरकामाला मी आलेय. त्यांची बायको फोंड्याची नं. त्यांनीच आपल्या माहेराहून मला इथे आणलंय!"

इंजिनिअरसाहेबांची बायको स्वभावानं खाष्ट असल्यानं, त्यांच्याकडं घरकामाला कुणी बाई टिकत नसे; त्यामुळे त्या आपल्या माहेराहून अशा मुली घरकामाला इथं आणत. घरातील तरण्याताठ्या मुलींना इतक्या दूरवर घरातील लोक पाठवून देतात, तेही अशा घरकामाला, त्यामुळे तिच्या घरच्या परिस्थितीची कल्पना येत होती.

"तुझ्या आधीही दोन वर्षांपूर्वी बाईंनी फोंड्याकडून एक मुलगी आणली होती, ती बरेच दिवस इथं होती!" मी म्हटलं.

"ती नंऽ, उर्मिला, माझी चुलत बहीण."

"ती पण साहेबांची दळपं घेऊन इथंच येत होती."

"तिचं लग्न झालं पाहा. गेल्या वर्षी! मुंबईला दिली तिला!!" आणि ती म्हणाली, "मामा, थोडं बारीक दळून द्या बरं का! स्वयंपाकही मीच करते. पहिल्या दिवशी आले होते, तेव्हा तिकडं दूर मी दळण घेऊन गेले होते; तिथं बरोबर दळून मिळालं नाही! आणि मला पण इथं जवळच गिरणी आहे हे माहीत नाही! आज साहेबांच्या ऑफिसमधला प्यून माझ्याबरोबर आला होता. त्यानं दूरूनच तुमची ही गिरणी दाखविली आणि निघून गेला."

आठवड्यातून तीनेक वेळा ती साहेबांचं दळप घेऊन येई. साहेबांच्या घरचा सारा बाजारहाट तिलाच करावा लागे. साहेब मूळचे सावंतवाडी जवळचे कोकणस्थ व बायको गोवानीज, त्यामुळं त्यांना नेहमीच जेवणास मासळी लागे. ती घेण्यासाठी ही धिटाईनं मासळी मार्केटात जाई. एकदा दळण घेऊन आल्यावर तिनं विचारलं,

"मामा, इथे ताजी, फडफडीत मासळी कुठे मिळतेय् हो?"

"मासळी, इथे फक्त मासळी मार्केटातच मिळते. बाहेर कुठे नाही!"

"तिथं मासळी चांगली नसते हो, बासी असते!"

"इथे कुठली ताजी मासळी मिळणार? इथे वेंगुर्ल्याहून यस्टीच्या टपावरून आठवड्यातून दोन वेळा बुधवार आणि शनिवारी अशी मासळी येते; तीही दुपारी तीन-चारला, फक्त दोन-तीन पेट्या! ती मासळी तिकडे केव्हा रापणीतून काढली जाते, कोण जाणे! गुरुवारी, बाजाराच्या दिवशी व रविवारीही तीच मासळी बर्फात ठेवून ठेवून विकली जाते. उरलेलीही नंतरच्या दिवशी अशीच विकली जाते!"

"आमच्या गोव्यात रोज ताजी मासळी मिळते! गावड्यांच्या बायका पणजीच्या मार्केटातून रोज घेऊन येतात, आणि हरतऱ्हेची मासळी मिळते! इथं पाहाल तेव्हा सुरमई शिवाय दुसरी मासळी मिळणार नाही, केव्हा तरी पापलेट दिसतो, इतकंच!

नदीचे मासेही कधीमधी दिसतात, पण कालवण खावं ते आमच्याकडील मासळीचंच!''

असेच दिवस जात होते, महिने उलटत होते आणि एके दिवशी साठीच्या घरातील एक वृद्धा दळण घेऊन आत आली व फळीवर कमरेवरचा व डोईवरील डबा ठेवीत म्हणाली,

''गिरणवाले मामा, त्या इंजनेर सायबांचे, त्या बांदेकरांचं दळप हाय हे, जरा बारीक दळून द्या म्हटल्यात!''

''त्यांच्यात घरकामाला ती पोरगी हुती न्हवं, गोव्याकडची...?''

''ती सुरेखा व्हय? ती आज्यारी पडलीया; म्हणून तर त्या सायबीनीनं मला हे काम लावलं, न्हाय तर धुणं बडवून माजी मी चाललो व्हतो! मी परटीन हाय हो, म्हैन्याला दोनशे रुपये देत्यात, खरं ह्योऽ इतकाबला धुण्याचा ढीग रोज पडतोय; त्यो सारा बडवूस्तोवर कमरंचा टाका ढिल्ला हुतोय. त्यात आनि हे दळपाचं काम! काय म्हंत्यात न्हवं ते सहज आलु भेटाय, तर तिनं लावलं वाटाय, त्यातली तऱ्हा! 'एवढं आणजा दळून आज्जे' म्हटल्यावर 'न्हाई' म्हणून भागतंय?''

''सुरेखाला काय झालंय आजारी पडाय?'' मी विचारलं.

''अहो, थंडतापानं आज्यारी पडलीया पोर! त्या घरात काम तर आसं, योक डोंगर हालीवल्याला बरा! एवढा दांडगा बंगला. त्यो सांज-सकाळ लोटून काढायचा. त्येच्या आधी साऱ्याची बुरसी हांथरुणबी हिनंच काढायची, खरकट्या भांड्याचा तर ह्योऽ आस्सा ढीग पडतोय, त्योबी सांज-सकाळ हिनंच काढायचा; एक भांडीवाली ठेवली आस्ती तर तेवढंच हिला सल्प जाईल का न्हाई? दित आसतील खच्चून शंभर रुपड्या म्हैन्याला; तेबी पैसे तिकडं गव्यात तिच्या बाला देत्यात म्हणं! सायबीनीच्या बाच्या तिकडं नारळी-पोपळीच्या बागा हैत; मनगंड पैसेवाली पार्टी हाय. त्या बागातनी हिचा बा कामाला हाय म्हणं. कडीनडीला मालकाकडनं पैसे काढून त्योबी मिंधा झाला आसंल. तवाच आपल्या द्याय घ्यायच्या पोरीला त्येनं एवढ्या लांब लावून दिलंय! घरची सारी आबदा आसली म्हंजे हे आसंच बगा! त्या पोरीचा जीव त्यो केवडा नि तिला किती काय लावावं. ह्येचा काय ईच्चार न्हाई बगा. अहो, सांज-सकाळ सगळ्यांचं जेवाण हिनंच करायचं, आनि बाजारहाट. दळपंफिळपंबी हिच्याच बोकांड्यावर! अहो, आली तवा कशी लिंबावानी रसरशीत व्हती पोर; आता बगा जावा, कशी चिपाड झालीया कामाच्या तरासानं!!''

ऐकून हळहळत मी म्हणालो,

''आज्जे, वेठबिगारी ह्येलाच म्हंत्यात बघ!!''

ह्यानंतर महिन्याभरानं सुरेखा दळप घेऊन आली. तिच्या तोंडावरली हसरी फुलं त्या आजारानंही खुडून नेली नव्हती! पूर्वीगतच निर्मळ, प्रसन्न हासत ती म्हणाली,

''मामा, किती दिवसांनी आज आले पाहा, तुमच्या गिरणीला!''

"तू आजारी पडल्याचं परटाच्या म्हातारीनं सांगितलं होतं मला!" अन् विचारलं, "आता तब्येत बरी आहे ना?"

"थोडंसं बरं वाटतेय, तोवर परत कामाला जुंपलं पाहा! अहो, काम करताना आताशा चक्कर येतेय. अंगात अजूनही अशक्तपणा आहे ना! विश्रांती घ्यावी म्हटलं तर मिळत नाही, इतकं दिवसभर काम असतं घरात! माझं नशीबच चांगलं नाही, म्हणून तर अशी लोकांची कामं करीत राहायची वेळ आलीय! चौथीतच माझी शाळा सुटली आणि सिरसीला पाहुण्यांच्यात मला घरच्यांनी कामाला ठेवली, तिथंही घरकामाचा इथल्यासारखाच रगाडा! तिथं पाच वर्षं काढली मी, आणि आता इथं... एकटी असले म्हणजे नशिबाला बोल लावून खूप रडते मी, पण काय करायचं? मी आता घरी एक पत्र लिहिणार, तेवढं मला लिहिता येतं. मला घेऊन जा म्हणून सांगणार. इथं असंच काम ओढत राहिलं तर वर्षभरही मी जगायची नाही!"

ह्यानंतर दोन आठवड्यांनी ती आली तेव्हा खूप आनंदात होती. म्हणाली,

"मामा, तुमच्याकडील माझं हे शेवटचं दळप! उद्या मला साहेब यस्टीतून पाठविणार आहेत, वडिलांचं पत्र आलंय, बेळगावहून जाणाऱ्या पणजी गाडीतून पाठवून द्या म्हणून!" नि ती म्हणाली, "कधी गोव्याला आलात तर या हं आमच्या घरी!" अन् तिनं फोंड्याजवळच असलेल्या आपल्या वाडीचा पत्ता सांगितला...

एका वर्षी दिवाळी अंकातील लिखाण आटोपल्यावर शीण घालवायला घरच्याच कारनं सहकुटुंब गोव्याला गेलो. मंदिरं पाहण्यासाठी शांतादुर्गा, मंगेशीच्या परिसरात आलो. प्रवेशद्वाराच्या कमानीतून आत जाता जाता वळेसर व फुलांच्या माळा विकणाऱ्या पोरींनी-बायकांनी आम्हाला गराडाच घातला, 'अहो, माळा घ्याना.. फुले घ्या नं!' अन् त्यातून एकच परिचित आवाज उमटला,

"अहो, मामा! तुम्ही! इकडे!!" हा इतका सुस्वर सुरेखाचाच होता! तीही कमानीत फुलांच्या माळा विकत उभी होती न् आता आग्रह करीत होती,

"तुम्ही सर्व आता माझ्या घरी आले पाहिजे हं! मी तशी जाऊ देणार नाही. आलंच पाहिजे."

◆

किरण

घरच्याच ॲम्बेसडर कारनं सून सौ. गीताच्या माहेरी, सांगलीला कुरुंदवाडमार्गे जात होतो. सारस्थ माझाच मुलगा करीत होता. नरसोबावाडी आली, तेव्हा त्याला म्हणालो, "गाडी जरा देवळाकडं घे; दत्ताचं दर्शन घेऊन पुढं जाऊ!" तर तो गाडीचा वेग मुळीच कमी न करता म्हणाला,

"येतेवेळी दत्ताला जाऊ!"

अन् परत येतेवेळी खूप रात्र झाल्यानं मधल्या खराब रस्त्यानं जाताना गाडीला काही झालं तर मदतही मिळणार नाही, यास्तव कोल्हापूरमार्गे टाररोडनं आलो. या गोष्टीला पाच वर्षांचा काळ लोटून गेला, तरी दत्त दर्शनाचा योग काही नशिबी आला नाही. पण या वर्षी श्रावण आल्यावर मनाशी निश्चयच केला, सुट्टीच्या एका रविवारी वाडीला जायचंच! आणि तसा एका रविवारी निघालोही. हेरवाड, तेरवाड जवळ येईल तसा कृष्णाकाठचा समृद्ध प्रदेश नजरेवर हिरवी भुलावण घालू लागला. हिरव्या जित्रापाची दौलत नजर ठरत नव्हती, अशी दूरवर पसरत गेली होती. ती डोळाभर पाहात पुढं जाता जाता अचानक तिची आठवण झाली... याच कृष्णाकाठच्या एका गावातील ती, लांबसडक नाक, डोळ्यात भरणारी पाच फुटाहून अधिक उंची सडपातळ बांधा, बोलके डोळे, गोरापान रंग आणि या देखण्या मुलीचा काहीही दोष नसताना तिचं आयुष्य उजाड व्हावं, या नियतीच्या खेळानं मीही सुन्न होऊन गेलो होतो!

किरण जाधव हा माझा तसा दूरचा नातलगच. साडेपाच फुटाच्या घरातील उंची, सुदृढ देहयष्टी, गव्हाळ वर्ण, कुरळे केस, राघूच्या चोचीगत नाक, असा किरण एका कंत्राटदाराच्याकडं नोकरीला होता, मुकादम म्हणून. तसा हा घरात आपल्या भावंडात लहान. एस. एस. सीला गचकल्यावर उनाडक्या करीत फिरत होता. थोरला भाऊ दूर एका जिल्ह्याच्या गावी प्राचार्य होता; आपल्या ओळखीनं एका साखर फॅक्टरीत चिकटून देतो म्हणत होता. पण हा म्हणाला, "मी नोकरी करणार नाही!" पुढं पुढं याचं उंडारणंही तापदायक होऊ लागलं, कारण हा आपल्याच गोतावळ्यातल्यांना टोप्या घालत फिरू लागला. आपल्याच चुलत्याला

हा एकदा म्हणाला, "काका तुमचा श्रीकांत एस. एस. सी.ला बसलाय. त्याचं पेपर चागलं गेलं न्हाईत न्हवं? विद्यापीठात माझ्या वळखी हैत, पेपर कुठं तपासायला गेल्यात तेबी मला म्हाईत हाय. पाचशे रुपये मला द्या, मी मार्क वाढवून आणतो!"

एकदा मी जिल्ह्याच्या गावाहून माझ्या गावी येण्यासाठी यस्टीत बसलो होतो, तर हा यस्टीत आला, जवळ येऊन म्हणाला, "महादेव, मीबी गावी येणार हाय. खिशात यस्टीसाठी पैसे नाहीत. तेवढं तू दे!" या बाळाची 'कीर्ती' मी ऐकूनच होतो; त्यामुळे चटकन सावध होत म्हणालो होतो,

"गावी येणार हैस तर चल. तुझं तिकीट मी काढतो." माझ्या या कोलदांड्यानंही न डगमगता तो म्हणाला होता,

"माझं थोडं काम हाय हितं. मी नंतरच्या गाडीनं येणार हाय!"

मी चक्रावूनच गेलो. स्टँडजवळच याच्या मामाची खानावळ आणि हॉटेलही होतं; तरीही हा इथं असा हात पसरत आलाय, म्हणजे मामालाही ह्यानं इंगा दाखवला असावा! त्याला मी स्पष्टच म्हटलं,

"हे बघ, मी तुला काय रोख पैसे देणार नाही. गावी येणार हैस तर चल. तुझं तिकीट मी काढतो!" ह्यावर तो गर्रकन वळला व पॅसेजमधून निघून गेला! म्हणजे हा स्टँडवर उभा राहून गावाकडं जाणाऱ्या ओळखीच्या लोकांकडून, नातेवाईकांकडून वरील कारणाची बतावणी करून पैसे उकळत राहिला होता तर!! त्याला तिघी विवाहित बहिणी होत्या. त्यांच्याकडं किंवा परगावी मोठमोठ्या नोकऱ्यांवर असलेल्या आपल्या भावांच्याकडं तो गेला, की तिथंही तो काही तरी गुण उधळत राही; परिणामी तिथूनही याची हकालपट्टी केली जाई. अशा या कामातून गेलेल्या इदरकल्याणी पोराचं काय करावं, त्याच्या आई-वडिलांना समजेना! धाकट्या लेकीचं लग्न झाल्यावर त्याच्या आईलाही आपल्या हाताखाली घरकामात मदत करायला कुणी उरलं नाही. तिच्या संधिवाताच्या विकारामुळं नेहमी सांधे दुखत, तशीच ती जिवाच्या करारानं काम ओढत राही, अन् दाल्ल्याला म्हणे, "धाकट्याचं लगीन तरी करा. हाताखाली सून येऊ दे!"

"देवाला सोडलेल्या रेड्यावानी ह्यो बेटा गावातनं उंडारत फिरत आस्तोय. हिथं पोरगी तर कोण द्यायला नको!"

"मग ह्या लडदूला कुठं तरी कामावर तर लावा!"

"त्याच खटपटीत हाय, एक वळखीचा कंत्राटदार हाय, तिथं शब्द टाकून बघतो...!"

कंत्राटदारांना नेहमीच माणसांची चणचण असतेच; त्यामुळं त्याच्या बापानं शब्द टाकल्यावर कंत्राटदार म्हणाला,

"उद्याठावनं लावून द्या पोरग्याला, येथून आठ मैलावरील स्पॉटवर, त्या भागातल्या खेड्यावर जाणाऱ्या रस्त्यावरील एका ओढ्यावर पूल बांधायचं कंत्राट मी घेतलंय.

तिथल्या मजुरावर, कामावर देखरेख करायला मुकादम म्हणून येऊ दे त्यो!''

आणि किरण मुकादमची नोकरी करू लागला... बापानं मग त्याच्यासाठी स्थळं पाहायला सुरुवात केली. कुणी जर विचारलं, ''मुलगा काय करतोय?'' तर 'काँन्ट्रक्टरच्या हाताखाली सुपरवायझर हाय.' म्हणून सांगता तरी येत होतं! अखेर, कुरुंदवाडपासल्या कृष्णेच्या काठावरील एका पोरीशी सोयरीक ठरली. यादी पे शादी पद्धतीनं अत्यंत साधेपणानं लग्न झालं! आई-बापानं श्वास सोडला. आपल्या ह्या इदरकल्याणी पोराला पोरगी कोण देणार? अखेर तडकीशीच बाशिंग बांधून लग्न लावायची वेळ येते की काय, अशी काळजी पडली होती; अखेर देवानंच पाहिलं म्हणायचं!

किरणची गाडी रूळाला लागली होती. त्याची बायको खेड्यातीलच असल्यानं घरकामाला ती धणमणत नव्हती! किरणही दांड्या न मारता रोजच्या रोज आपल्या मालकानं काम घेतलेल्या स्पॉटवर मुकादमी करायला नियमित जाऊ लागला होता... एकदा मला तो बाजारपेठेत असाच भेटला.

''कसं काय किरण, बरं हाय न्हवं?''

''हाय बरं हाय की!'' तो पडेल आवाजात म्हणाला, ''महादेव, मला हे असं नोकरी करणं आवडत नाही बघ! मी ही नोकरी सोडून देणार, आनि स्वत:च कंत्राट घ्यायला लागणार! त्यासाठी आपल्याजवळ सुरुवातीला पाच हजाराचं भांडवाल तरी पायजे!!'' आणि मग तो लाखालाखाच्या गोष्टी बोलत राहिला...

मी मनातल्या मनात म्हटलं, आता ह्याचं काही खरं नाही... यानंतर महिन्याभरातच त्याची आई वारली न् मग आठ महिन्यांच्या कालावधीनंतर वडीलही! दोघे होते तेव्हा बाहेरगावी नोकऱ्या करणारे त्याचे भाऊ, आपल्या आई-वडिलांना खर्चासाठी वा मदत म्हणून, प्रत्येक महिन्याला थोडे थोडे पैसे पाठवीत होते व माता-पित्याच्या ऋणातून उतराई होत असल्याचे समाधान उपभोगत होते; पण ते दोघेही वारल्यावर घराकडे येणारा हा पैशाचा ओघ बंद झाला. आई-वडिलांच्या मृत्यूनंतरची कार्यं आटोपल्यावर सर्वांनी इकडं पाठ फिरविली ती कायमचीच... आता तीन-चार सोप्याच्या त्या भल्या थोरल्या घरात तो व त्याची बायको, अशी दोघंच राहात होते. अशातच स्वत: कंत्राटदार होण्याच्या कल्पनेनं त्यानं मुकादमाची नोकरीही सोडून दिली. एकदा असाच भेटला तेव्हा म्हणाला,

''ती टिनपाट नोकरी सोडून दिली मी! आता मोठी-मोठी कंत्राटं घेणार, नि लाखानं पैसा ओढणार!''

''ते लाखाचं राहो, नोकरी सोडून आता घरखर्च कसा चालविणार!''

''बायको डिलिव्हरीला आपल्या माहेरी गेलीया आणि इकडं मला एकट्याला असं किती लागणार हाय?''

कंत्राट नि लाखांच्या गोष्टी हवेत विरल्या नि पोटाची भ्रांत पडू लागली, तेव्हा

घरातल्या एक-एक वस्तू नेऊन विकून तो चैनीत राहू लागला. आई-बापानं एकेक करून संसार उभा केलेला. हंडा, घागरी, बारडी, पराती, ताटं, तांबे, पाणी तापविण्याचा बंब... सारंच मोडीत जाऊ लागलं. त्याच्या थोरल्या भावाचा एक मित्र गल्लीतच होता. त्याचं पत्र गेल्यावर थोरला पळतच आला. धाकट्यानं घर रिकामं भगाट भाँ केल्याचं पाहून तो डोकंच धरून बसला. म्हणाला,

"हे बघ किरण, हे घर काही वडिलार्जित प्रॉपर्टी नव्हे, मी स्वत: पंधरा हजार मोजून घेतलंय, हे तुम्हा सर्वास्नीच माहीत हाय. तू आयुष्यात काय सुधारायची लक्षणं नाहीत, तुझा काय तो बाडबिस्तारा घे, नि आधी इथनं भाहीर पड; मी माझ्या घराला कुलूप घालणार हाय!!"

किरण काही त्रागा वगैरे न करता बाहेर पडला आणि आपल्या बहिणीच्या गावाची वाट चालू लागला. काही महिन्यांनी त्याच्या भावानं आताच्या बाजारभावाप्रमाणे दीड लाखाला ते घर विकले नि तो नोकरीच्या गावी निघून गेला.

किरणची इकडं प्रत्येक पाहुण्यांच्या गावी भ्रमंती चालू झाली. इथे चार-सहा दिवस, त्या गावी आठवडा असं चाललेलं. एका दिवाळीला तो आपल्या बायकोच्या गावी जाऊन आला. बायको बाळंत होऊन तिला मुलगी झाली होती नि बाप म्हणवून घेणारा हा इदरकल्याणी इतक्या दिवसांनी आला होता. तिथं चांगला आठवडाभर पाहुणचार झोडून निघताना हा म्हणाला,

"माझाच कुठं थारा नाही आणि बायकोला नेऊन काय करू?"

त्याची बायको त्याच्या थोरल्या भावाच्या गावी गेली. आता गब्बर झालेला थोरला बंगला बांधून होता. ही थोरल्या जाऊच्या हातापाया पडून रडली, 'मी तुमची खरकटी भांडी घासून राहातो, मला कुठं तरी इथं कोपऱ्यात आसरा द्या. घरात एक मोलकरीणच ठेवलीय असं समजा!' पण श्रीमंत घराण्यातील पैशाची मस्ती चढलेली, थोरली जराही द्रवली नाही; तिनं सरळ बाहेरचा रस्ता दाखवला नि यापुढं आमच्या उंबऱ्याला यायचं नाही म्हणून ताकीदही दिली.

कुठं कुठं फिरून, अन्नपाण्याच्या आबाळीमुळं अत्यंत रोडावलेला किरण एके दिवशी मला दिसला. प्लॉट खरेदी-विक्रीच्या व्यवहारात एजंटगिरी करून, मधल्या मध्ये कमिशन दोन्ही पार्ट्यांकडून उकळणारं महाबिलंदर लोकांचं एक टोळकं शहरात कार्यरत होतं. त्यांच्यामध्ये हा दिसू लागला. त्यांचा समानधर्मा शोभावा, असाच तोही त्यांच्याबरोबर फिरतो, त्यांच्याच घरी जेवतो, एकट्यापुरते पोट भरण्यासाठी लागणारी बुद्धी त्याच्याजवळ आहे. पण त्याच्या बायकोचं काय? कृष्णाकाठानं आज जाताना हे सारं आठवलं, नि मन सुन्न झालं! एखादीच्या फुललेल्या संसारावर असा वाळूसराही पडतो, आणि...

◆

सावी

पूर्वेस सुदूर कर्नाटकात पाहुण्यांचे गावी विवाह समारंभास चाललो होतो... नरसोबाच्यावाडीकडून आलेली कृष्णामाई, खाली जुगुळच्या दिशेनं वाहात गेली होती. समृद्ध कृष्णाकाठ, हिरव्याचार जित्रापानं प्रवासातला शीणभागोटा दूर करीत होता. माळमुरड्यावर वसलेल्या गावातच डांबल्यावानी माझं आजवरचं आयुष्य गेल्यानं, बारमाही वाहणाऱ्या कृष्णेसारख्या नदीकाठावरील निसर्गसंपन्न गावातून राहण्याचं भाग्य लाभलेल्या लोकांबद्दल, मला नेहमीच असूया वाटत आली आहे. जिथं पहाटेची कोंबड्याची बांग ऐकू येत नाही, जिथं निळ्याभोर आभाळावर तिरपी रेघ ओढत जाणारा बगळ्यांचा थवा पाहायला मिळत नाही, सूर्योदय व सूर्यास्त ह्यांची रंग उधळती वेडी भुलावण पाहाणंही कामाच्या व्यापामुळं जिथं शक्य होत नाही, म्हसरं-शेरडं ह्यांच्या संगतीत शेपूट हलवत सावलीगत पाठनं असणारं 'टाग्या'गत एखादं रानटी कुत्रंही जिथं आपली बालमित्रागत सोबत करीत नाही, अशा बकाल शहरात, टीव्हीसमोर फावला वेळ दवडून निष्क्रिय बनू लागलेल्या शहरवासीयांत वावरून मीही बकाल होऊन गेलो होतो. त्यामुळे हा हिरवाचार परिसर पाहताना, मार्वेलाचं कवळंलुस्स गवत उगवलेल्या गालीच्यावरून चालल्यागत मन सुखावून निवत होतं.

सांज करून विवाहाचा गोंधळ बराचसा कमी झाला, जेवून-खाऊन वऱ्हाडही निघून गेलं. जरा निवांतपण लाभलं, तसे पाहुणे म्हणाले,

"तुम्ही कुठं फिरकतबी न्हाई हिकडं?"

उगीच पाव्हण्यारावळ्यांची गावं फिरत राहणं माझ्या स्वभावातच नाही, म्हणून मी नेहमीचं कारण पुढं करतो, "कामधंद्याच्या व्यापातून सवडच होत नाही!"

"आज एक लग्नाच्या निमित्तानं आलासा, न्हाय तर तुमचं कुठलं दर्शन हिकडं!" नि उठत पाहुणे म्हणाले, "चला, जरा मळ्याकडं एक लकार्णी टाकून येऊ! इतकं जुनं पाव्हणं झालासा, आजून आमचा मळादळाबी तुम्ही बघीटला न्हाई! चला, मळ्यात गुऱ्हाळबी चालू हाय. रस, काकवी, गरम गूळ, काय पायजे ते घ्या

चला...''

''चला!'' म्हणत मीही उठलो.

कृष्णाकाठला समांतर अशी पाणंद गेलेली, तीच आम्हाला मळ्याकडं नेणार होती. नदीकाठी असलेल्या 'मळी'त वांगी, दोडकी, कारली असलं माळवं, तर पांदीच्या वरच्या आंगाला ऊस डोलत असलेला... पाहुणे आजूबाजूच्या रानशिवाराचा तपशील पुरवीत होते, पण सावीची आठवण येताच माझं त्यावरून लक्षच उडालं...

चांगलं सावित्री नाव तिचं. पण ते पाळण्यात ठेवल्यावर कुणी म्हटलं असेल, तेवढंच! सावी या सोप्याच नावानं ती परिचित होती. सावळ्या रंगाची, लांबसडक नाकाची सावी सातवीपर्यंत शिकली होती. घरची सारी आबदा. आई तंबाखूच्या वखारीत कामाला जाणारी, तर बाप गवंड्याच्या हाताखाली बांधकामावर. पदरी तिन्ही पोरीच म्हटल्यावर त्यांचे लाड तर नव्हतेच, उलट सावी जरा मोठी झाल्यावर आईनं तिला चार घरचं काम लावलेलं, धुणी-भांडी, दळपं दळून आणणं, बाजारहाट करणं, ही अशी कामं असत. बाहेरघरची अशी कामं करून सावी वेळच्या वेळी शाळेलाही जाई आणि तल्लख बुद्धीची असल्यामुळे पासही होई, प्रत्येक वर्षी. तरीही सातवी झाल्यावर तिची शाळा सोडविली गेली. तिचा बा दारूडा होता. तर आई बाहेरख्याली स्वभावाची. त्या बयेला मी एकदा विचारलंही,

''शिकवायची होतीस सावीला म्होरं, तिची शाळा का बंद केलीस?''

''लै शिकवून काय तिला मामलेदारीन करायची हाय. का कुठं मास्तरीन! काय करायचं लै शिकून बाईच्या जातीनं, शेवटी नशिबाला चूल-मूल का चुकलंय? बघायचं आनि हिकडं-तिकडं दोनेक वर्ष. आनि चांगली जागा आल्यावर तिला उजवून टाकायची, तीन-तीन पोरी नशिबाला, घरात ठेवून त्येनला शिकवत काय लोणचं घालून ठेवायचं हाय?''

आई असली, तरी सावीचं वागणं मात्र धुतल्या तांदळागत! कधी कुणा पोराकडं वाकड्या नजरेनं बघणं नाही, की फिदीफिदी हसणं नाही, जिथं नि ज्या ज्या घरात कामाला होती. तिथं वागणंही चोख! अशा घरकाम करणाऱ्या बहुतेक मुली चोरट्या असतात. पण सावी अत्यंत प्रामाणिक. आजवर कुणीही कसलीही तिच्यावर अदावत घेतली नाही, बाजारहाट करायला कुणी पैसे दिलेत, नि त्यात काही काळाबाजार करून तिनं कनवटीला चार पैसे लावलेत, असंही कधी घडलेलं नव्हतं. त्यामुळं ती जेथे जेथे कामाला होती, तेथील लोक तिच्यावर निर्धास्तपणे घर सोपवून सिनेमाला वा जवळच्या गावच्या एखाद्या तीर्थक्षेत्राला जाऊन येत. सावी पंधरा-सोळाची होती. पण बापासारखी उंच वाढलेली व डब्बल हाडापेराची आणि निरोगी होती. त्यामुळे विशीच्या घरातील वाटे. अर्थात, तिला स्थळंही येऊ लागली आणि याच गावात तिचं लग्न झालं आणि लग्नानंतर वर्षभरातच ह्याच गावच्या

नदीकाठच्या मसणवटात तिची अखेरही झाली. जीवनाबद्दल रसरशीत आसक्ती असलेली, उत्साहानं सळसळणारी, हसतमुख, आनंदी सावी सोळा वर्षांच्या आत अशी संपून जावी? समजणारे सारेच खूप हळहळले!

पाहुणे भोवतालच्या परिसराविषयी बोलत होते, नि सावीच्या विचारानं ग्रासून मी मध्येच विचारलं,

''आमच्या गावची पोरगी इथं कुणाच्या तरी घरी दिली होती. सावित्री नाव तिचं. सोळा वर्षंही झाली नव्हती तिला. अत्यंत निरोगी अशी ती आणि वर्षभरातच इथं वारली!''

ह्यावर पाहुणे गंभीर झाले अन् मला माहिती पुरवण्याचा त्यांचा मूडच निघून गेला. वैतागभरल्या आवाजात म्हणाले,

''पाव्हणं, पैलंसारखी आता खेडी ऱ्हायली न्हाईत आनि खेड्यावरली लोकंबी तशी निर्मळ ऱ्हायली न्हाईत! तुम्हा श्यारगावातल्या लोकास्नी कवा तरी सटीसाऽमासी असं काय तरी निमत्तानं नदीकिनारी यायला फुरसत गावती. दोन्ही काठावरची ही हिरवी दौलत बघून 'हाऽहाऽ' करीत ऱ्हातासा, पन या हिरव्या दौलतीखालती लांबडी सरपटत असत्यात, नि असंच एक लांबडं सापटुळ त्या पोरीला डसलं, तेबी कुठलं परकं न्हवं, तर घरातलंच, मग कशाला जगंल बिचारी पोर?''

''म्हंजे?'' पाव्हण्यांची कोड्याची भाषा मी नाही समजलो.

''अहो, घरातला सासराच रोज जर हांथरुणात शिराय लागल्यावर कोण पोर झाली तरी किती दिवस ते सहन करणार?''

''आणि तिचा दाल्ला?''

''त्यो कुठं हिथं आस्तोय? तिकडं रायबागकडं एका मळ्यात वर्सवनची बोली करून गडी कामाला! अहो, अर्धवट हाय, श्याना असता तर तशी तरुण बायको हिकडं ठेवून जाता? नि हल्ली लोकंबी काय ईच्यारपाचार, लै चौकशी करीत न्हाईत हो! लै मुली असल्या, की लगीन ठरलं, उरावलं वज्जं हालकं झालं, म्हणून सुस्कारा सोडत्यात!''

''तरीच...!'' मी म्हणालो.

पोरीची आईही परवा मला म्हणाली, ''आम्हास्नी हिकडं कळविलं, पन तिथवर पहोचूपतोर मढं ठेवलंसुद्धा न्हाईत! त्येंची रानात ऱ्हावटी. तरीबी जमल्यालं शेजारचं शेतकरी म्हणत व्हतं, की पोरीच्या तोंडाला फेस आला व्हता! म्हणून कधी आजारी न्हाई, फिजारी न्हाई, माजी ल्येक अशी कशी मरंल?''

ह्यावर मी तिला म्हणालो, ''नजीकच्या तालुक्याच्या पोलिस स्टेशनला एक साधं कार्ड लिहून टाक नुस्तं. मग बघ कशी त्येंची फाटती त्ये!''

यावर ती म्हणाली, ''आता लिवून काय आमची मेल्याली पोर परत येणार हाय

हो. उलट पोलिसांचा वणवा आनि पाठसी लागायचा!''

पाहुण्यांना मी म्हटलं, ''गरिबाचं हे असंच बगा.. असं आपलं कुणी अर्ध्या आयुष्यातून उठलं, तरी पोलिसांत वगैरे कळवून पुढं काय तो सोक्षमोक्ष लावून गुन्हेगाराला शासन वगैरे...''

''त्येचं असं हाय पाव्हणं...'' माझ्याहून चार पावसाळे जास्त पचविलेले पाहुणे म्हणाले, ''हल्ली न्यायसुद्धा विकत घ्यायला लागतोय! आज राबावं, तवा उद्या चूल पेटणार. अशी अवस्था ज्येंची असती त्यास्नी कोर्ट, कचेरी नि खटल्याच्या तारखांसाठी तालुक्या-जिल्ह्याच्या गावचं हेलपाटं, हे झेपत न्हाई! खूप शहाणी माणसं असतात ती! यासाठी पैसा कुठनं आणायचा? आपलं नशीब म्हणत मग कढ गिळत ऱ्हात्यात! गरिबी ही लै वंगाळ बगा, पाव्हणं!!

पाहुणे बोलत होते व माझ्या नजरेसमोरून सावी काही केल्या हलत नव्हती...

◆

इक धुंदमें जाना है...

आपला कुठं जन्म होईल आणि आपणास कुठं मृत्यू येईल, हे तसं काही आपल्या हाती नसलं, तरी जन्म-मृत्यू या दोन बिंदूंमधील आयुष्य हे आपलं असतं. बालपणीची काही वर्षं त्यातून वजा केल्यावर जे काही आपलं म्हणून व आपणासाठी म्हणून उरतं, तेच खरं आपलं आयुष्य. अन् ते घडविणं वा बिघडविणं हे आपल्याच बऱ्या-वाईट वागण्यावर अवलंबून असतं!

पण प्रकाश मगदूमसारखी माणसं भेटल्यावर यांना काय म्हणावं तेच कळेनासं होतं! जी स्वत: बिघडलेली माणसं आपल्या वागण्याचं एक सोईस्कर तत्त्वज्ञान बनवून टाकतात, आणि हे तत्त्वज्ञान सांगत समोरच्याचा कचरा करून टाकण्यात त्यांना एक प्रकारचे विकृत सुखही वाटत असतं.

प्रकाशला वाचण्याचा नाद आहे, त्यामुळं तो मला ओळखतो. इतकंच नव्हे, तर माझं बरेचसं लेखन त्यानं वाचलेलं आहे. कधी असा अचानकच येतो आणि बोलून डोकं उठवत राहातो. त्यात त्याच्या पोटात थोडी पडलेली असली की झालं!

पिणाऱ्या लोकांचे तीन प्रकार असतात- एक म्हणजे, भांडण वा मारामाऱ्या करणारे, प्याल्यावर कुणाशी तरी कुरापत काढून भांडण-मारामारी केल्याशिवाय या लोकांना चैन पडत नाही. या लोकांत आणखी दोन उपप्रकार आहेत. त्यातील एक म्हणजे, प्याल्यावर गावात, गल्लीत कुणाशी तरी भांडण उकरून काढून मारामारी करणारे, वा मार खाऊन, अंगावरील कपडे फाडून घेऊन येणारे आणि दुसरा म्हणजे आपल्याच घरातील भावांशी, वडिलांशी भांडण, शिव्या देत वा बायकोशी तंडवाद काढला, की तिला हाणामार करणारे! पहिल्या प्रकारातील हे दोन उपप्रकार झाल्यावर आता दुसरा प्रकार म्हणजे, पिऊन आल्यावर घुम्यागत घरातच एके ठिकाणी बसणारे वा बसल्या जागीच लवंडणारे! अर्थात, हा कमी उपद्रवी लोकांचा प्रकार. आणि तिसरा प्रकार म्हणजे माझ्यासारख्याला वेठीस धरून आपला घरचा, घराण्याचा सारा इतिहास-भूगोल सांगून पिळत राहणाऱ्यांचा! अशा वेळी त्यांना काल-परवाचं ऱ्हावू द्या, अगदी लहानपणाचंही अगदी लख्ख आठवू लागतं आणि

ते सारं समोरच्याला वेठीस धरून ऐकवत राहण्यात त्यांना एक वेगळंच सुख वाटत असतं!

प्रकाश या तिसऱ्या प्रकारातील आहे! सहा फुटाच्या आसपासची उंची, गव्हाळ वर्ण, 'गॉन वुईथ द वुईंड' मधील नायक क्लार्क गेबलसारखं स्त्रियांना भुरळ घालणारं पुरुषी, मर्दानी रुपडं, ओठांवर तलवार कट मिशी, डोकीवर ऐटबाज भांग पाहून कंगवा फिरवीत कपाळावर सैलावून सोडलेली जुल्फं, टेरिकॉट पॅण्टमध्ये व्यवस्थित इन केलेला लांब हातोप्याचा शर्ट, पायात पायमोजे, बूट वगैरे सारं कसं टापटिपीचं, माझ्यासारख्या स्वत:च्या पोषाखाकडं विशेष ध्यान न देता (प्रचलित खास शब्द वापरून सांगायचं तर-गबाळ्यासारखं) राहणाऱ्या माणसाला तर हे विशेषच जाणविलेलं!

मी माझ्या व्यवसायाच्या ठिकाणी असलेल्या बाकड्यावरच धंद्यातून सवड मिळेल त्याप्रमाणे लिहीत बसलेला असतो, आणि हा एखाद्या धूमकेतूगत केव्हाही उगवतो. हाती गोल्डफ्लेकसारखी भारी सिगारेट, अन् तिचे कश मारीत याची एन्ट्री होते! हे कशदेखील तो अशा एकाग्रतेनं मारतो, की वाटावं, जगात यापरिते सुख इतर कशातही नसावे! घरी प्रचंड श्रीमंती, बापाचा जोरात चाललेला व्यापार उदीम आणि चौघे भाऊ आणि दोघी बहिणीत हे शेंडेफळ असल्यानं लहानपणापासूनच लाडावलेलं आणि खिशात हवा तेव्हा, नको तेवढा पैसे लहानपणापासूनच पडत गेल्यानं सर्वगुण (व अवगुणही) संपन्न असे! शिक्षणापेक्षा इतरच जास्त नाद याला, त्यातीलच एक वाचनाचा! त्यामुळंच माझ्याकडं येणं-जाणं!

"काय लेखक, काय चाललंय्?" आत एन्ट्री केल्या केल्या याचा प्रश्न.

अर्थात, माझं काय चाललंय, हे तर त्याला दिसतच होतं म्हणा. पण नेहमीच्या आपल्या बोलण्यातील असे बरेच प्रश्न अर्थहीन असतात. त्यातीलच हा एक! असं अनाहूत कुणी भेटायला म्हणून आलं, की माझ्या धंद्यातून मोठ्या मुश्किलीनं मिळालेल्या वेळातील अर्धा-पाऊण तास तरी व्यर्थ जातोच; शिवाय काही लिहायला घेतलेलं आणि नुकताच कुठं मूडही लागलेला, हे सारंच कोकलतं! इतर लेखकांगत बंगल्यात वा ब्लॉकमध्ये बसून लिहिणं तर माझ्या नशिबात नसल्यानं, मला तिथंच बसून लिहावं लागतं. माझ्या व्यवसायाचं ठिकाण म्हणजे एक धर्मशाळाच आहे! कुणीही केव्हाही यावं आणि आपली वटवट मला ऐकवून पिळून काढावं आणि मूड खराब करून जावं!

आत आल्यावर तो माझ्या जवळच्या बाकड्यावरील जागेवर बसला अन् म्हणाला,

"ओऽह! लेखन चाललंय होय! सॉरी हंऽ, डिस्टर्ब केल्याबद्दल!" आणि खिशातून सिगारेटचं पाकीट काढून त्यातून एक सिगारेट मला ऑफर करीत

म्हणाला, “घ्या!”

“मी धूम्रपान करीत नाही!” मी खरं ते सांगितलं.

“धूम्रपान नाही. मदिरापान नाही. बाहेर कुठं मदिराक्षीच्याही नादी लागलेलं तुम्ही कधी दिसला नाहीत! अहो, जगता तरी कसे तुम्ही? अहो, हा माणसाचा जन्म लाभलेला आहे, तर सगळे नाद करून पुरेपूर आयुष्य भोगून मरावं! जन्माला येणं, शिक्षण जमलं तर घेणं, न घेणं, नोकरी वा व्यवसाय करणं, लग्न करून प्रपंचात गुरफटणं आणि आपल्या पोराबाळांच्या खस्ता काढता काढता एक दिवस मरून जाणं. असं सरळ मार्गी जगणं, म्हणजे का आयुष्य? अहो जरा बाई-बाटलीची नशा करावी... दोन्हीची रंगत वेगळी, चव वेगळी, नशा वेगळी; कधी जुगार खेळलाय तुम्ही? त्याचा कैफ तर या दोहोंहून न्यारा! कधी तुम्हावर कुणी विश्वास टाकलाय आणि त्याचा तुम्ही विश्वासघात केलाय? अशा प्रतारणेतही एक प्रकारचं सुख असतं. सुखाच्याही अशा किती नानापरी असतात लेखक! रसरशीत बाई भोगण्याचं सुख, साऱ्या जगाचा विसर पाडायला लावणाऱ्या बाटलीतील मदिरेचा एक-एक घोट घेत किक मिळाल्यावर येणारं सुख; एखादं गरीब, अस्ताप माणूस आर्थिक विवंचनेनं वा अन्य कारणानं आपल्या तावडीत गावल्यावर त्याला ब्लॅकमेल करून छळताना मिळणारं सुख, एखाद्या आवडत्या व्यक्तीला लाथाबुक्क्यांनी तुडवताना मिळणारं सुख... अशा सुखाच्या अनेक परी, लेखक! आयुष्य केवळ दुःखानं कुढत जगण्यासाठी आहे का? कुणी-कुणी हे आयुष्य म्हणजे केवळ पैसाच मिळविण्यासाठी या भूतलावर परमेश्वरानं आपणाला पाठविलंय, अशा प्रकारे पैशाच्या पाठी लागून आयुष्यातील किती तरी सुखांना पारखे होतात? आपल्या गावातील गरिबांचं एक राहो, टीचभर पोटाची खळगी भरण्यासाठी झगडण्यातच त्यांचं आयुष्य संपून जातं. पण जे इथं लाखोपती आहेत, त्यांनी जगप्रवास करायचा राहू द्या; आपल्या देशात तरी कितीजण फिरले आहेत? आपला देश किती लोकांनी पाहिला आहे? पैशाच्या राशीवर बसून पैसा, आणखीन पैसा मिळवतच हे लोक मरून जातात!”

“अशा लोकांना खूप पैसा मिळविण्यातच सुख वाटत असेल, तर त्याला तुम्ही तरी काय करणार आणि मी तरी?”

“हां, तेही बरोबर आहे म्हणा!” तो नव्हे तर त्याच्या पोटात पडलेली ‘बाई’ बोलत होती. “मी तर बघा सगळे नाद केलेत! माझा बाप, भाऊ नुसताच पैसा मिळवीत, धंदा वाढतीत बसलेत! मला म्हणतात, वाया गेलेला, कामातून गेलेला! लेको, खरं कामातून गेला आहात तुम्ही; मी नव्हे! त्यांच्या मते, मी रांकेला, म्हणजे सरळ मार्गाला लागावं म्हणून त्यांनी माझं लग्नही केलं! माझी बायको ही सासऱ्याची एकटीच संतान; तेव्हा तिकडे तो लेकाचा जे काही मिळवीत असेल, तेही शेवटी मलाच मिळणार म्हणा! लेको, साठवा पैसा. तो खर्च करण्याचे अनेक मार्ग मी

शोधून काढलेत!''

असा बराच वेळ तो बडबडत बसला; त्याला अडवूनही काही उपयोग झाला नसता! मनात साठलेल्या सर्व विचारांचा निचरा माझ्यापुढं झाल्यावर मग तो उठला; एव्हाना त्यानं दोन सिग्रेटी ओढून संपविल्या होत्या, नि आता तिसरी शिलगावीत तो वरचेवर माझी क्षमा मागत राहिला.

''सॉरी हंऽ, माफ करा हं, मी तुमचा वेळ घेतला, तुमच्या लेखनात व्यत्यय आणला! सॉरी हंऽ, एक्स्ट्रीमली सॉरी!!'' आणि प्रयत्नानं आपला तोल सावरीत, लडखडत तो निघून गेला...

यानंतर बरेच दिवस तो कुठं दिसला नाही आणि मीही त्याची चौकशी केली नाही, पण जवळच्याच जिल्ह्याच्या गावातील मराठी साहित्य परिषदेच्या शाखेनं माझा कथाकथनाचा कार्यक्रम ठेवला होता. कार्यक्रम रात्री नऊनंतर संपल्यावर आम्ही नजीकच्याच एका नामांकित खानावळीत जेवायला गेलो. संयोजकांपैकी दोघे माझ्यासोबत होते. त्यांनी मटणाच्या ताटाच्या ऑर्डरी दिल्या, नि ताटं यावयाची प्रतीक्षा करीत आम्ही रंगलेल्या कार्यक्रमाबद्दल बोलत बसलो होतो. तोवर परिचित आवाज कानांवर आला,

''लेखक! अरे व्वाऽ, तुम्ही इकडे कसे?'' पाहिलं, तर प्रकाश मगदूम!

''मी इकडे कथाकथनाच्या कार्यक्रमाला आलो होतो, आणि तुम्ही इकडे कसे?''

''अहो, सासऱ्याचं तिकीट आलं, नि तो 'वर' जाताच त्यांच्या धंद्यासह त्याचं सारं डबुलं मला मिळालं, ते आता पातळ करीत बसलो आहे!''

तोवर खानावळीबाहेर एक रिक्षा येऊन थांबली, तीतून खानावळीतीलच पोऱ्या खाली उतरला. प्रकाशच्या टेबलाजवळ जात म्हणाला,

''साहेब, आणली पाहा रिक्षा!!''

तसा प्रकाश उठून माझ्याजवळ येत न् 'घेतलेल्या' माणसागत सभ्यपणे हात जोडीत म्हणाला,

''अच्छा, मी निघतो. फार लोड झालीय मला. परत आपण भेटूच!'' आणि तोल सावरण्याचा प्रयत्न करीत अख्ख्या आयुष्याचा तोल हरवून बसलेला तो रिक्षाच्या दिशेनं निघून गेला.

जेवणासाठी माझ्याबरोबर कंपनी द्यायला आलेल्या दोघांपैकी साहित्य परिषदेच्या शाखेचा सेक्रेटरी असलेला कवी होता. तो म्हणाला,

''मोरेसाहेब, हा प्रकाश उत्तम चित्रकारही आहे पाहा! मी कवी आहे हे समजल्यावर एकदा त्यानं ओढून मला आपल्या घरी नेलं, नि आपली लॅण्डस्केचीस आणि वॉटर कलरमधील चित्रं दाखविली. काय उत्तमोत्तम चित्रं काढलीत हो त्यानं!

इथल्या नदी घाटाचं चित्र तर अप्रतिम! शेवटी, एका तरुणीचं पोर्ट्रेट त्यानं दाखवत म्हटलं, 'हे माझ्याच बिलव्हडचं, मीच काढलेलं चित्र!' न् मग तो एक उसासा टाकून मला म्हणाला, 'कविवर्य, प्रेमबिम सारं झूट! अखेर व्यवहार हाच खरा आणि मग व्यवहार म्हटला म्हणजे तिथं तडजोडी आल्या! असं तडजोडी करीत जगणं म्हणजे काय जगणं झालं!' असा खोलवर कुठेतरी विद्ध झाला होता तो!''

बरोबर आहे आणि त्यामुळेच आयुष्यातील तोल हरवून बसला होता तो! सर्व प्रकारचे बरे-वाईट नाद त्याला होते. पण पैसा मिळवायचा नाद मात्र त्याला शेवटपर्यंत लागला नाही! पण हा पैसा खर्च करण्याचा नाद मात्र त्याला होता. तो रोज शे-दोनशे रुपये सहज दारू वगैरेवर उडवी! अशी पैशाच्या राशीवर लोळणारी माणसंही सुखी नसतात आणि रोज पंचवीस-तीस रुपयांच्या रोजगारावर जगणारी माणसंही सुखी नसतात, अखेर माणसाचं आयुष्य म्हणजे मृगजळापाठी तहानलेलं हरीण धावत सुटतं तसं नुसतं धावणं, सुखापाठी धावणं, एवढं नि इतकंच...

तो वारल्याचं परवा-परवा मला समजलं. असं राजबिंडं रूप त्यानं दारूच्या पेल्यात नासून टाकावं, अन् अकाली असं संपून जावं...? नियतीच्या या भयावह खेळानं मी दिक होऊन गेलो! नकळत त्याच्या धर्मपत्नीचा विचार माझ्या मनात आला. आपली पोर सुखाला लागावी यासाठी ढीगभर खर्च करून अत्यंत श्रीमंत घराण्यात दिली असेल, निदान तिला तरी खरं सुख लाभलं असेल का?.. आपल्या नवऱ्याची वाट पाहात अनेक रात्री तिनं जागून काढल्या असतील नि मध्यरात्री दारूनं धुत्त झालेला, लडबडत, अडखळत आलेला नवरा, त्याला नीटपणे पलंगावर झोपवताना नशिबाला बोल लावीत हजार मरणं आधीच तिनं भोगली असतील! भरल्या संसारातून तिला असं अर्ध्यावरून नियतीनं का उठवावं? तेही तिचा काहीही अपराध नसताना? आयुष्यात कितीही गुणाकार-भागाकार करा, बेरीज-वजाबाक्या करा, अखेर शेवटी काय येते?.. 'साहीर' म्हणतो तेच खरे -

इन्सान के हर सेहका, इतनाही फँसाना है
इक धुँदसे आना है, इक धुँद में जाना है!

◆

अनाहूत

रात्रीची साडेआठची वेळ होत आली होती. धंदा, व्यवसायाच्या धबडग्यात दिवसभर मी दमून गेलो होतो. गेले तीन महिने सौ. सांधेवाईच्या आजारपणामुळं अंथरुणावर खिळून असल्यानं घरी जाऊन स्वयंपाक वगैरे मलाच करावा लागणार होता. प्रसंग पडल्यावर त्याला खंबीरपणे तोंड देण्यासाठी माणूस सारं शिकतो, तसं माझंही झालं होतं. थोरल्या मुलग्याचं लग्न झालं होतं, पण गावातच तो विभक्त राहात होता. सासू आजारी पडल्याचं समजल्यावर सून स्वयंपाक करायला येत होती, पण ती एवढं काही करायची, की ते दोन दिवस संपू नये. तिनं दुपारी केलेलंच रात्री आम्ही खायचो आणि उरलेलं आंबोण दुसरे दिवशी गटारीत ओतून टाकायचो.

एके दिवशी आम्हाला पुरेसं होईल इतकं अन्न ठेवून घेऊन, बाकीच्याची नासाडी कशाला करायची, अशा विचारानं ते डब्यात भरून 'उद्या हे नासाडी होण्यापेक्षा तुम्ही तरी खा!' म्हणून तिला देऊन आलो, तर याचा उलटाच अर्थ करून घेऊन ती रागानं यायची बंद झाली! आमच्याजवळ मिळून मिसळून होती, तेव्हा तिची आई सांगलीहून भेटायला आली होती, तेव्हा तिला मी कौतुकाच्या आवाजात सांगत होतो,

"आमची सूनबाई आता इथं आल्यापासून सर्व स्वयंपाक वगैरे शिकलीय, फक्त अजून तिला नीटपणे भाकरी करता येत नाहीत!" तर हे ऐकून सून आपल्या नवऱ्याला सांगत गेली,

"माझ्या चहाड्या आईजवळ सांगताहेत!!"

प्रत्येक घटनेचा असा उलटा अर्थ काढणाऱ्या सुनेची अल्पमती पाहून माझीही मती कुंठित झाली! दुसऱ्या इंजिनीअर असलेल्या मुलाचं लग्न करावं म्हणून गेले दीड वर्षं प्रयत्न करीत आहे, पण त्याला अनुरूप वधू मिळेना! नारळ आणि मुलगी स्वीकारायची, बाकी कशाचीही अपेक्षा नाही, असा आमचा घराण्याचा रिवाज असूनही कुठं सुस्वरूप वधू आढळेना. म्हणजे बहुजन समाजात अशा मुलींची कमतरताच असावी, असं वाटू लागलं. कुठं जरा जमून येतंय्, तोवर कुंडली जमत

नाही, हे फॅड निघतं! आम्ही कुठं कुंडली पाहून लग्न करून घेतलं? मुस्लिम समाजात कुठं कुंडली पाहतात? पण काळाच्या मागे वीसेक वर्षं अजून बहुजन समाज असल्यानं अजून तो कुंडली, ९६ कुळी वगैरेतच अडकून पडला आहे.

सारांश काय, तर आयुष्याच्या अत्यंत कठीण कालखंडातून मी जात होतो. दिवसभर राबूनही विश्रांती नव्हती. घरी जाऊन आणखी राबावं, तेव्हा पोटात अन्न-प्रसाद पडणार होता. सौ. आजारी पडून माझा सारा प्रपंचच विस्कटून गेला होता. दिवसभर धंदा करून दिवे लावले तेवढे रग्गड झाले. आता धंद्याच्या शेडचं दार बंद करून घरी सुटावं, असा विचार करतो आहे, तो तिशीच्या घरातील एक सावळ्या रंगाचा, ओठांवर जाडसर मिशी राखलेला, खालच्या पँटमध्ये लांब हातोप्याचा शर्ट इन केलेला, नि हाती मोठाली प्रवासी बॅग असलेला तरुण आत आला अन् उत्साही स्वरात त्यानं मला प्रश्न केला.

''ओळखता का मला?''

त्याची मला अजिबात ओळख पटली नाही! मी काही तरी मनाशी ठरवून असतो, अन् असे अनाहूतपणे येणारे लोक माझ्याशी बोलत बसून मला पिळत राहातात नि मनातलं माझं पूर्वनियोजित वेळापत्रकच विस्कटून टाकतात! वाटतं, हा एखादा माझ्या साहित्याचा वाचकच असावा! आता काय, तासभर तरी येथून माझी सुटका नाही! येणाऱ्यांना किती बोलू, किती नको, असं होतं आणि त्यांना 'आता पुरे, जा!' म्हणून हाकूनही लावता येत नाही! आता या अभ्यागताच्या तडाख्यातून कशी सुटका करून घ्यावी?

''नाही!'' मी कोरड्या स्वरात म्हणालो.

तरी त्याचा उत्साह कमी झाला नाही.

''मी शंकरराव सावंतांचा मुलगा-थोरला! सुधाकर सावंत!'' तो सुहास्य मुद्रेनं प्रसन्न स्वरात म्हणाला, ''काही वर्षांपूर्वी मी भेटूनही गेलोय तुम्हाला!''

आता आठवलं. जिल्ह्याच्या गावचे माझे प्रकाशक मित्र सावंतांचा हा मुलगा. त्यांचं निर्वाण होऊन दोन वर्षं होत आली होती. पण ते जिवंत होते, त्यावेळी एकदा हा ओझरतं भेटून गेला होता. त्यावेळी त्यानं सांगितलं होतं, ''आमचं आपापसात न पटल्यानं आम्ही तिघे भाऊ विभक्त झालोत! वडिलांना आणि आईलाही विभक्त ठेवलंय. बँकेत फिक्स डिपॉझिट म्हणून दोन लाख ठेवलेत आणि त्यातून येणाऱ्या व्याजातून दोघांच्या उदरनिर्वाहाची सोय केलीय!''

हे ऐकून तेव्हा मनोमन खूप वाईट वाटलं होतं. वृद्धापकाळात शंकरराव सावंतांवर ही काय वेळ आली होती! मुलांत, नातवंडात रमून म्हातारपणाचा काळ आनंदात सुसह्य करीत व्यतीत करण्याऐवजी, त्यांच्या नशिबी हे काय वाढून ठेवले होतं! वरचा खेळियाही माणसाच्या आयुष्याशी किती विचित्र आणि क्रूरही खेळ

खेळत असतो! त्यातही एखाद्या वृद्ध दांपत्याच्या जीवनात असं घडणं म्हणजे दैवदुर्विलासच!!

"का आला होतात?" मी एकदम मुद्यालाच हात घालीत त्याला प्रश्न केला. हेतू हा, की नमनाला घडाभर तेल न जाळता, येण्याचं कारण त्यानं सांगावं आणि चटकन् मला मोकळं करावं! येथून घरी जाऊन मला स्वयंपाकाची स्वयंसेवा आवरून जेवायला दहा होऊन गेले असते!

"आजरा, चंदगड, बेळगाव भागात आज गेलो होतो. बेळगावला माझी बहीण असते, तिथं जेवलो. नाहीतर मी दौऱ्यावर असलो, की बाहेर जेवत नाही, चहापाण्यावरच दिवस काढतो."

"आता आपण काय करता? वडिलांच्याप्रमाणे पुस्तक प्रकाशन व्यवसाय करता की...?"

"होय, पुस्तक प्रकाशनच करतो..."

"मध्ये एक-दोन वर्षं तुमचं दुकान बंद होतं, नाही!"

"ते माझं नव्हे, माझ्या भावाचं. माझ्या दोघा लहान भावांनी वडिलांचं ऑफिस वाटून घेतलंय आणि मी रोख रक्कम घेऊन बाहेर 'निरजा प्रकाशन' म्हणून नवीन प्रकाशन संस्था काढलीय. त्या दोघांच्या मतभेदामुळे वर्षभर तिथं सारा कारभार ठप्प झाला होता. गेल्या वर्षापासून 'पुनःश्च हरी ओम' सुरू केला आहे त्यांनी. माझा पण इकडे आता चांगला जम बसत चालला आहे. नवीन पुस्तकंही बरीच काढलीयत! कुठं बँकेचं वा पतसंस्थेचं लोन न काढता, आहे त्या भांडवलावर मी सुरुवातीला धंदा चालू केला. आता थोडा धंदाही वाढला, नि आत्मविश्वासपण वाढला. लोन काढलं तर ते निश्चित फेडू, त्याचा कॉन्फिडन्स आला आणि मग परवा-परवा साठ हजाराचं लोन काढलंय मी नि आणखीन् थोडा धंदा वाढवलाय! आज पुस्तकं खपवण्यासाठी आजरा आणि बेळगाव भागात गेलो होतो! त्या मोठ्या बॅगेत पुस्तकं असतात. माझे वडीलही पुस्तकं खपवत महाराष्ट्रभर फिरायचे. अशा कंडम झालेल्या बॅगा घरी वीसेक तरी पडून आहेत वडिलांच्या. ह्या प्रकाशन व्यवसायाचा खरा केंद्रबिंदू, पुणे-मुंबई, पण इकडं आडबाजूला जिल्ह्याच्या गावी पूर्वी विशेष सुविधा नसतानाही त्यांनी आयुष्यभर मोठ्या जिद्दीनं हाच व्यवसाय केला."

"खरंय तुमचं! पूर्वी साध्या मुखपृष्ठ छपाईसाठी मुंबईला पळावं लागे, इथं तेव्हा अशा सुविधा नव्हत्या!" मी म्हणतो, "बरं, तुम्ही कशी काय वाकडी वाट केली इकडे?"

"मला आपल्याकडून एक नाटक लिहून हवंय्, म्हणून तर खास भेटून जावं म्हणून आलोय मी!" तो म्हणाला.

"हे पाहा, मी नाटकं वगैरे लिहीत नाही, फक्त कथा-कादंबऱ्या लिहितो.

शिवाय, नाटक लिहायची मला आवडही नाही!'' मी सांगितलं.

यावर खास पुस्तक विक्रेत्याच्या चिकाटीनं तो म्हणाला, ''तुमच्या कथा वाचल्या आहेत मी, त्यातील डॉयलॉग रंगतदार आणि नाट्यमय असतात. नाटकाच्या योग्यतेची एखादी तुमची कथा घेऊन, फक्त तिच्यातले डॉयलॉग एकापुढं एक लिहित गेलात, तर नाटकच तयार होईल. फक्त दोन किंवा तीन अंक पाडायचे त्यात, आणखी म्हणजे एकच स्त्री पात्र ठेवायचे! आम्ही छापलेली नाटकं ग्रामीण भागातच विशेष करून घेतात आणि दोन किंवा अधिक पात्रं त्यात स्त्रियांची ठेवली तर तेवढ्या नट्या आणणं त्यांना खर्चिक होतं. हल्ली पाचशे ते दोन हजारपर्यंत एकाच नाईटला नटी घेते. त्यामुळं एखादंच स्त्री पात्र असलेलं नाटकच विशेषत: बसविण्याकडं खेड्यातील हौशी नाटक मंडळांचा कल असतो! दोन स्त्री पात्रं ठेवायचीच असतील, तर त्या जुळ्या बहिणी दाखवायला हव्यात, म्हणजे एकाच नटीवर भागतं! मेळ्यात वगैरे काम करून सराव झालेल्या मुलीच जादा अर्थार्जन करण्यासाठी अशी नाटकात कामं करतात. खेड्यातील जत्रा, उरूस अशांमध्ये आमची नाटकं केली हातात. अशा प्रसंगी नाटकं बसवायची विदर्भातील आणि गोव्यातील लोकांना फार आवड. आमचं मुख्य गिऱ्हाईक याच भागात असतं! परवा, विदर्भातील असाच एक नाटकवाला तीनशे खर्चून तीस रुपयांचं नाटकाचं पुस्तक 'रक्तानं न्हाती धरती उर्फ भाऊराया' हे न्ह्यायला आला होता! तेव्हा तुम्ही एक नाटक लिहा, आमच्या गावी के. महिपतराव नावाचे डायरेक्टर आहेत. ते, तुम्ही, मी असे बसून चर्चा करू आणि त्यात हव्या त्या दुरुस्त्या करून एक रंगतदार नाटक बाहेर काढू!!''

''तुमचं हे सर्व ठीक आहे, पण मला व्यवसायातून तुमच्याशी चर्चा करीत बसायला वेळ नाही आणि अशी नाटकं लिहून मिळणार तरी काय?'' तो लवकर जाईल याची आता आशाच नव्हती.

''अहो, खूप! एका खेड्यातील किराणा दुकानवाला, वासुदेव यानं 'अगं अगं म्हशी, मला कुठे नेशी अर्थात, चंद्रावळ' नावाचे एक स्त्री पात्री ग्रामीण नाटक लिहिलंय, त्यांचे ग्रामीण भागात इतके प्रयोग झालेत म्हणता, त्याला रॉयल्टीपोटीच आजवर नऊ हजाराच्या घरात रक्कम मिळालीय! तुकाराम बिंदगे गुरुजींनी 'छबीदार नार गुलजार अर्थात, प्रीतपाखरं' हे नाटक लिहिलंय, त्याच्या रॉयल्टीतून आपल्या गावी त्यांनी एक शेतच विकत घेतलंय!''

पुण्या-मुंबईतील व्यावसायिक नाट्यसंस्थांचे प्रयोग, नावाजलेल्या नाटककारांची त्यांनी केलेली गाजणारी हाऊसफुल्ल होणारी नाटकं, ह्यापेक्षा ग्रामीण भागातील हे एक न्यारंच नाट्यविश्व होतं!

''ग्रामीण भागात केलेल्या नाटकांची रॉयल्टी प्रामाणिकपणे मिळते तरी का

नाटककाराला?'' इच्छा नसतानाही हळूहळू मी त्याच्या बोलण्यात गुंतत चाललो होतो.

''असं आहे पाहा, प्रत्येक खेड्यात कमीत कमी दोन पार्ट्या तर असतातच. जी पार्टी नाटक बसवत असते, तिच्याविरुद्ध पार्टीचे लोक ते नाटक बंद पाडण्याच्या बाबतीत प्रयत्नशील असतात. त्या प्रयत्नांचाच एक भाग म्हणून मग ते लोक ज्याचं नाटक बसविलं जात असतं, त्या नाटककाराला एक पत्र पाठवतात आणि नाटक बसविण्यात जे लोक पुढाकार घेत असतात, त्यांची नावं, पत्ते वगैरे सर्व त्याला कळवतात! तर त्या पत्त्यावर 'विना परवानगी नाट्यप्रयोग केलास तर आपणा सर्वांवर कायदेशीर इलाज केला जाईल.' अशा धमकीचं साधं पत्र किंवा पोस्टकार्ड म्हणा, पाठविण्याचा अवकाश, झक मारत एम. ओ. किंवा कुणीतरी प्रत्यक्ष भेटून नाटककाराच्या हातात रोख रक्कम ठेवून जातात! पुण्या-मुंबईकडील चाकरमाने अर्थात चाकरी वा नोकरी करणारे लोक जत्रेसाठी, उरुसास वा एखाद्या सणास बराच पैसा घेऊन गावाकडे येतात आणि हीच माणसे सात-आठ हजार जमा करून उत्साहानं नाटक बसवत असतात! त्यामुळं नाटककाराची शे-दीडशे रॉयल्टी बुडविण्यापर्यंत तशी बहुधा कुणाची मजल जात नाही आणि गेलीच, तर विरुद्ध पार्टीचे लोक असतातच ना!''

''ते तर खरंच!'' मी म्हणालो.

''अहो, आपण लिहिलेल्या नाटकाचा प्रयोग पाहाणं हा एक वेगळ्याच आनंदनिधानाचा भाग असतो! परवा एका जिल्ह्याच्या गावातील कोर्टातल्या शिपायानं नाटक लिहिलं होतं 'रक्ताची तहान रक्ताला अर्थात, सौभाग्यकंकण' आणि ते नाटक मीच प्रकाशित केलं होतं, तर त्या शिपायाच्या गावातील लक्ष्मीच्या जत्रेत त्या नाटकाचा पहिला प्रयोग झाला. त्याचं गाव डोंगरकपारीत वसलेलं होतं. आपल्या गावच्या भूमिपुत्रानं नाटक लिहिलंय म्हटल्यावर गावाला कोण अभिमान वाटला! नाटकाच्या दिवशी नाटककाराची आणि ते छापून प्रकाशित केलं म्हणून माझी गावातून जंगी मिरवणूक काढण्यात आली. जिल्ह्याच्या कोर्टातील जज्ज्यांच्या हस्ते झोकात प्रकाशन समारंभही झाला...''

''छान, छान!!'' मी म्हणालो. माझ्या एका लेखक मित्राला काहीही झालं, की 'छान, छान' म्हणायची सवय आहे. त्याच सवयीचं मीही कधी कधी अनुकरण करीत असतो! एकदा या मित्राच्या आप्ताला अपघात झाला आणि त्याला हॉस्पिटलमध्ये ॲडमिट करावं लागल्याचं वृत्त समजल्यावर हे सवयीनं म्हणाले, 'छान छान!' (आणि ऐकणारे त्यांच्याकडे पाहातच राहिले!)

''अहो, आम्ही अशी नाटकांचीच पुस्तकं प्रामुख्यानं प्रकाशित करतो, ती खपवत महाराष्ट्रभर फिरताना अनेक वेगळे अनुभव येतात! आता पुण्यातलंच उदाहरण सांगायचं, तर आमची नाटकाची पुस्तकं ज्या बुकडेपोत आम्ही तिथं

विकायला ठेवतो, तिथं कामाला असलेल्या मुली मी तिथं गेल्यावर मला पाहून हसायलाच लागायच्या! मला हे विचित्र वाटायचं! तिथं पार्सलचे गठ्ठे बांधणाऱ्या एका पोराला मी एकदा विचारलं, तर त्यानं सांगितलं, 'तुम्ही प्रकाशित केलेल्या नाटकांची नावं आणि त्यातील डायलॉग आठवून त्यांना हसू येतंय्!' 'अगं अगं म्हशी, मला कुठं नेशी', 'चाळ माझ्या पायात', 'रक्तात रंगला साज' या अशा नावाची तुमची नाटकं आणि त्यातील डायलॉग!! या पोरी रिकाम्या वेळी तुमची नाटकं वाचत बसतात आणि खो: खो: हसायला लागतात! त्यामुळं पुस्तक विक्रीच्या हिशेबासाठी तुम्ही इथे येता, तेव्हा आपोआप त्यांना हसू फुटतं...!' काय गंमत आहे, नाही!''

साडेनऊ केव्हाच होऊन गेले होते, तो उत्साहानं धो-धो बोलतच होता, किती सांगू अन् किती नको, असं त्याला झालं होतं. समोरचा आपला श्रोता दिवसभर येथे राबून दमला असेल, त्याला वेळेवर जेवण्याची, विश्रांतीची गरज आहे, याचं भानही त्याला राहिलं नव्हतं. मला खूप वाटत होतं, हॉटेलात नेऊन त्याला चहा वगैरे द्यावा, पण हॉटेल साडेआठलाच बंद झाली होती. घरी जेवायला घेऊन जावं, तर तिथं गेल्यावर मीच श्रीगणेशा सुरू करावा, तेव्हा कुठे तास, दीडतासानं अन्नप्रसाद पोटात पडायचा, अन् मग तो आपल्या गावी जायचा तरी केव्हा? गावातल्या एका खानावळीत त्याला जेवायला घेऊन जावं, तर दोघांपुरते पुरेसे पैसेही मजकडे नव्हते! मी मनातून ओशाळलो होतो! असं अनाहूतपणे भेटायला येणारं लोक मला वेगळ्याच संकटात पाडत असतात!

तो खूप उशीर असाच धो धो उत्साहानं बोलत राहिला. बी. ए. बी. एड्. झाल्यावर एका हायस्कूलमध्ये पर्मनंट होण्याची शक्यता असलेली केलेली नोकरी, वडील आजारी पडल्यावर ती सोडून प्रकाशन व्यवसायाची धुरा खांद्यावर घ्यावी लागलेले दिवस, घरमालकानं गुंडांतर्फे दिलेला त्रास आणि त्यांच्याशी दिलेला लढा आदी बरंच काही... काही वेळानं त्यानं आपल्या त्या मोठाल्या प्रवासी बॅगेतून नाटकाची तीन-चार पुस्तकं काढून मला प्रेझेंट करीत म्हटलं,

''ही वाचा, म्हणजे तुम्हाला दिशा मिळेल आणि अशी नाटकं तुम्ही सहज लिहू शकाल!!'' आणि मग आपली ती मोठाली बॅग हाती घेऊन निरोपाचं त्यानं म्हटलं, ''बरंय, निघतो आता, खूप वेळ घेतला तुमचा! कधी आलात जिल्ह्याच्या गावी तर अवश्य भेटा. माझा पत्ता आहेच नाटकांच्या पुस्तकांवर!! बरंय्...'' निरोपादाखल हात उंचावून तो बाहेर पडला...

मी माझ्या व्यवसायाच्या शेडचं दार बंद करून घरी निघालो, तेव्हा दहाचा सुमार होत आला होता...

त्या अनाहूताचं स्मरण करीत मी मनातल्या मनात कपाळावर हात मारून घेतला!

◆

भूक

मी काम करीत असलेली पिठाची गिरण, गावचा बाजार भरतो त्या भाजी मार्केटच्या परिसरात आहे. गुरुवारचा बाजारचा दिवस, तर गिरणीसमोरचा रस्ता माणसांनी फुलून जातो. रस्त्याच्या पलीकडं म्युन्सिपालिटीची बाग आहे. भोवताली तारेचं कुंपण आणि कुंपणात कोयनेल लावून ते व्यवस्थित छाटलेलं, नि जणू त्याचीच एक हिरवीचार भिंत उभी राहिलेली. त्या भिंतीशेजारीच म्युन्सिपालिटीनं उभा केलेला जलकुंभ. पाणी टंचाईच्या उन्हाळ्यात कधीकाळी त्यात पाणी सोडलं असेल तेवढंच. पण आता कोरडा ठाक असलेल्या या जलकुंभाच्या भोवतालीचा कठडा लोकांना गप्पा मारत, बिड्यांचा धूर सोडीत बसायला उपयोगी पडतो. जलकुंभाच्या तळातून बाहेर दोन नळ्या काढून त्यांच्या तोंडाला चाव्या जोडल्या होत्या, पण त्या चाव्या लंपास होऊन आता केवळ नळ्याच राहिल्या आहेत; यावर आरामात बसून, शिस्तीनं चंची वगैरे सोडून, पान जमवून मग वावभर पिचकारी टाकत लाल स्प्रे पेंटिंगही करता येतं.

एका बाजारी या जलकुंभाच्या बाजूनं एक जोडपं आलं. तिशीच्या घरातील तो आणि ऐन पंचविशीच्या भरातील ती होती. तिच्या डावीकडील खांद्यावर आधारासारखा आपला उजवा हात टाकून तो चालत होता; म्हणजे त्याची दृष्टी गेली होती, हे स्पष्टच दिसून येत होतं. जलकुंभाच्या उजव्या बाजूला आल्यावर ती थांबली आणि डोईवरचं बोचकं तिनं खाली ठेवून सोडलं. त्यात मातीचे फक्त दोन गेळे होते. उन्हाळ्यात थंडगार पाणी पिण्यास मिळावं, म्हणून अशा गेळ्यांचा उपयोग होतो. यांना हिंदीत 'मटके' असंही म्हणतात. तिनं ते मटकं बांधलेलं बोचक्याचं फडकं व्यवस्थित अंथरलं. त्यावर समोरच्या बाजूस ते दोन मटके ठेवले अन् फडक्याच्या उर्वरित भागावर त्याला बसविलं आणि आपण स्वत: जलकुंभाच्या डाव्या बाजूस थोडे दूर अंतरावर येऊन उभी राहिली, तेही अशा अविर्भावात की तो आंधळा जणू तिचा कुणीच नव्हता!

इकडे त्या आंधळ्यानं एक मटका उचलला आणि समोरचा आपल्या शर्टाचा

शेव उचलून आपल्या उघड्या पोटाशी मटक्याचं तोंड दाबून धरलं आणि दुसरा मटका खाली अंथरलेल्या फटकुरावर डब घातला. मग आपल्या अस्तनी वर सारून तबला वाजविण्यापूर्वी तब्बलजी जसा अविर्भाव करून पोझ घेतो आणि तबल्याच्या डग्यावर प्रथम हात फिरवीत नंतर बोटांचं नर्तन करीत, आपली कमाल वा कला दाखवू लागतो, तसं ह्यानं त्या मटक्याच्या गोलसर भागावर हात फिरविला आणि बोटांनी दोन्ही मटके वाजवायला सुरुवात केली. पोटाशी दाबून धरलेल्या मटक्यातून निघालेला ठेका आणि जमिनीवर डब घातलेल्या मटक्यावरचा ठेका, या दोन्हींचे वेगवेगळे नाद उमटत होते! 'सा रे ग म प ध नी सा' या संगीत सुरांच्या कोणत्या कोष्टकात ते नाद बसत होते कुणास ठाऊक, पण त्या नादमय ठेक्यावर त्यानं गायला सुरुवात केली,

"मेरा दिल तोडनेवाले, मेरे दिलकी दुवा लेना..."

इतकं जुनं, इतकं मधुर गाणं ह्याला कुठून अवगत झालं? कुठं गावलं?

माझ्या मनातला रसिक ताड्दिशी उठून बसला. सध्याच्या या पॉप, रॅप आदी धांगडधिंगा नि उटपटांग संगीताच्या, माणसाला उल्लू मशालजी बनविणाऱ्या बेसूर रेकण्याच्या काळात हिंदी सिनेसंगीताच्या सुवर्ण युगातील एक लखलखतं रत्न ह्यानं असं जपून ठेवल्याचं पाहून मनातल्या मनात मी त्याच्या रसिकतेची तारीफ करीत गाणं ऐकू लागलो,

"मिटाकर मेरी दुनियाकोऽ, नई दुनिया बसा लेना
मेरा दिल तोडनेवाले, मेरे दिलकी दुवा लेना..."

५० साल उलटण्यापूर्वीच्या 'मेला' या नर्गिस, दिलीपकुमार यांच्या मुख्य भूमिका असलेल्या हिंदी चित्रपटातील काळजाला हात घालणारं हे गाणं. शब्द, शकील बदायुनीचे आणि त्यावर संगीत साज नौशाद अल्लीचा! एका उर्दू कवी संमेलनात, मुशायऱ्यात, नौशाद गेलेला. तिथं शकीलचं काव्य कानावर पडलं, भावलं आणि नौशादनं त्याला हिंदी सिनेजगतात सन्मानानं आणलं. डी. एन. मधोक, मजरुह सुलतानपुरी आदींच्या गाण्यांना चाली लावणारा नौशाद मग आवर्जून गाण्यासाठी शकीलला पाचारण करू लागला. (पुढे आपल्या बहिणीशी शादी करून नौशादनं शकीलला मेव्हणाच करून टाकलं) शकीलचे भावगर्भ तरीही सोपे आणि अर्थवाही शब्द नि त्यांवर नौशादचा स्वरसाज ह्यातून हिंदी सिनेसंगीताच्या सुवर्णयुगात शेकडो अजरामर, सदाबहार गीतं जन्माला आली आणि त्यातील हे एक! मुकेश आणि शमशाद बेगम यांच्याकडून नौशादनं हे द्वंद्वगीत गाऊन घेतलेलं. मुकेश, रफी, किशोर अशा त्या काळच्या सर्वच नवोदित पार्श्वगायकांचं आराध्य दैवत सैगल. त्यामुळे सैगलचा प्रभाव ह्या सर्वांच्याच गायनावर! पहिली नजरमधील 'दिल जलता है तो जलने दे' हे गीत मुकेशनं अगदी सैगलच्या वळणानं गायलेलं.

'मिटाकर मेरी दुनियाको' मध्येही मुकेशच्या आवाजावर सैगलची छाया जाणवतेच! आणि शमशाद बेगमचा तर अगदी वेगळाच अनुनासिक, पुरुषी आक्रमक आणि वातावरणावर सुरेख, सुरेल चरे पाडत जाणारा आवाज! ४४ सालापासून पार्श्वगायनात असलेली शमशाद, मुकेशला तशी सीनिअर! कुठंही गाण्याचं शिक्षण न घेता केवळ अनुभवावर तय्यार झालेला हा ठसकेबाज अस्सल उर्दूची नजाकत अनुभवायला लावणारा आवाज, हे एक टोक, तर मुकेशच्या आवाजाचं दर्यागत शांत, गंभीर आणि काळजाच्या देठातून उमललेला आपला दर्द ऐकणाऱ्याच्या काळजात उतरविण्याचं, हुन्नर अवगत असलेलं दुसरं टोक! या दोन अगदी भिन्न टोकाच्या आवाजाची दुपेडी नौशादनं ह्या गाण्यांत गुंफून त्याकाळी लोकप्रियही केलेली! आणि डोळ्यांच्या ठिकाणी नुसत्या खाची असलेला हा कुणी जन्मांधळा ते सूर, तो ताल, अलगद पकडून पेश करीत, माझ्यासारख्या साठीच्या घरात पोहोचलेल्या पिढीतील अनेकांच्या गतस्मृती जाग्या करीत होता... बाजारला जाणारे, बाजार करून येणारे क्षणभर थबकून, द्रवून त्याच्यासमोरच्या फडक्यावर नाणी टाकीत होते, नि हा आपला गातच होता.

हे गाणं संपलं आणि थोडं खाकरत त्यानं पोज घेतली, जणू त्याच्यासाठी ही एक विश्रांतीच होती. मटके वाजवत एक गाणं म्हणून संपल्यावर नाही म्हटलं तरी थोडी दमछाकही होतेच! क्षणभर असा पॉज घेऊन होताच त्यानं दुसरं गाणं म्हणायला सुरुवात केली.

"एक पैसा दे दे, ओ बाबूऽ, ओ जानेवाले बाबूऽ, इक पैसा दे देऽऽ"

भिकाऱ्यांच्या तोंडी चपखल बसून जणू त्यांची रोजीरोटी चालावी म्हणून की काय, एकेकाळच्या गायक, संगीतकार हेमंतकुमारच्या सहाय्यक रविनं आपल्या पहिल्याच 'वचन' या चित्रपटात, पुढं ज्युबिलीस्टार म्हणून गाजलेल्या राजेंद्रकुमारचा, पण हा नायक म्हणून पहिलाच चित्रपट, हे गाणं स्वतः लिहून त्यावर संगीतसाजही चढविला होता. महमद रफी आणि आशा भोसलेनं अगदी भिकाऱ्यागत करुण स्वर काढीत ते गायलंही होतं समरसून, नि त्याकाळी गाजलंही होतं खूप! नंतरच्या काळात संगीतकार रविनं 'गरिबोंगी सुनो, वो तुम्हारी सुनेगा, तुम एक पैसा दे दो, वो दस लाख देगा' (फिल्म 'दस लाख') 'अल्लाके नामपे दे दे बाबा, मौलाके नामपे दे दे, दे दे गरिबको...' (फिल्म 'आँखे') अशी परत आणखी दोन गाणी देऊन भिकाऱ्यांची सज्जड सोय करून ठेवली होती!

घोळून घोळून तो गाणं म्हणत होता आणि समोरच्या फडक्यावर दहा-वीस पैसे, क्वचित चार-आठ आण्यांची नाणी पडत होती. मोड टंचाईच्या काळात बऱ्यापैकी मोड जमा होत होती. 'इक पैसा दे दे' ही संपलं आणि त्यानं आपल्या सवईनुसार थोडा पॉज घेऊन परत दुसरं गाणं चालू केलं.

"कैसे आऊँ जमुनाके तीर, पाँव पडी जंजीर शामा, पाँव पडी जंजीर रे, कैसे आऊँ..."

सी. रामचंद्रनं संगीत दिलेल्या 'देवता'तील हे राजेंद्रकृष्णनं लिहिलेलं गाणं. भैरवीत ही एक अण्णानं (सी. रामचंद्रचे सिनेवर्तुळातील नाव) साधी, सोपी, अप्रतिम आणि काळजाला हात घालून अल्लाद आपलंसं करणारी अशी धून बांधली होती, की माझा रसिक नाभिक कलाकार नेहमी म्हणतो, "मी मरत असताना उशाजवळ हे गाणं लावावं! ते ऐकत मी आनंदानं मरेन!!" अण्णानं 'सरगम', 'शहनाई'च्या पहिल्या बहरात पी. एल. संतोषीची गाणी घेऊन ती अफाट लोकप्रिय करीत, त्याच्याशी जोडी जमविली होती, पण ५० सालच्या 'पतंगा'त त्यानं प्रथम राजेंद्रकृष्णाला गाणी लिहायची संधी दिली. पार्श्वगायनास शमशाद बेगमला जोडीला घेऊन, अण्णानं ती गाणी अफाट लोकप्रियही केली. लताच्या वाट्याला त्यातील केवळ दोनच गाणी आली होती, पण वरचढ वाटली ती शमशादच! अर्थात, ती अण्णाच्या अफाट प्रतिभेचीच करामत! अण्णा आणि राजेंद्रकृष्णनं पुढं अनेकानेक लोकप्रिय आणि सदाबहार गाणी दिली अन् त्यातीलच हे एक. लतानं म्हटलेलं. लाला गंगावणेच्या ढोलकीच्या अप्रतिम ठेक्यावर. लाला हेही एक खास अण्णाचंच फाईंड!!

या तीन गाण्यांच्या निवडीतून त्याची उच्च अभिरुची प्रगट होत असली, तरी त्याला केवळ ही तीनच गाणी म्हणायला येत होती; अन् नंतर तो हीच तीन गाणी आलटून पालटून म्हणत होता; त्यात व्यत्यय एकदाच आला आणि तोही एका दारूड्यानं आणला. खिशातील पाचची हिरवीपत्ती काढून त्याच्या डोळ्यांपुढं नाचवत तो बरळू लागला,

"आरे ये,ऽ, हे बग ही पाचची पत्ती तुजी, फकस्त माजी फर्माईश म्हणायला पायजे; कंची? तर - 'ये क्या बोलती तूऽ, चल आती क्या खंडालाऽ!' "

हिरेमाणकांनी भरलेल्या तबकात गारगोटी पडावी तसं झालं! थोडा वेळ असा गोमगाला करून तो दारूडा बरळला,

"हुडुत! तुला काय म्हणाय येतंय ये चालू गाणं! हे बघ, मी म्हंतो, नि बक्षीसाची ही नोट आच्चूती खिशात सारतो!!" अन् 'आती क्या खंडाला... आती क्या...?' करीत, लडबडत तो दारूडा निघूनही गेला.

आता दीड तास तर केव्हाच उलटून गेला होता. गाणी म्हणून त्याच्या घशाला खरस आली असावी, कोरड पडली असावी अन् नेहमीच्या सवयीनं ते ओळखून असेल, मघा त्याला रस्त्याच्या कडेला बसवून गेलेली ती तरणी पोर कोठूनशी परत आली आणि त्याच्यासमोरील नाणी गोळा करू लागली. आंधळ्यांची एक संज्ञा, संवेदना असते. आपल्या पुढं पडलेली नाणी अन्य कुणी नव्हे, तर तीच गोळा करू

लागलीय हे ओळखून त्यानं कानडीत विचारले,

"यस्ट रौक्का शिक्कीदावू?" (किती पैसे मिळाले/जमले?)

"ऐद रुपय् शिक्कीदावू!" तिनंही कानडीतच म्हटलं, "नडी, इग च्या कुडद् बरुनु!" (पाच रुपय् जमलेत! आता च्या पिऊन येऊ चल!)

तसा तो उठला. तिनं त्या दोन मटक्यांजवळ आपल्या सामानाचं बोचकं ठेवलं, नि त्यावर फडक्याचा एक धडपा झाकला आणि तो वाऱ्याच्या झुळकीबरोबर उडून वगैरे जाऊ नये म्हणून त्याच्या शेवांवर चार छोटे-छोटे दगड ठेवले न् मग 'होगून नडी' ('जाऊन येऊ चल!') असं म्हणत त्याचा हात धरून तिनं आपल्या खांद्यावर ठेवला आणि ती हॉटेलकडे चालू लागली; अन् अर्थात, तिच्या मागोमाग तोही..

दोघं गेल्यावर इकडं फडक्याखाली झाकलेलं बोचकं आणि मटकं बेवारश्यागत पडून राहिलं. रस्त्यानं जाणारा-येणारा एखादा बाजारकरू, एखादा सायकल वा स्कूटरवाला बेसावधपणे त्या फडक्यावरून जायचा आणि मटक्यांची वाट लागायची या भयास्तव मी जणू पहारा दिल्यागत तिकडं पाहात राहिलो! दोन मटके फुटले, की ते नवीन घ्यायलाच चाळीसभर मोजावे लागतील! इतका वेळ कंठशोष करून पंच्चुकडी मिळायची, त्यातील पोटाला जाऊन राहणार किती, अन् चाळीस उरणार केव्हा? कल्पना करता मनातच हिशेब जुळत नव्हता! पण सुदैवानं ती दोघंही परत येईपर्यंत तसं काही झालं नाही! तिनं झाकलेलं फडकं काढून बोचकं उचललं नि त्याला पूर्वीच्याच जागी बसविलं... त्याचा मूळचा रंग काळाच होता आणि उन्हातान्हात बसून तो आणखीन करपून काळपट पडला होता; या उलट उफाड्याची ती पोर हळदिव्या गोऱ्या रंगाची होती. त्यामुळे तशी देखणीही वाटत होती, नि त्यामुळेच असेल, त्याला विजोड दिसत होती...

त्याला पूर्वीच्या जागी बसवून झाल्यावर ती हळूच बाजूला झाली. आलकट-पालकट घालून त्यानं शर्टाचा शेव उचलला आणि पूर्वीगत पोटाच्या कातडीला मटक्याचं तोंड लावलं, जमिनीवर डब घातलेला मटका जवळ ओढला, नि दोन्ही मटक्यांवर ठेका धरीत गायला सुरुवात केली-

'कैसे आँवू जमुनाके तीर रे, कैसे आँवूऽ...'

सूर्य वर चढत होता आणि उन्हाचा ताव खूप वाढला होता. मागच्या म्युन्सिपालिटीच्या बागेतील एक झाडाची सावली जवळच वावभर अंतरापर्यंत आली होती, पण लोकांच्या सहानुभूतीचा तुकडा मिळावा, म्हणून तिनं त्याला मुद्दामच उन्हात बसविलं असावं. त्यालाही त्या तसल्या उन्हात तळत बसायची सवय असावी. तो धांपत, आवंढे गिळत आलटून-पालटून ती तीनच गाणी पुन्हा पुन्हा म्हणत होता, नि त्याच्या समोरच्या फटकुरावर इतक्या दुरूनही चांगला मायंदाळा नाण्यांचा थर जमत असलेला मला दिसू लागला होता.

माथ्यावर चढलेला दिवस आता मावळतीकडं घरंगळू लागला, अन् पुनश्च ती कोठूनशी त्याच्याजवळ आली आणि त्याच्या पुढ्यात पडलेली नाणी गोळा करता करता त्याला म्हणाली,

"साक ईग! व्हट्टीपुरते ऐतू, उटा माडी बरूनू!!"(बस्स आता! पोटापुरतं झालं, जेवून येऊ!!) आणि आपलं चंबूगबाळं आवरून ते जोडपं निघून गेलं, आलं तसंच. ओझे तिच्या डोईवर आणि हात तिच्याच खांद्यावर, दिवसाच्या ह्या 'अंधारात' अंधारातूनच वाटचाल करण्यासाठी...

बाजाराच्या गिऱ्हाईकांच्या वर्दळीत मी त्या जोडप्याला विसरूनही गेलो...

त्याच रात्री एका पाहुण्यासह नऊच्या शोला गेलो होतो, अन् साडेबाराला तो सुटल्यावर घरी येत होतो. एका बंद दुकानाच्या फळीवर, दिवसभर आपला घसा खरडवून, उन्हात पोळत गाणी म्हणत दमगीर होऊन गेलेला तो जन्मांधळा फळीवर एक रकटं टाकून त्यावर प्रेतागत पडला होता आणि तिथून वावभर अंतरावर एका अंधारी कोपऱ्याच्या आडोशानं ती एका बाप्याबरोबर दात काढीत इशारे करीत होती...

माणसाला केवळ पोटाचीच भूक नसते, दुसरीही एक असते आणि ह्याचं मला विस्मरण झालं होतं.

◆

काटकर

बऱ्याच दिवसांनी काटकरला मी पाहात होतो. कमरेला किरमिजी रंगाचा सूट, त्यावर लांब हातोप्यांचा पिवळट रंगाचा मॅनिला असा त्याचा साधा वेश होता. डोईवरील केस त्यानं मागं वळवून चापून बसविले होते. त्यामुळं कपाळाच्या दोहोबाजूनं मागे टक्कल पडत चाललंय असं वाटत होतं. बारीक पिचके डोळे, फताडं नाक, साडेपाच फुटाच्या घरातील कॉमन उंची आणि पिकण्यापूर्वी पिवळ्या झालेल्या बेलवांग्यागत रंग! या रंगामुळेच तो टीबी झालेल्या रोग्यागत दिसे. पण तसा तो निरोगीच होता.

काटकर माझा क्लासमेट. माझ्या फ्रेन्डसर्कलमधला. पण आपल्या आयुष्यात असे काही प्रसंग येतात, की अशा सर्कलमधील एखाद्या मित्राचा चेहरा गळून पडतो, अन् चेहऱ्यामागील खरा चेहरा दिसू लागतो अन् मनगटावर लावलेल्या अत्तरागत आपली मैत्रीही काही वेळातच उडून जाते! काटकरच्या बाबतीतही मला असाच अनुभव आल्यानं, मी त्याला आज चुकवू पाहात होतो. माझ्या व्यवसायाच्या ठिकाणच्या आजूबाजूस चौकशी करून काटकर मग निघूनही गेला. फालतू गप्पा मारून चहापाण्याला मलाच गंडवून हा निघून गेला असता. तो कटला ते बरंच झालं, असं मनाशी म्हणत आणि आता दुपारही झाल्यानं जेवणासाठी म्हणून मी घरी आलो. तो धक्काच बसला! काटकर माझ्याच घरी आरामात कांदेपोहे चापलत बसला होता! कोल्हापूरचे आप्त आल्यानं सौ.नं कांदेपोहे केले होते, त्यात त्याचीही वर्णी लागली होती.

हा काटकर साहित्यिक गप्पा मारायला म्हणून येई, अन् डोकं उठवत राही. व्यवहार धंद्यात रोजी भेटणाऱ्या हजार नमुन्याच्या लोकांमुळं आधीच माझा मूड नसे, पण व्यवहाराचे काडीमात्र ज्ञान नसलेल्या, त्याच्यासारख्या मास्तरला हे कोणी सांगावं? काटकर दूर कोकणातील एका हायस्कूलात मास्तर होता. येथून ७-८ मैलावर त्याचं जन्मगाव होतं. तिकडं कधी आला, की तो इकडंही एक लगाणी मारून मला खर्चात घालून जाई!

तसा तो पाचवीपासून एस. एस. सी.पर्यंतचा माझा वर्गमित्र. त्याचा एक नातलग हायस्कूलवर टीचर होता. त्याच्या घरी हा राहून हायस्कूलचं शिक्षण घेई. त्याच्या त्या आडगावी त्याकाळी केवळ चौथीपर्यंतच शाळा होती; म्हणून तो इथं पाहुण्यांच्या घरी आला होता... आम्ही नववी दहावीत असताना भाषावार प्रान्तरचना झाली अन् मुंबईसह संयुक्त महाराष्ट्राचं आंदोलन उसळलं. आमचा भाग कर्नाटकात घातल्यानं इथं वेळोवेळी दंगल उसळे आणि तिचा बंदोबस्त करण्यासाठी गावातील चौकाचौकात एसआरपीच्या तुकड्या असत. त्यांच्यावर गावठी बॉम्ब टाकण्याची आम्ही एक योजना आखली होती. जवळच्याच तीन मैलावरील एका खेड्यावरील तरुणास बॉम्ब तयार करण्याची विद्या येत होती, असं तो म्हणे. त्यासाठी सल्फ्यूरिक ॲसिड, काचेचं बकपात्र वगैरे हवं, असं त्यानं म्हटल्यावर आम्ही आमच्याच हायस्कूलची लॅबोरिटरी ऊर्फ सायन्स हॉल फोडायचं ठरविलं. आम्हा ४-६ जणांच्या टोळीत काटकरही होता. रात्री एकनंतर आम्ही निघालो; पण हायस्कूल ग्राऊंडवर येताच 'मी नाही बुवा तुम्हासंग येत, तुमचे तुम्ही जावा!' म्हणत मैदानातून त्यानं पळ काढला! त्यामुळं त्याला 'पळपुटा बाजीराव', असं आम्ही म्हणत असू!

एस. एस. सी. नंतर पुढील शिक्षणाची इथं सोय नसल्यानं मी कॉलेज शिक्षणासाठी कोल्हापूरला गेलो आणि तो येथील एका छोट्या डेअरीत नोकरी करीत राहिला. गावी आल्यावर कधी त्याला भेटावयास गेले, की हा दुधातील क्रीम काढण्याच्या मशिनचा दांडा हाती घेऊन तो भात्याच्या दांड्यासारख्या गोल फिरवून, दुधातील क्रीम काढत बसलेला दिसे. हे क्रीम काढलेलं दूध मग स्वस्त दरात विकलं जाई.

वर्षभरात तो मुरगूडजवळील एका खेड्यात नवीन निघालेल्या हायस्कूलवर शिक्षक म्हणून रुजू झाला. ६० सालच्या आसपास अशी हायस्कूल्स भुईतील अळंब्यागत ग्रामीण भागात कुठेही उगवत; अन् ती काढणारे महाभाग काटकरसारख्या एस. एस. सी. झालेल्यांना तिथं कमी पगारावर शिक्षक नेमत!

प्रतिकूल परिस्थितीमुळे इन्टर आर्टस्‌ला माझे कॉलेज शिक्षण संपुष्टात आलं आणि मी गावी येऊन पडेल ती कामं करीत राहिलो...

काटकर कधीमधी भेटायला यायचा अन् सहज बोलावं तसा म्हणायचा,

''मी आज जेवायला राहणार!''

अन् मग जेवून मुक्काम करून दुसरे दिवशी तो आपल्या गावी जायचा!

वास्तविक, तो नोकरी करीत असलेल्या गावाहून दुपारी निघाला असता तरी दिवस मावळेपर्यंत आपल्या गावी पोहोचू शकत होता; तरीही अधूनमधून तो असा अचानक उगवायचा. अन् जणू हक्क असल्यागत म्हणायचा, ''मी आज जेवायला राहणार.'' वास्तविक, एक सिंगल कप चहा पाजवूनही त्यानं मला कधी मिंधं केलं

नव्हतं. तरी पण भिडस्थ स्वभावामुळं मी त्याला कटवू शकत नव्हतो.

एकदा त्याला त्याच्या पगाराबद्दल विचारल्यावर तो म्हणाला,

"आठशे-नऊशे रुपयांवर सही घेतात आणि दोन-तीनशे हातांवर ठेवतात! बाहेर तरी कुठं नोकऱ्या रडाय लागल्यात? नाईलाजानं करीत राहायचं!"

दोन-तीन वर्षांनी त्यानं ही नोकरी सोडली आणि देश-कोकण ह्यांच्या सीमारेषेवर असलेल्या परिसरातील एका तालुक्याच्या गावी नवीनच निघालेल्या हायस्कूलवर धरली... या मधल्या अवधीत माझ्याप्रमाणेच त्याचंही लग्न झालं होतं. त्याची बायको बेळगावची होती आणि नोकरीच्या गावी त्याचा नवा संसार सुरू झाला होता...

एके दिवशी तो आला.

"आमच्या हायस्कूलचं गॅदरिंग आहे, चीफ गेस्ट म्हणून तुला आमंत्रण द्यायला मी आलो आहे!" तो म्हणाला.

"आजवर मी कुठंच व्याख्यानाला गेलो नाही, मला जमणार नाही!"

"चीफ गेस्ट म्हणून लेखक आणायचा, म्हणून सर्वानुमते तुझं नाव..."

इन्टरला असताना कॉलेज स्पर्धेत माझ्या कथेला पारितोषिक मिळाल्यापासून कथा लेखनाचा लागलेला नाद, कॉलेज सुटलं तरी सुटला नव्हता. प्रमुख नियतकालिकांतूनही माझ्या कथा प्रसिद्ध होत होत्या आणि दोनेक संग्रह निघाल्यामुळं माझं थोडं नावही झालं होतं... अखेर आढेवेढे घेत मी कबूल झालो.

स्नेहसंमेलनाच्या दिवशी अगदी वेळेवर मी यस्टीनं त्या गावी गेलो. हायस्कूलमधील अविवाहित अशा पाच-सहा शिक्षकांनी स्टँडलगतच असं एक भलं मोठं घर अल्प भाड्यात केलं होतं; तिथं त्यानं माझी सोय केली. संमेलनाचा कार्यक्रम झाल्यावर रात्री मी त्या घरीच झोपलो. दुसऱ्या दिवशी ३ रु. ३५ पैसे यस्टी तिकिटाचे म्हणून त्यानं माझ्या हातावर ठेवले नि स्टॅण्डवर मला निरोप दिला.

माझं हे आयुष्यातील पहिलंच व्याख्यान; एक वेगळाच अनुभव आल्यानं मी त्यातच गुरफटून गेलो होतो. पण आता वयाच्या साठीत आल्यावर ते सर्व आठवतं, तेव्हा मित्र म्हणून त्याचं वर्तन मनात सलू लागते. मी तिथं दोन दिवस होतो. इथं आल्यावर अनेक वेळा तो माझ्या घरी पाहुणचार झोडून गेला होता. पण 'चहाला घरी चल!' असं काही त्याच्या तोंडून निघालं नाही; मग जेवणाला बोलवायचं तर दूरच! गावातल्या एका केंबळंगती कोकण्या हॉटेलात सर्व शिक्षकांचं उधार खातं होतं. तिथं एक-दोन वेळा चहा आणि रात्रीच्या वेळी यस्टी स्टॅण्डवरील कॅन्टीनमधील बेचव जेवण...

तो दैनिकांच्या पुरवण्यांतून कुठं कुठं बालकथाही लिही. सरकारी अनुदान मिळून त्याचा एक संग्रहही निघाला होता. येऊन भेटीदाखल एक प्रत त्यानं मला दिली अन् म्हटलं,

"ह्या अनुदान योजनेत प्रकाशकालाच थोडा लाभांश मिळतो, लेखकाला काही नाही, पुस्तक निघाल्याचा आनंद. तेवढाच! प्रती काढण्यातही गोलमाल होतो!"

मी फक्त हसलो. तो मार्गच मला ठाऊक नसल्यानं मी तरी काय बोलणार?

हायस्कूलवर टीचर असलेला त्याचा पाहुणा इथं असूनही तो वरचेवर इथे आला, की पाहुणचार झोडायला तिकडं न जाता इकडं मला ताप द्यायला का कडमडत होता कोण जाणे! की त्या पाहुण्याशी त्याचं कशात तरी वितुष्ट आलं होतं?

आजही मी त्याला टाळू पाहात होतो. पण त्यानं घरात मला गाठलंच.

"तू काम करतोस तिथं जाऊन आलो, तू नव्हतास तिथं. म्हणून म्हटलं आता घरीच भेटावं!" अन् हातातील कांदेपोह्याची रिकामी झालेली प्लेट त्यानं खाली ठेवली आणि स्वत:च्या ब्रिफकेसमधून एक आमंत्रण पत्रिका काढून मजकडं देत म्हटलं, "पुढल्या आठवड्यात माझ्या मुलग्याचं लग्न आहे बेळगावला. तू न चुकता यायचं, सहकुटुंब!" आणि मग चहा घेऊन तो निघून गेला.

ह्या मित्राचा चेहऱ्यामागचा चेहरा मी केव्हाच ओळखला होता, त्यामुळं त्याच्या घरच्या कार्यास जावं असंही वाटलं नाही!

मधल्या अवधीत बी. ए., बी. एड. त्यानं नोकरी सांभाळतच केलं, अन् तो पार खाली तळकोकणातील एका गावी मास्तरकी करीत असल्याचं समजलं...

दिवस असेच उलटले, मधल्या काळात तो रिटायर्ड झाल्याचं आणि बेळगावलाच घर बांधून राहात असल्याचं त्याच्याच एका मित्राकडून समजलं. 'गेलात तर भेटा' म्हणून त्यानं त्याचा पत्ताही दिला होता.

त्यानंतर मी बेळगावला कामानिमित्त अनेकवेळा जाऊन आलो. पण त्याला भेटावयास गेलो नाही. असा मतलबी मित्र असला काय न् नसला काय!

◆

दुनिया झुकती है...

१९६० सालच्या आसपासचा काळ हा मराठी साप्ताहिकं आणि मासिकं यांचा ऐन बहराचा काळ! दोन-चार आण्यांना साप्ताहिकं अन् आठ-बारा आण्याला मासिकं मिळत आणि ती धो-धो खपतही! दिवाळी म्हणजे तर साहित्योत्सवच! दिवाळी अंकाच्या किंमती दोन-तीन रुपये असत. नि एकाहून एक असे दर्जेदार अंकही निघत, की हा अंक घेऊ की तो घेऊ, असं होऊन जाई. त्याकाळचे बिनीचे चित्रकार दीनानाथ दलाल आणि रघुवीर मुळगावकरही आपापले देखणे दिवाळी अंक घेऊन, वर्षातून एकदा वाचकांना भेटत. त्यांच्या अंकातून डझन डझनभर अशी सप्तरंगी चित्रे, खास त्यांच्या कुंचल्यातून दिवाळी अंकासाठी म्हणून काढलेली अशी, आणि फ्रेम करण्याच्या योग्यतेची अशी वाचकांना मोफतच त्या अंकांसह मिळत! त्याकाळी भारतात टीव्हीचे आगमन घराघरात झालं नव्हतं आणि भारतीय संस्कृतीवर या संक्रांतीचं सावटही पडलं नव्हतं. त्यामुळं दिवाळी सण हा खरोखरीच आनंदोत्सव वाटायचा आणि त्यात दिवाळी अंकामुळे भरच पडायची.

वाचन, हे तेव्हा सहजी उपलब्ध असलेलं, सर्वात स्वस्त असं करमणुकीचं साधन असल्यामुळं साप्ताहिकं आणि मासिकं यांच्या व्यवसायाला दर्यागत भरती आली होती. अशा दिवसातच 'रंभा', 'मेनका', 'पैंजण' आदी नावांची शृंगारप्रधान मासिकं निघाली आणि तीही जोरात चालली. हा प्रकाशन व्यवसाय तेव्हा प्रामुख्यानं पुण्या-मुंबईतच एकवटला होता. अन् तिथं रोज नवनवीन मासिकंही निघत होतीच अन् ही निघणारी मासिकंही शृंगारिकच असत. अन् ती हातोहात खपत. त्यामुळं जो उठे तो अशीच मासिकं काढे.

बाबासाहेब चौगुलेही अशांपैकीच एक होता. जिल्ह्याच्या गावातील एका प्रकाशक मित्राच्या ऑफिसमध्ये प्रथम त्याची ओळख झाली. सणसणीत सहा फुटाच्या घरातील उंची, तिशीचं वय, निमगोरा रंग, गोलसर चेहरा, समोरच्या व्यक्तीला क्षणात जोखण्याचं सहावं इंद्रिय लाभलेल्या माणसाचे असतात, तसे बिलंदर डोळे, जाड ओठांवर ब्रॉडकट मिशी, त्यावर थोडं रुंदसं नाक असा चौगुले

होता. विजार-नेहरू शर्ट, त्यावर जाकीट आणि डोकीला गांधी टोपी असा पोषाख त्याच्या अंगावर होता आणि त्यामुळे तो त्याकाळच्या समाजवादी पक्षाच्या पुढाऱ्यागत वाटत होता. प्रकाशक मित्र, शेडगेंनी त्याची ओळख करून दिली,

''हे 'संतसाऊली' मासिकाचे संपादक बाबासाहेब चौगुले. मूळचे इथलेच ते आहेत. पण मासिकाचा व्यवसाय पुण्यात एकवटलाय ना, म्हणून ते तिकडेच राहातात! आणि हे लेखक महादेव मोरे!''

आम्ही एकमेकांना नमस्कार केला. तसे चौगुले म्हणाले,

''मी दैनिक 'मराठा'च्या रविवार पुरवणीत आपल्या कथा वाचल्या. साप्ताहिक 'स्वराज्य', 'गावकरी' मध्येही तुमच्या बऱ्याच कथा येतात. होय ना? तसंच 'मेनका' मासिकातल्या कथाही मला आवडल्या! काही वर्षांपासून 'संतसाऊली' नावाचं धार्मिक विषयाला वाहिलेलं मासिक मी नेटानं चालवीत आहे; नि त्याच्याबरोबर आता 'अल्लाद्दीन' नावाचं दुसरं एक मासिक मी नुकतंच सुरू केलं आहे!'' आणि स्वरात मधाळ गोडवा आणीत ते बोलले, ''तुम्हीही कथा पाठवीत चला आमच्या 'अल्लाद्दीन'कडे. तुमचा कथेचा मोबदला देऊ आम्ही पाठवून, मात्र 'मेनका', 'पैंजण' मासिकातल्यासारख्या कथा हव्यात.''

तेव्हा शृंगारप्रधान मासिकांची एक लाटच मराठीत आली होती आणि त्यांची नावं ऐकून आजच्या टीव्ही संस्कृतीतील नवी पिढीही बुडाला टांचणी लागावी तशी जाग्यावरून उडेल! 'रंभा', 'मेनका', 'उर्वशी', 'बुवा', 'बाया', 'अप्सरा', 'खलिफा' अन् अशासारखेच चौगुलेंच्या मासिकाचे 'अल्लाद्दीन' हे उपटकपटांग नाव! तो ६४-६५ सालचा कालावधी होता. कथालेखनाला सुरुवात करून ५-६ वर्षं उलटली होती, अन् तेव्हा मीही खूप जोरात होतो. तेव्हा विशेषतः पुण्या-मुंबईकडील दैनिकांच्याच रविवार पुरवण्या निघत. त्यातून, तसंच तेथील प्रमुख साप्ताहिकांतून आणि 'मेनका' पासून 'किर्लोस्कर', 'सत्यकथा' मासिकांपर्यंतही माझा लेखनप्रवास घडला होता. वाचकांपुढं सतत आपलं नाव राहावं, या जिद्दीपोटी मी ईर्षेनं लेखन करीत होतो. लेखनापासून किती मानधन मिळालं, यापेक्षा वाचकांपुढं आपलं नाव सतत हॅमर होत राहणं, हे तेव्हा नक्कीच जास्त महत्त्वाचं वाटे! त्याकाळी कथेला १०-१५ रुपये मानधन मिळे. पण तेवढे पैसे मिळविण्यासाठी तेव्हा आठवडाभर रोजगाराला जावं लागत असल्यानं ते पैसेही खूप वाटत! चौगुलेच्या मासिकाला मी कथा पाठवायला लागून वर्ष होत आलं, तरी पैशाचं नाव नाही. ह्याबाबत कधी पत्र लिहिलं, तर केवळ पत्रोत्तरातून आश्वासन मिळे! त्याशिवाय आदेशही असे - 'पुढील अंकासाठी भयंकर शृंगारिक कथा पाठवा.' त्यातील 'भयंकर' शब्दाची तेव्हा आणि (ते सारं आठवून) आताही गम्मतच वाटायची! शृंगार भयंकर कसा काय असू शकतो, हे त्यापूर्वी 'भयंकर' विशेषण आवर्जून वापरणाऱ्या चौगुलेलाच ठाऊक!

जवळच्याच तालुक्याच्या गावचा विनायक देशपांडे नुकताच लिहू लागला होता. चौगुलेच्या मासिकातही त्याच्या कथा अधूनमधून दिसायच्या आणि त्यांच्या कथांतून प्रेम, शृंगार यापेक्षा अश्लीलताच जास्त दिसायची! वर्षभरात या देशपांडेचं नाव 'अल्लाद्दीन' मासिकाच्या संपादकपदी झळकू लागलं आणि माझ्यासारख्यांना मनोमन आश्चर्याबरोबर असूयाही वाटू लागली... दीडेक वर्षानं देशपांडे भेटल्यावर मी त्याला विचारलं,

"का? पुण्यात नाही वाटतं आता?"

चौगुलेच्या मासिकावर संपादक म्हणून देशपांडे ऐवजी कुणा महावीर देसाईचं नाव झळकू लागलं होतं.

"सोडून आलो ती नोकरी, पगार वगैरे काही नाही. चौगुलेच्या घरी दोन वेळा जेवायचं आणि मासिकाची हमाली करीत राह्याची! इथं येऊन आता कॉलेजला चाललोय! माझ्याऐवजी आता चौगुलेनं तिथल्या एका जैन कंत्राटदाराच्या वाङ्मयवेड्या मुलाला नादी लावून त्याचं नाव संपादक म्हणून टाकायचं सुरू केलंय!"

"म्हणजे, हा दुसराच बकरा गावला म्हणा!"

"महाबिलंदर बोलघेवडा माणूस आहे हो तो!" देशपांडे म्हणाला, "कुणाला कसं गंडवील ते काही सांगता यावयाचं नाही! अहो, त्याच्या अंकावर अश्लीलतेचे पासाऽ खटले सरकारनं भरले होते. घूस कशी बिळं पाडते, तशी इथं-तिथं बिळं पाडून, ओळखी करून घेऊन काही खटले काढून घ्यायला लावले, तर काही त्या अंकातून साहित्य लिहिलेल्या लेखकांना कोर्टापुढं क्षमा मागायला लावून जिरवून टाकलं! त्याचा वर्गमित्र, प्रकाशक शेडगेचा आचार्य अत्र्यांपर्यंत वट. शेडगेचा शेव धरून चौगुलेनं अत्र्यांपासून तेव्हाचे मुख्यमंत्री यशवंतराव चव्हाण आणि पोलादी पुरुष म्हणून ओळखले जाणारे गृहमंत्री बाळासाहेब देसाईंची ओळख करून घेण्यापर्यंत मजल मारली होती. सोबत एक फोटाग्राफर घेऊन जायचा आणि अत्रे, चव्हाण, देसाईंच्या जवळ उभे राहून फोटो मारून घ्यायचे आणि ते मासिकाच्या मुखपृष्ठाच्या आतील पानावर टाकून त्याखाली मजकूर हाणायचा- 'समर्थाचिये सेवका वक्र पाहे, असा भूमंडळी कोण आहे?' वरपर्यंत आपला हात पोहोचतो असं एक दबावतंत्र असं प्रसिद्धिमाध्यमातून निर्माण करून चौगुलेनं आपल्यावरील अश्लीलतेच्या खटल्यांचा फास किती तरी सैल करून टाकला!"

"खटला भरलेल्या काही अंकांवर संपादक म्हणून तुमचं नावही होतं ना, तेव्हा तुम्हालाही बराच त्रास झाला असेल, नाही?"

"हो तर! कोर्टात तारखेला गेल्यावर साक्षीदाराच्या पिंजऱ्यात साक्ष देताना काही वेळा तर मी अक्षरशः ढसढसा रडलो आहे! लेखक व्हायचं, संपादक व्हायचं, ह्या मृगजळापाठी धावून शेवटी कटू अनुभवाचे काटे मात्र पायात घुसले! मात्र

मासिकांचं जग कसं असतं, ह्याचा अगदी जवळून पडताळा घेता आता. चौगुलेचं 'संतसाऊली' हे मासिक पण लोकांना लुबाडण्याचा एक वेगळाच प्रकार आहे. प्रत्येक मोठ्या सिटीत कुणा ना कुणा धनाढ्य अशा घराण्यातील वडीलधारी व्यक्तीला देवधर्माचा नाद असतोच. 'आपली धार्मिकवृत्ती आणि कीर्ती ऐकून आम्ही पुण्याहून आपल्या खास दर्शनास आणि आपली चरणधूळ घेण्यास आलो आहोत.' असं सूतोवाच केल्यावर ती व्यक्ती अर्धीअधिक कब्जात येई! तुमच्यावर आम्ही आमच्या धार्मिक मासिकाचा खास अंक काढणार आहोत म्हटल्यावर त्या व्यक्तीचा पुरता निकाल लागे! प्रसिद्धी कुणाला नको असते? मग निरोप घेऊन उठताना म्हणायचे, 'अंकाला थोडं भांडवल कमी पडलंय. कागदाच्या रिमाला एक पाच-सहा हजार द्या. नंतर आम्ही तुमचे पैसे पेडअप करूच!' ह्यावर ती व्यक्ती आनंदानं पैसे देई! अंकात मग त्या व्यक्तीचा फोटो टाकून त्यांना अंक अर्पण करायचा, फोटोखाली टाकायचं 'ऐसी कळवळीयाची जाती, करी लाभाविना प्रीति' आणि अंकात त्या व्यक्तीची आरती ओवाळणारा एखादा छोटा लेख टाकला, की ती व्यक्ती खल्लास! आपले पैसे मागते कशाला परत? एकाच महिन्यात अशा दोन-चार 'शिकारी' केल्या तरी चौगुले डगमगत नसे! तीन-चार नमुन्याचे अंक तो काढी. जिचे पैसे उकळलेत, ती व्यक्ती सोलापूरची वा कोल्हापूरची असल्यास तिची आरती ओवाळणारा अंकच त्या भागात वितरित करायचा. नागपूर-अमरावतीकडील असल्यास तिकडेही त्या दुसऱ्याच व्यक्तीच्या नावचा अंक विक्रीला पाठवायचा! असे एकेक महिन्यात वीसेक हजार तो मिळवी. दोनेक हजारात अंक निघे, बाकीचे खिशात!''

''मध्ये एक मराठी चित्रपटही काढणार होते ना?''

''तशा जाहिराती देऊन आणि 'नवे कलाकार हवेत' असं आवाहन करून पोरी जाळ्यात ओढल्या आणि त्यांच्याशी चौगुलेनं मजा मारली! एक तर ह्या प्रकरणात गरोदर राहिली, तिचे अबॉर्शन करून चौगुलेनं ते प्रकरण कटविलं!''

'सारंच हॉरीबल'! मलाही अचंबा वाटत राहिला.

मध्ये चौगुलेनं माझी एक कादंबरी प्रसिद्ध केली. अंकात प्रसिद्ध झालेली ही कादंबरी पुस्तक रूपानं प्रकाशित करतो, म्हणून पाचशे रुपये उसने म्हणून नेले आणि महिन्यानंतरच्या तारखेचा कोल्हापुरातील एका बँकेचा चेक दिला. हजारभर खर्च करून त्यानं कादंबरी काढलीही. दोन रुपये किंमतीची ही कादंबरी हातोहात विकून गेलीही. पण तिचे मानधन राहो, घेतलेले पाचशेही चौगुलेनं कधी दिले नाहीत आणि मीही त्याचा बोगस चेक वठवायला कधी बँकेत गेलो नाही, की फसवणुकीचा दावा मी त्याच्यावर केला नाही. तो चेक अजूनही माझ्याकडं आहे.

चौगुलेची 'कीर्ती' माहीत असूनही आम्ही त्याच्या मोहजालातून सुटत नव्हतो. म्हणजे मी आणि माझ्यासारखे अनेक नवलेखक, त्याकाळी प्रसिद्धीच्या नशेतच

वावरत होतो. एक पैसाही मानधन मिळत नाही हे ठाऊक असूनही, कथा-कादंबऱ्या पोस्टेजला खिशातले पैसे खर्च करून पाठवीत होतो. माझ्या डझनवारी कथा आणि व दोन कादंबऱ्याही चौगुलेच्या हातून हरवल्या, तरीही चौगुलेनं आम्हाला झपाटलं होतंच...

टीव्हीचा प्रसार होऊ लागला, तसा साप्ताहिकं-मासिकं यांचा व्यवसाय मान टाकू लागला. अन् मग काही दिवसांनी समजले, चौगुले वारला, अति दारूपानामुळे वारला! आता त्याची आठवण आल्यावर वाटतं, की नवोदितांना आपल्या तालावर नाचवून त्यांना फुकट राबवून घेणारा आणि लोकांना गंडवत महाराष्ट्रभर फिरणारा असा संपादक कुणी झाला नसेल! 'दुनिया झुकती है, झुकानेवाला चाहिये' हेच खरं!!

◆

धनगरीन

सुरुवातीला थोडं बुरंगाट पडू लागलं, मग खूळ लागल्यावानी धो धो पाऊस वतू लागला आणि त्यात भिजत-निथळतच एक लेकुरवाळी मी काम करीत असलेल्या शेडच्या आश्रयाला आली. माझ्याकडं ओझरतं पाहात स्वत:शीच पुटपुटावं, तशी ती म्हणाली,

"बुरंगाट हाय तंवर जावावं म्हनलं तर माज्या हांट्यानं वाटंतच गाठलं!"

ती वळचणीकडेलाच थांबली होती. शेडवर पत्रा होता नि पावसाच्या पाण्याच्या पावळण्या खाली कोसळत होत्या. आबरानं पडणाऱ्या त्या पावळण्याच्या चिकळ्या तिच्या पायांवर उडत होत्या, त्यामुळं मी कनवेनं म्हटलं,

"ये, आत ये, पाऊस जाऊ दे. पावसाचा सपकारा अंगावर येतोय."

तिच्या पदराखाली, कमरेवर एक तान्हं होतं नि तिचा हात धरून एक चार-पाच वर्षांचं प्वॉर होतं आणि डोईवर एक बोचकं. वाटलं, आज इथला बाजाराचा दिवस. बाजार करून ही परतत असतेवेळी पावसानं वाटेत गाठलं असावं.

ती आत आली. कमरेवरील तान्ह्या मुलाला तिनं बाकड्यावर झोपविलं. डोईवरील बोचकं काढून तिनं जमिनीवर ठेवून सोडलं. आत टोमेटो, भेंड्या, बावची, उसावरच्या शेंगा, दिडक्याच्या शेंगा, कुठं कांद्याच्या भाजीच्या चार-सहा पाती असं सारं बाराबत्तर माळवचं होतं. ते सारं व्यवस्थित बांधत ती म्हणाली,

"दादा, हे सारं आज बाज्यारात भीक मागून गोळा केलंय बघ! काय करायचं दादा, त्या दाल्ल्यावर एक व्हसाडी पडलीया, आनि माज्यावर ही पाळी आलीया, भीक मागत फिरायची!"

"काय करतोय दाल्ला तुजा?" मी विचारलं.

"आमी धनगराचं जी!" ती म्हणाली, "दाल्ला हाय मेंढरं राकुळीला. त्यो मेंढरांच्या खांडाबरोबर दावनगिरी, राणीबेन्नुर ह्या भागाला गेल्याला हाय! जाऊ दे, नोकरी केल्याशिवाय का प्वाट भरणार हाय? खरं माजा हांट्या काय थोडं पैसे पाठवून दिल का न्हाय हो हिकडं? बरं, कुठं मळ्यादळ्यात रोजगाराला म्या जावावं

म्हन्लं तर हे लेकरू कुठं ठेवावं, ह्या पोराला कुणाच्या सोद्यानं करून जावावं? माघारी खोपटात कोण म्हारमुडाबी न्हाई, व्हय बाऽ त्येंच्याकडं पोरं सोडून बिनघोरी कुणाच्याबी बांधावर रोजगाराला जावं, म्हनलं तर! आई-बाला लहानपणीच डबरून बसलाय, मामानं जतान केलं नि मोठा झाल्यावर लगीन लावून दिलं, आनि 'आता तुजा तू' म्हणून सांगून चार गाडगी-मडकी दिऊन मामा घोंगडं झटकून रिकामा झाला. तसा ह्यो हिकडं बाच्या गावाला आला...''

''कंच्चं बाचं गाव?'' मध्येच मी उत्सुकतेनं विचारलं.

तसं तिनं येथून पाच-सहा किलोमीटरर्सवरील एका खेड्याचं नाव सांगितलं आणि म्हणाली,

''हिकडं आलावं, तर तिकडं गोतावळ्यातलं कोण देकू सकतंय? शेवटी, शेजारच्या गावातल्या धनगरांच्या खांडावर गेला नोकरी कराय! त्यो शेजारचा गाववाला लांबनं पावनाच लागत्याला; खरं नोकरी ती नोकरीच. नि गडी त्यो गडीच हो; त्येला कुठली पोलमी आलीया?''

''बेकार फापलत हिंडण्यापरास काय वाईट न्हवं!'' मी म्हणालो, ''खांडावरचा राखुळ्या गडी का आसंना, पन कामावर तर हाय!''

''ते झालं हो दादा, पन हिकडं त्यो मुडद्या योक पैसा पाठवून दिल तर शप्पथ! हिकडं मी काय पोटाला काटंकवाळं घालू? आनि ह्या दोन पोरास्नी जगवू तरी कसं?'' ती म्हणाली.

''त्या खांडवाल्यानं आजून त्येला पगारच दिला नसंल! आज देतो, उद्या देतो करत त्येला हुलीवर घालत आशेच्या अंदेशावर झुलवत असंल आनि नुस्तंच पोटावारी राबवून घित आसंल!''

''काय झालंय, देवापरमिसुराला ठावं, पन तंवर तरी हितं मला धा जागी हात पसरून जगायची पाळी आलीया, की हो दादा!'' आणि ती म्हणाली, ''दादा गिरणीत खालतं पडल्यालं वाईच पीठ आसंल तर द्या हो गरिबाला, दोन भाकरी तरी थापटून खातो!''

मी शेडमधील पिठाच्या गिरणीवर काम करीत होतो. दळपं दळताना चक्कीवरील हौद्यात धान्य ओतून, चक्कीच्या तोंडाखालचा आधी दबून झालेला पिठाचा डबा काढून दुसरा लावताना खाली थोडंसं तरी पीठ सांडेच! कितीही त्वरेनं भरलेला डबा काढून रिकामा डबा लावला, तरी थोडं का असेना खाली पीठ सांडतेच. असं सांडलेलं पसाभर होईल असं पीठ मी तिला दिलं. पावसानं भिजलेल्या त्या जुन्याऱ्याच्या धडप्यात, त्या बाराबत्तर माळव्यासह ती पीठ कसं बांधून घेणार ह्या कल्पनेनं मी एक प्लॅस्टिकची टीचभर पिशवी तिला दिली. डब्यातलं पीठ तीत भरून घेऊन माळव्याचं बोचकं ती बांधेपर्यंत पाऊसही खूप ईदळला आणि ती

बांधलेलं बोचकं डोईवर ठेवीत म्हणाली.

''जातो वंऽ दादा!'' आणि बाकड्यावरील तान्ह्याला तिनं कमरेवर घेतलं, त्याच्या डोईवर आपल्या फाटक्या पातळाच्या पदराचा शेव टाकला, अन् त्या चार-पाच वर्षांच्या पोराचं बॉट धरून ती निघून गेली...

ह्यानंतर कधी-मधी ती यायची. गिरणीखाली पडलेलं पीठ 'कुडचाभर द्या हो दादा!' म्हणायची; नि ते दिल्यावर निघून जायची. तिच्या गावी पिठाची गिरण त्यावेळी झालेली नव्हती, त्यामुळं तिच्या गावची माणसं आपली दळपं घेऊन इकडंच येत आणि शहरातल्या ह्या भागातल्या गिरण्यांमधून दळून घेऊन जात. काही थोडी इथं, काही थोडी दुसरीकडं, अशी त्या गावची दळपं चार-सहा गिरण्यांतून विखुरली होती. तिच्या गावचा दत्तू जाधवही असाच आपलं दळप घेऊन माझ्याकडं दळायला येई. दत्तू लांबनं आमच्या नात्यातला माझा पाव्हणाच लागत होता. असाच तो एके दिवशी दळायला आल्यावर मी त्याला विचारलं,

''दत्तुमा, तुज्या गावची ती धनगरीण भीक मागत का फिरती? तिला मागंम्होरं कुणाचा आधार न्हाई व्हय गावात?''

''म्हादा, आदार असल्यावर कोण हात पसरत फिरंल व्हय रंऽ? भीक मागायला हात पसरायच्या आधी माणूस मनातनं धाऽ मरणं मरतंय, आनि मग लाजमुंडहून हात पसरत ऱ्हातंय!'' दत्तुमानं जीवनाच्या शाळेतलं तत्त्वज्ञान सांगितलं

''आनि हिचा दाल्ला? त्यो का बघत न्हाई हिला?'' मी विचारलं.

''ईच्या बायलीऽ त्या दाल्ल्याच्या! ल्या सुक्काळीच्याला तर मुंडकं वर राखून पुराय पायजे!! कधी हिकडं आला, की आठ-पंद्रा दिवस ऱ्हातोय मजा मारत आनि बायकुला गर्वार करून उधळला मेंढरापाठनं, की तिकडंच मट्टमाया हुतोय त्येचा! पान्यात ढेकूळ इरगळल्यावानी गप्पगार हून जातोय! मग हिकडं माघारी बायकु-पोरं जित्ती हाईत का मेल्यात, ह्येचा काई ईचार न्हाई!!''

''आपली आनि आपल्या पोरांची जबाबदारी दाल्ला जर घेत नसंल तर त्यो हिकडं आला, की तिनं त्येला जवळ करूने!'' मी म्हटलं.

''तसं न्हाई रं म्हादा, तू आजून लै मागं हैस!'' दत्तुमा म्हणाला, ''आमच्या खेड्यावरती तसं वागून चालत न्हाई! तसं कुणी बाई वागाय लागली, तर ती दुसऱ्या कुणाबरोबर तरी सोकावलीया असं समजलं जातंय नि तिच्या जल्माचं आनिक भगीतर हून बसतंय!''

''मनाईरुद्ध हे सारं म्हंजे एक प्रकारचा बलात्कार...''

''तसंच आस्तंय बाबा खेड्यातल्या बायकांचं जिणं! म्हणूनच म्हंत्यात न्हवं-नशिबाला एक बापय चांगला मिळायला पायजे, तरच बाईच्या जल्मात सुख! न्हाय तर, नरक काय नि बाईचा जलम काय, दोन्ही एकच! बाईच्या जल्माला येणं, लै

वंगाळ म्हंत्यात ते काय उगंच व्हय?''

एकदा अखिल भारतीय मराठी साहित्य संमेलनातील एका सत्रात भाग घ्यायला आमंत्रित म्हणून गेलो होतो, तेव्हा तिथं स्त्री मुक्ती चळवळीत भाग घेणाऱ्या, बिन हातोप्याचा आणि रुंद गळ्याचा ब्लाऊझ घातलेल्या एका गॉगलवाल्या बाई ओळख करून घेण्यासाठी आल्या,

''आम्ही खास स्त्रियांसाठी एक मासिक काढणार आहोत, आपण त्यात ग्रामीण भागातील स्त्रियांच्या...''

आपल्या नवऱ्यापासून फारकत घेऊन विभक्त राहून स्वच्छंद आयुष्य जगणाऱ्या त्या स्त्री मुक्तीबाईला मी स्पष्ट नकार दिला! शहरातील महिला मंडळांतून व्याख्यानं देऊन वा स्त्रियांच्या मासिकांमधून लिहून स्त्री मुक्ती होते? स्त्री मुक्तीची खरी गरज ग्रामीण भागातील तळागाळातल्या स्त्रियांत खरी तर आहे, पण पृष्ठभागावर डुचमळणारं पानी तळागाळात शांतच असतं!

एक-दोन वर्षं अशीच निघून गेली अन् मी त्या धनगरनीला विसरूनच गेलो! पण एका वर्षी दत्तूमानं गावातल्या लक्ष्मीच्या जत्रेला बैलगाड्यांच्या शर्ती बघाय मला ओढून नेलं, नि तिची आठवण झाली..

''दत्तुमाऽ, ती भीक मागत्याली धनगरीन अलीकडं कुठं दिसत न्हाई?''

''ती आता कुठली आलीया दिसाय?'' दत्तुमा म्हणाला, ''गुदस्ताच्या पासुळ्यात तुमच्या गावाकडनं भीक मागून राच्चं आठच्या टिप्पणाला ती हिकडं परत येत हुती. गावाभाहीरल्या वड्याच्या कट्टीवर पावसाचं पाणी चढलंतं, त्यातनं पल्याड जाऊ म्हणून येत व्हती जनू, तंवर वयल्या सिदोबाच्या डोंगराकडनं पाण्याचा ज्यो वत आला, त्यात व्हावून गेली! खालच्या गावाच्या वड्यातल्या पांदीत, बाभळीच्या कांदुऱ्यात तिचं मढं आडकलंतं! कमरेवर तान्हं प्वार तिनं तसंच दाबून धरलं व्हतं, तेवी जित्तं नव्हतं, नि तिचं बॉट धरून तिच्या संगसंग चालणारं प्वार तर पुराच्या पाण्यात कुठं दिक्पाल झालं व्हतं! म्होरं ह्यो वडा नदीला मिळतो. नदीतनं प्यार म्होरल्या मुलखाला दिगंतरा झालं असंल! म्हादा, जीव लै चुटपुटतोय, पन ज्येचं त्येचं नशीब! काय करायचं?''

◆

अब्बी पैसे नहीं...

साठ-पासष्ठ सालच्या कालावधीत मोटार धंद्यात आतासारखी मंदियाळी नव्हती आणि त्याकाळी एका मोटार मेस्त्रीच्या भागीदारीत मी गॅरेज घालून बसलो होतो. गावातून गेलेल्या पुणे-बेंगलोर हायवेवर गॅरेज होतं. तसं गावात आणखीन एक मोठं गॅरेज पेट्रोल पंपामागं होतं. त्या मोठ्या गॅरेजात काम शिकून तयार झालेल्यांचीही दोन गॅरेजीस इथं होती. ज्यांना गॅरेज घालणं जमत नव्हतं, ते पेट्रोल पंपावर हत्यारांची पेटी घेऊन उभं राहात आणि अडल्यानडल्या गाड्यांची कामं करीत. गावात चार-पाच पेट्रोल पंप होते. अशी हत्यारांची पेटी घेऊन काम मिळेल तिकडं फिरणाऱ्या मेस्त्रींना तेव्हा आम्ही 'धोपटीवाले न्हावी' म्हणत असू. आतासारखी पूर्वी ठायी-ठायी केशकर्तनालयं नव्हती; तेव्हा वस्तारा, वाटी, आरसा, साबण, वस्ताऱ्याला धार लावायचा दगड, धारेचा वस्तारा चोळण्यासाठी चामडी पट्टा, वगैरे हजामतीची हत्यारं ठेवण्यासाठी तेव्हा न्हावी लोक उभट लाकडी पेटी वापरीत, त्यालाच 'धोपटी' म्हणत. धोपटीला लावलेली चामडी वादी खांद्यावर अडकवली, की झालं. असा धोपटीवाला कारागीर चालला, की एखादं गिऱ्हाईक आपली वाढलेली दाढी खांजळीत हाक घाली! त्यामुळं तेव्हा पेटीवाल्या मेस्त्रींना 'धोपटीवाले न्हावी' म्हणत नि गॅरेज घालून टेचात काम करणाऱ्या मेस्त्रींगत त्यांना पोलमी, पोझिशन नसे!

त्याकाळी मोटारी कमी आणि मेस्त्री जास्त, अशी गावात परिस्थिती होती. गावात शोव्हरलेट, फोर्ड, वॉक्झल, बेबी फोर्ड, मॉरीस, स्टुडबेकर आदी कंपनीच्या गाड्या टॅक्सीला होत्या. हिंदुस्थान, लॅण्डमास्टर या देशी कंपन्यांच्या गाड्या नुकत्याच त्यात वाट चुकल्यागत येऊ लागल्या होत्या. मद्रासच्या कंपनीची स्टॅण्डर्डही तेव्हा रस्त्यावरून धावू लागली होती. अर्थात, गावात या सर्व प्रायव्हेट टॅक्सी होत्या आणि त्यांची कामंही उधारीवर करावी लागत! टॅक्सीवाल्यानं रिपेअरी करून घेण्यासाठी म्हणून आणलेले पैसे हे घाल, ते घाल असं करत स्पेअर पार्टस् सामानासाठीच खर्च होऊन जात आणि गाडी तयार झाल्यावर मेस्त्रीला सांगितलं जाई,

"कामाचं पैसे ऱ्हावू द्यात, म्होरच्या खेपेला देतो!"

ही ‘म्होरची खेप’ परत कधी गाडीचं काम निघालं, की यावयाची न् मग त्यावेळी मागच्या कामाचे थोडे पैसे द्यायचे नि नवीन केलेल्या कामाचे राखायचे, अशी सगळी अडकाअडकी! बरं, काम करायचं बंद करावं, तर केलेल्या कामाचे पैसे बुडीत व्हायचे. त्या भयानं अशा एखाद्या ‘खोट्ट रोकड अल्ली’ (उधारी कामाच्या कुळांना मोटार लायनीत हे खास नाव होतं) कुळाचं कामही झक्कत करावं लागायचं! या अशा परिस्थितीमुळं, केव्हा केव्हा दिवसभर काम करून खिसा खाली कडकाराम अवस्था असे! हायवेवरून जाणाऱ्यायेणाऱ्या एखाद्या गाडीचं काही काम निघालं आणि ते लोक गॅरेज शोधत आले, तर ते काम मात्र रोख असे! एखाद्यावेळी दोन-दोन दिवस उधार कामं करून कंटाळलेले आम्ही, मग एखाद्या दिवशी सकाळी गॅरेज उघडल्यावर लक्ष्मीच्या फोटापुढं उदकाडी लावून हात जोडताजोडता मनात म्हणत असू - “आज तरी कुणाची गाडी रस्त्यात बंद पडू दे, नि ते काम आम्हाला मिळून खिशात चार पैसे पडू देत!”

पौराणिक चित्रपटात देवाची प्रार्थना केल्यावर लगेच मनोकामना पूर्ण होत असल्याचा सीन दाखवावा, तसं झालं! दिवस मावळून कातरवेळ होऊ लागली होती. तोवर एक जाडजूड, हत्तीच्या पिल्लागत शिखडा गॅरेजसमोर आला, नि त्यानं पंजाबी वळणाच्या खास हिंदीत विचारलं,

“अरे भई, ह्याँ काई मक्यानिक ह्ये क्या ट्रकका काम करनेवाला!”

मोटार लाईनीत शीख ड्रायव्हरला ‘शिखडा’ आणि मद्राश्याला ‘राईट-बंडीवाला’ म्हणतात! ह्या शिखड्याच्या सवालाला मी उत्तर दिलं,

“ह्ये!” आणि विचारलं, “क्या काम करना है?”

“हमारी गड्डी बंद पडै भई!” शिखडे ट्रकला ‘गड्डी’ म्हणत, “क्राऊन पिनेल गयेला है!”

ट्रकच्या इंजनाचा वेग, गेअरद्वारा जॉईंटमधून मागील डिफरन्सलमध्ये असलेल्या दांतेरी क्राऊन पिनेलच्या चक्राला आणि त्या चक्रामधून आक्सलद्वारे मागील चाकांना मिळून ट्रक धावत असते. इतर मोटारीतही हेच तंत्रज्ञान उपयोगात आणलं जातं! क्राऊन पिनेल जाणं म्हणजे त्याच्या परिघाभोवती असलेल्या दांतऱ्या झिजून वा तुटून जाणं! ज्यामुळं त्या दांतऱ्यात अडकून फिरणारे आक्सल स्लीप होऊन मागील चाकंच फिरायची बंद होऊन गाडी धावायची बंद होते!

“कौनशी कंपनीकी गाडी है तुम्हारी?” माझा पार्टनर असलेल्या बापू मेस्त्रीनं विचारलं...

“मर्चीडीस है भई!” शिखडा म्हणाला.

त्या काळी शोव्हरलेट, फोर्ड कंपनीच्या ट्रक्स मागे पडून डॉज, मर्चीडीस अशा नव्या कंपनीच्या ट्रक्स रोडवरून धावू लागल्या होत्या. केबिनबाहेर इंजन आणि मडगार्डस् असलेल्या मर्चीडीस नकट्या डॉज गाड्यांपेक्षा जास्त लोकप्रिय झाल्या

होत्या. बॉम्बे-बेंगलोर, अहमदाबाद-मेंगलोर, मद्रास अशा दूरच्या रनिंगला या ट्रकांचा सर्रास वापर होऊ लागला होता, अन् जुन्या शोव्हरलेट, फोर्ड ट्रका बांधकामासाठी वाळू, दगड आदी वडवायला लोकलसाठी वापरल्या जात होत्या.

"यहाँ सेकण्ड हॅण्ड क्राऊन पिनेल मिलेगा क्या?' शिखड्यानं आम्ही काही तोंड उघडायच्या आत विचारलं, "नया पिनेलको भौत पैसे पडेंगे! जुना बझारमें अच्छे तो कम दाममें, सस्तेमे मिलेगाही!!"

जुना बाजारलाच इथं 'मोडका बाजार' म्हणत! आणि अशा मोडक्या बाजाराचं कोल्हापूरेमामूचं केवळ एकच दुकान इथं होतं. माझा पार्टनर मेस्त्री घाईगडबडीनं म्हणाला,

"मी बघून येतो पिनेल. कोल्हापूऱ्याच्यात मिळतंय काय!" नि त्या शिखड्याला समजण्यासाठी तो म्हणाला, "जरा ठैरो ह्यॉंच, मै मोडके बाजारमें देखके आतूँ!!"

मेस्त्रीची गडबड का, ते की मनोमन ओळखलं. मोडक्या बाजारात पिनेल असेल, तर ते साठ-सत्तरला आणायचं, नि इकडं ट्रकवाल्याला शंभरला ठरवून आणलोय म्हणून सांगून वरचे पैसे खिशात घालायचे. याशिवाय रिपेअरी केलेल्या कामाचं बिल मिळे, ते निराळंच! त्याकाळी केवळ चाळीस हजारात ट्रकचेस, बॉडी वगैरे बांधून पाशिंग करून, परमीट काढून रस्त्यानं धावू लागे! त्यामुळं मर्चीडीसची पिनेल्स साठ-सत्तरला जुन्या बाजारात मिळूही शकत! तरातरा गेलेला मेस्त्री थोड्या वेळातच खरोखरच मर्चीडीसचं क्राऊन पिनेल मोडक्या बाजारातनं घेऊनच आला! आणि ते शिखड्याच्या हाती देत म्हणाला,

"देखो, अच्छा है, तुम्हारे ट्रकको आताय्! दुकानवाला मामू दिडसो रुपये बोलने लग्या था, मै सव्साशे देनेका कबूल करके लाया!!"

"अच्छा, देंगे. अबी चलो, फटाफट् हत्याराबित्यारा तुम्हारे लेव और चलो जल्दी!!"

शिखड्याला जणू घाईच झाली होती. "दूर बंबई जाना है भाई!"

तशी कामाची आम्ही सारी हत्यारं घेतली; गाडीपर्यंत जावूस्तोवर पार अंधार होणार, नि क्राऊन पिनेल बसविण्याचं काम काही पाच-दहा मिनिटांत होणाऱ्यातलं नव्हे, म्हणून मोटार बॅटरीवर जोडून उजेड पडावा म्हणून वायरी, क्लीपासह असलेला, हातबॅटरीगत उजेड पडणारा छोटा बल्ब असलेला छोटा लाईट घेतला, पिनेलच्या दातऱ्यांचा लोखंडी खीस पडून आतील ऑईल बादच झालं असणार, म्हणून पेट्रोल पंपावर त्याकाळी मिळणारं सुटं ऑईल घेतलं आणि ते डिफरन्सलमध्ये भरण्यासाठी ऑईल पंपही घेऊन आम्ही हायवेवर आलो. शिखड्यानं हात उंचावून एक ट्रक थांबविली, अन् तिथून सारे ट्रकच्या ठिकाणी आलो. आडीमल्लय्याच्या डोंगराजवळून गेलेल्या उंच सोंडपावरच पिनेल जाऊन ट्रक उभी होती. तिथं आम्ही पोहोचलो, तर ट्रकजवळ आणखीन दोन शिखडे होते. एक क्लिनर असावा आणि

दुसरा मदतनीस म्हणून बदल्या ड्रायव्हर असावा. ट्रकच्या बॅटरीला क्लिपा जोडून लांब वायर जोडलेला बल्ब पेटवून त्याच्या उजेडात आम्ही काम करू लागलो. बेंगलोरहून निघाल्यापासून ट्रकनं आपणास कसं दमविलं, ह्याचीच कॅसेट आम्हाला बोलवायला आलेल्या त्या शिखड्यानं लावली. त्याला त्याचे दोघे साथीदारही झीलकऱ्यागत साथ देत होते.

अखेर एकदाचं काम झालं, डिफरन्सलचं टवळं आवळून त्यात ऑईलपंपानं मी ऑईलही भरून ऑईल घालण्याच्या व्होलचा नट आवळला, हत्यारं पिशवीत भरली आणि हातातल्या वाईसला काळेमिचकूट हात पुसत बॅटरीला जोडलेल्या क्लिपा काढून, वायर गुंडाळीत लाईटही पिशवीत घातला, तोवर ते तिघंही शिखडे भरभर ट्रकमध्ये बसले, ढोबळ्यानं स्टाटर मारून ट्रक चालूही केला. त्यावेळच्या दराप्रमाणं चांगलं तीस-चाळीस रुपये बिल आम्ही सांगायचं योजलं होतं, तोवर तो ट्रकवाला शिखडाच म्हणाला,

''देखो भई, रस्तेमें गाडीने भौत तकलीफ दी, हमारे पास अब्बी पैसे नही, तुम्हारा बिल अगले ट्रीपको देगा, फिकीर मत करो!'' अन् गेअर घालून त्यानं टेकाडाच्या घसारतीवरून कोल्हापूरच्या दिशेनं गाडी पळविलीही!

आम्ही दोघं आऽ वासून पाहातच राहिलो. भांडण करून त्या तिघांपुढं आमचं त्या रात्रीच्या वेळी काही चाललंही नसतं! परत गावाकडं यावयास आतासारखी त्याकाळी रात्रभर ट्रक वाहतूकही नव्हती. त्यामुळं तेरा किलोमीटर अंतर चालून आम्ही गावात आलो, तेव्हा सिनेमाचा शेवटचा खेळ सुटून साडेबारा होऊन गेले होते. आम्ही उपाशीपोटी चालून चालून पार पेकाळून गेलो होतो. कामाचं बिलही नव्हतं आणि कोल्हापूरेमामाकडून आणलेल्या क्राऊन पिनेलचे पैसेही मिळाले नव्हते आणि तशातच सिनेमाहून परतणाऱ्या एका ओळखीच्या मोटार मालकानं थट्टेनं विचारलं,

''काय मेस्त्री लोक, आज काय चैन कराय् सिनेमाला गेलातासा वाटतं!''

''रोकडअल्ली काम भेटलं. आज एका शिखड्याच्या ट्रकचं, शंभरची पत्ती मिळीवलाव् नि कंटाळा आलाता म्हणून ह्या हत्याराच्या पिशवीसकट थिएटरात आलाताव् न् काय सिनिमा बघायला!!'' मेस्त्रीनं भम्प मारली.

पुढं तो शिखडा कधी भेटलाच नाही! 'बिल अगले ट्रीपको देगा' हा वायदा आम्हाला शेंडी लावणाराच ठरला! पुढं बरेच दिवस आम्ही काम करून आलेल्या पैशातून, कोल्हापुरेमामाकडून आणलेल्या सेकण्ड हॅण्ड क्राऊन पिनेलचे पैसे थोडे थोडे असं फेडत राहिलो...! आमचा काहीही अपराध नसताना एक शिखडा भेटतो, नि आम्हाला अशी सजा देऊन जातो, या नियतीच्या खेळाला काय म्हणावं? इतकी वर्षं लोटली ह्या गोष्टीला, पण तो शिखडा अजूनही स्मरणातून जात नाही!

◆

बाळक्या

अनेकविध कारणांनी अनेकानेक वेळा मला प्रवास करावा लागतो अन् अशा प्रवासात रस्त्यात दोन-चार ॲक्सिडेंट पाहाणं हटकून नशिबी येतं! अशा वेळी मला चटकन बाळक्या कित्तुरेची आठवण येते! अशा ॲक्सिडेंट होऊन रस्त्यात पडलेल्या आणि जवळ रखवालीस कुणीही वाली नसलेल्या, गाड्यांच्या बॅटऱ्या, जॅक्स, स्टार्टर, डायनामा, कट्ऑट, हॉर्न आदी काढून आणण्यात बाळक्या पटाईत होता. बाळक्याची स्वत:च्या मालकीची, ४८ मॉडेल परफेक्ट फोर्ड, जिला बेबी फोर्डही म्हणत, टॅक्सी धंद्याला होती. ६५ सालापूर्वीचा तो कालखंड होता. टॅक्सी धंद्यात तेव्हा व्हीएट फोर्ड, शोव्हरलेट, डॉज, हडसन, स्टुडबेकर अशा आठ वा सहा सिलेंडर्सची इंजनं असलेला गाड्यांचा भरणा होता आणि ७५ आणे लिटर पेट्रोलचा दर असल्यानं २५ मैलावरील, म्हणजे ४० कि. मी वरील, कोल्हापूरला जाऊन येण्याचा टॅक्सी दर केवळ १५ रु. होता! पण बेबी फोर्ड, वाक्झल, मॉरीस अशा चार सिलेंडरच्या गाड्यांचा चंचूप्रवेश टॅक्सी धंद्यात झाला; अन् या लहान गाड्या केवळ १० रु.ला कोल्हापूरला जाऊन येत! पाऊणे चार रुपये गॅलनभर, (५ लिटर) पेट्रोलला खर्च होत आणि सव्वा सहा रुपये घळघळीत टॅक्सीवाल्याला राहात! त्याकाळी कोल्हापूरचा जाण्याचा यस्टी दर सव्वा रुपये होता, म्हणजे जाऊन येण्यास अडीच रुपये खर्च होत. तेवढेही ज्यांच्या खिशात नसत, ते दाबात टॅक्सीनं जाऊन येत, नि खाली उतरल्यावर त्याहून जास्त दाबात सुनावत, "पैसे मागनं देतो!"

बाळक्याच्या कारगत बेबी फोर्ड त्याकाळी सेकण्ड हॅण्ड अशा हजार दीड हजार रुपयांना मिळत. अगदीच गुड कंडिशन कार दोन हजारपर्यंत सहज मिळे. गावातून गेलेल्या हायवेवर माझं त्याकाळी मोटार रिपेअरीचं गॅरेज होतं. सुरुवातीला एका मेकॅनिकच्या, ज्याला मोटार लायनीत मेस्त्री म्हणतात, भागीदारीत हे गॅरेज मी चालवीत होतो. कधीमधी बाळक्या कित्तुरे आपली कार आमच्याकडं कामाला आणायचा. एखाद्यावेळी कामासाठी गाडीचं बॉनेट उघडून आत डोकं खुपसलं, की कारची बॅटरी नेहमीपेक्षा वेगळ्याच ट्रेडमार्कची दिसली, की आम्ही विचारत असू,

"बॅटरी नवीन घातली वाटतं गाडीला?"

ह्यावर हातातील बिडीचा शांतपणे झुरका मारीत बाळक्या म्हणे, "नवी कुठली घालतोय? रस्त्यात ॲक्सिडेंट झाल्याली कार पडलीती, आणली झालं तिची उचलून!"

आणि हे सांगताना त्याचा स्वर इतका सहज स्वाभाविक असे, जणू वाटावं, आपल्या बाच्याच कारची बॅटरी ह्यानं उचलून आणलीय! एखाद्याच्या हक्काची वस्तू ढापणं वा चोरी करणं यात गैर असं त्याला काही वाटतच नव्हतं! हीच गोष्ट गाड्याच्या इतर पार्टस्च्या बाबतीतही घडे! वर आणखी आपल्या कृत्याचं त्याचं समर्थन ठरलेलं असे,

"मी न्हाई आणलं आस्तं तर आनि कोण तरी वाटमारी केली आस्ती का न्हाई! अशा आक्सीडेंटच्या गाड्यातील सगळीच जखमी वा मेल्याली आस्ली, आनि तिथं पहाऱ्यावर पोलिस जरी ठेवला तरी त्योबी सुक्काळीचा कधी रिकाम्या हातानं घराकडं जात न्हाई, तिथं आम्हीच काय घोडं मारलंय? आम्ही न्हाई हात मारला, तर दुसरी काय अगदी धुतल्या तांदळासारखी असत्यात? देवच असा च्यानस देतोय असं म्हणायचं, आनि त्यो गमवायचा कशाला?"

दुष्कृत्याचंही असं एक सोईस्कर तत्त्वज्ञान होत असतं तर! अन् हेच ज्याला-त्याला ऐकवून असे लोक आपल्या कृत्याचं समर्थनही करीत असतात! याहूनही अशा लोकांच्या स्वभावाची आणखी एक वेगळी बाजू म्हणजे, आपल्या अशा कृत्याच्या बाबतीत, एखादा पराक्रम केल्याच्या थाटात ते आपल्या सर्कलमध्ये याविषयी सांगत, ऐकवीत असतात, अन् असं सांगताना 'जग किती मूर्ख आणि मी किती शहाणा'! अशा प्रकारचा आनंदी भाव त्यांच्या चेहऱ्यावर नाचत असतो.

हा बाळक्या कित्तुरे आंबुळ्या तोंडाचा होता, म्हणजे लहानपणी तोंडावर 'देवी'नं छन्नी मारलेला, मोट्ठाल्या बेरकी डोळ्यांचा, चाळिशीच्या घरातला, सावळ्या वर्णाचा, साडेपाच फुटांच्या आसपास उंची असलेला असा होता. परीटघडी विजार, नि तीवर पिवळट रंगाचा, लांब हातोप्याचा शर्ट असा त्याचा कायमचा पोषाख असे. शर्टाचे हातोपे मात्र नेहमी कोपरापर्यंत दुमडलेले असत अन् त्याच्या खिशात नेहमी बिडी बंडल आणि काड्याची पेटी असे. आपली गाडी रिपेअरीसाठी सतरा गॅरेजं फिरणाऱ्या गिऱ्हाईकाला आम्ही 'उंडगं गिऱ्हाईक' म्हणत असू! हा बाळक्याही असलंच एक नामांकित गिऱ्हाईक होतं! त्यामुळं अशा पुदिन्याचा अर्क असलेल्या खट्ट गिऱ्हाईकाला आम्ही विशेष किंमतही देत नसू! हा बाळक्या पूर्वी म्हणे एका तंबाखू व्यापाऱ्याच्या कारवर ड्रायव्हर होता, नि त्या व्यापाऱ्याच्या बायकोशी याचे अनैतिक संबंधही होते म्हणे. (ह्या आंबुळ्या तोंडाच्या बाळक्यावर खूष होणारी ती सती सावित्री दिसायला कशी असेल, ह्याची कल्पनाच केलेली बरी!) आणि हे त्या

व्यापाऱ्याला समजल्यावर याला मारायचा प्लॅन त्यानं आखला, नि ते त्याच्या कानांवर येताच यानं जिल्ह्याच्या गावी पलायन केलं. तिथं ५-६ वर्षं अशीच कुणा-कुणाच्या शेठ-सावकारांच्या कारवर ड्रायव्हर म्हणून काढल्यावर आणि त्या कालावधीत इकडील तापलेलं वातावरणही निव्वळून थंड झाल्यावर हा परत इकडं आला, नि हजारभरची सेकण्डहॅण्ड परफेक्ट कार घेऊन टॅक्सी धंदा सुरू केला. गावात साऱ्या प्रायव्हेट कारच असल्यामुळं भाडं आल्यावर चौ दिशांना कुठंही नि कितीही दूर जाता येत असे. फक्त पोलिस कचेरी सांभाळावी लागे आणि कचेरीवाल्यांना महिन्यातून एक वेळ तरी फुकट गाडी द्यावी लागे. त्यालाच मोटार लायनीत 'बिट्टी करणे वा एट करणे' असं म्हणत!

माझे वडीलही, ३६ सालापासून टॅक्सी धंद्यात होते. गावात प्रथम ज्यांनी टॅक्सी धंदा सुरू केला, त्यापैकी तेही एक होते. ७०० रु.ची ओपन टप फोर्डकार आणून त्यांनी टॅक्सी सुरू केली होती. दुसऱ्या महायुद्धाच्या कालावधीत पेट्रोल दुर्मीळ झालं होतं, तेव्हा रॉकेलवरही त्यांनी ती फोर्ड कार चालविली होती. बरीच वर्षं ती फिरविल्यावर नंतर '४७ मॉडेल व्ही एट फोर्डकार' त्यांनी सावंतवाडीहून विकत आणून तीवर धंदा वाढविला होता. फोर्डकारमधील तज्ज्ञ म्हणून ते समजले जात आणि फोर्डचे टायमिंग लावण्यात त्यांचा हात धरणारा या परिसरात तरी कोणी नव्हतं. हा बाळक्या वडिलांना म्हणे,

"दादा, गाडी पेट्रोल लै खायाय लागलीया हो, आवरेज बरोबर पडंना, जरा तुमचा हात लागू दे डेल्कोला, तेवढं जरा टायमिंग करेक्ट करून द्या!"

सतत कुणाच्या ना कुणाच्या मदतीला उपयोगी पडण्यात आनंद मानणारे, भिडस्थ स्वभावाचे वडील अंगातील कोट व्यवस्थित घडी करून बॉनेट मागच्या फ्रंट काचेजवळ ठेवीत अन् टायमिंग मार्क जमवून पहिलं पिस्टन स्ट्रोकसाठी वर आल्याबरोबर त्यावर प्लगची फुणगी पडेल, अशा प्रकारे अगदी करेक्ट टायमिंग जमवू लागत, तोवर हा कोल्ह्याच्या औलादीचा बाळक्या जवळच्याच पानपट्टीच्या दुकानाकडं त्वरेनं जाऊन येई.

"दादा, एवढं पान टाका तोंडात, नि मग टायमिंगचं बघा म्हणं!" बाळक्या पान-तंबाखू घेऊन सेवकागत उभा असे. तासा-घटकेला पान खायची वडिलांना सवय होती.

यावर इंजनमध्ये खुपसलेले डोके वडील वर उचलीत, बाळक्याच्या हातातले साधे पान तोंडात टाकून, त्याच्या हातातील तंबाखूची चिमूट त्यावर सोडीत नि मग एकचित होऊन, टायमिंग लावण्याचं काम करू लागत. त्याकाळी पाच नव्या पैशाला साधं पान मिळे, अन् तेवढ्यावर बाळक्या 'दादा, दादा' करून मंगळत वडिलांकडून टायमिंग लावून घेई.

बाळक्याला नेहमी जुगारी लोकांची भाडी असत. गावात अट्टल जुगारी असे बरेच जण होते. हे लोक स्पेशल टॅक्शी काढून जिल्ह्याच्या गावी जात अन् तेथील चोरट्या जुगार अड्ड्यांमधून जुगार खेळत दोन-दोन, तीन-तीन दिवस बसत! एकदा असाच जुगार ऐन रंगात आलेला असताना पोलिसांची रेड पडली, तशी धावाधाव सुरू झाली. गडबडीनं काही मोटारीत बसले, नि जल्दीनं बाळक्यानं मोटार पळविली. पोलिस जीपनं पाठलाग करू लागले, नि त्यांच्या तडाख्यात गावू नये म्हणून बाळक्या वेगानं गाडी पळवू लागला, नि यात ती सिंगल कमान पाट्याची बेबी फोर्ड बॅलन्स न राहिल्यामुळं गोलांट्या खात रस्त्यावरून बाजूच्या रानात गेली!! आतल्यांना खरचटण्यापलीकडं विशेष काही झालं नाही, तरी गाडीच्या बॉडीचं मात्र बरंच नुकसान झालं! गाडीतून सारे बाहेर धडपणे येऊपर्यंत पोलिसांनी साऱ्यांच्या मानगुटी धरल्या! पोलिसांच्या मुठी दाबून लॉकअपमधून बाहेर येईपर्यंत इकडे बाळक्याची गाडी बेवारश्यावानी पडलेली... गाडीच्या बॉडी रिपेअरीसाठी लोहारी गॅरेजापुढं वडून आणल्यावर बाळक्या सारखा ईवळत होता,

"बायली, लॉकअपमदनं भाहीर ईस्तोवर हिकडं गाडी रस्त्यात तशीच पडली, तवर कुणी सुक्काळीच्यानं डिक्कीतला ज्याक नि स्टेपनी पळविली!"

ऐकून मनोमन आम्हालाही आसुरी आनंद झाला! हा साला रस्त्यात ॲक्सिडेंट झालेल्या गाड्यांचे पार्ट पळवून आणत होता, तेव्हा त्याला ग्वाड वाटे आणि आता आपल्याच बुडाला झळ बसल्यावर साला लागला ईवळायला!

बाळक्याची गाडी तयार होऊन, कलर वगैरे झाल्यावर रस्त्यावर फिराय लागायला ६-७ महिन्यांचा कालावधी सहज गेला. गेअर वा डिफरन्सलंच काही काम निघालं, की तो माझ्याकडेही आपली कार घेऊन रिपेअरिला यावयाचा. त्याकाळी दारूबंदी असली, तरी गावठी दारू मुबलक मिळे, अन् भागीदार मेस्त्री केलेल्या कामाची उधारी वगैरे वसूल करून ४-४ दिवस घरीच दारू पिऊन पडू लागल्यावर भागीदारी संपुष्टात आणून मी एकटाच गॅरेज चालवू लागलो होतो. नि काम वाढावं, गाड्याचं वळण पडावं म्हणून मोटारवाल्यांची उधार कामंही करीत होतो. बाळक्यानंही गेअर बॉक्सचं काम करून घेऊन माझी १५ रु. उधारी तटविली, ती 'देतो' म्हणून आणखीन तीन वेळा फुकट कामं करून घेतली, पण बिल काही दिलं नाही! माझ्या वडिलांनी त्याला अनेक वेळा मदत केलेली व याची थोडीही जाण नसलेला, हा बाळक्या केवळ १५ रुपयांसाठी नीचपणा करीत होता! गावातील अनेकांनाही त्यानं अशाच टोप्या घातल्या होत्या. त्याला पाहिल्यावर पाच जोड्यानं मारावं नि एक मोजावं, असा संताप मला यावयाचा!

बाळक्यानं जिल्ह्याच्या गावी एक तमाशातील बाई ठेवून घेतली होती, तिला पोरंही झाली होती. मध्ये ती अचानक वारल्यावर बाळक्या पोरांचा सांभाळ करायला

जिल्ह्याच्या गावी निघून गेला, नि इथं लग्नाच्या बायकोपासून झालेली मुलं होती, ती आता मोठी झाल्यानं त्याच्या दोन्ही गाड्या ती पोरं फिरवू लागली. बारक्या तिकडं जिल्ह्याच्या गावी, मोटारी खरेदी-विक्रीच्या व्यवहारात एजंटबिरीचं काम करणाऱ्या, देशमुखच्या सायकलीच्या दुकानात बसून आपणही ते काम करून मिळणाऱ्या कमिशनवर जगू लागला. बाळक्याची पोरंही कधीमधी तिकडं जात, एकदा थोरल्यानं तिथं दारू पिऊन मारामारी केली व पळून गेला. मार खाल्लेल्यानं मग फिर्याद दिली. पोलिसांनी बाळक्यालाच उचलला नि 'पोराला कुठं लपवून ठेवलास सांग' म्हणत त्याची यथेच्छ धुलाई केली. मग चार दिवसांनी त्याला सोडून दिलं! हबकलेल्या बाळक्यानं घरी येताच अंथरुण धरलं, ते त्यातच उडालं!

मोटार लायनीत इतका नीच, हलकट, उलट्या काळजाचा नि लोकांचे पैसे बुडवून त्यांना टोप्या घालीत फिरणारा माणूस मी आजवर पाहिला नाही!!

◆

चकनं ईसन्या

चकनं ईसन्या पैल्यापास्नंच कष्ट्या औलादीचं होतं. भुका लागल्या, की एक तिथं दोन येळा चापून हांदलायचं नि गावभर टळोऽ करीत फिरायचं! त्याच्या भावजया आपल्या दाल्ल्यास्नी म्हणायच्या,

''तुमच्या भावाचं जरा कान पिळा की! बरोबरीची वारगीची पोरं मिळवाया लागून लगनं करून घिऊन रांकंला लागली. आनि तुमचा भाऊमतोर देवाला सोडलेल्या वळूवानी गावभर उंडारत फिरतोय. त्येला जरा चांगला हासडा. झाडपट्टी करा, नि वळणावर आणायचं बगा!''

''त्ये का धाकटं प्वार हाय. च्यार गोष्टी सांगिटल्या, की आमचं ऐकलं, आनि वळणावर ईल म्हणाय्! त्येचं त्येला 'व्हय् न्हवं' समजाय् नको?''

''समजत आसंल की, खरं उमजत न्हाई! झोपल्याला एक उठीवशीला, खरं झोपेचं स्वाँग घेणाऱ्याला कसं उठविणार!''

''बायलाऽ भडव्याचं लगीनच करून टाकताव आनि मानंवर परपंच्याचं जूँ देताव, म्हंजे चट् वळणावर ईल!!''

चकनं ईसन्या राबत न्हवतं, या भिकणीशीला कोण पोरगी दील, असं गावातल्यांना वाटत होतं; पण त्याचं चट्शिरी लगीन ठरलं. त्याची बायकु जरा डाव्या पायात दोष असल्यागत लंगडत चाले आणि जरा काळी ढुही होती. त्यामुळं अंधारात ती हसल्यावर अंधारच चमकल्यागत वाटे. ईसन्यावानीच तिचा उजवा डोळा चकना होता, नि तो कवाबी आपला जोतिबा-पन्हाळा करे. पण त्यामुळंही काही बिघडत नव्हतं, अगदी बायकोसारखी डिक्टो बायको मिळाली होती हेच नशीब! नाही तर म्हातारं होऊन गचकल्यावर ईसन्याचं तडकीसंगंच बाशिंग बांधायची पाळी होती!

पण लगीन करूनही ईसन्या सुधारायचं काही लक्षण दिसत नव्हतं. उलट त्याच्या लग्नाचा जत्ता, जेवानफिवानाचा खर्च्या आणखी बोकांडी बसून त्यापाई तीन-चार हजाराचं रीण आनि भावांच्या उरावर झालं होतं! डोस्कीत जीड्ड धरावं, तसं भावास्नी झालं होतं, आणि परत त्यांनी आपलीच डोस्की खांजळायला सुरुवात

केली होती, आता या साल्याला कसा सुधारावा? आई-बामागं ह्येला हातावरच्या फोडावानी जपला, आनि आता ह्यो पांग फेडाय लागला. ह्येला आता येगळाच काढूया, म्हंजे झक्कत वळणावर ईल! गावातलं पंच जमवून त्यांनी वाटण्या केल्या. तीन आखणी घरातलं एक आकाण, नि शेताचं याक टपनं ईसन्याच्या वाटणीला आलं... शेताच्या एका टपन्यात असं कितीसं पिकणार? आनि पिकल्यालं तरी दोनच माणसं झाली म्हणून का असेना, त्यांना किती दिवस पुरटी पडणार? झक्कत ईसन्या हितं आलं आणि इनामदारांच्यात ढोरं राकुळीला ऱ्हायलं! ढोरं सोडायची कुठं तरी वड्याकडं, आंबराईच्या बाजूला आणि निचितीनं बिड्या फुंकत एखाद्या आंब्याखाली बसून टाकायचं!! अर्थात, ह्या कामासाठी काही विशेष डोकॅलिटी लागत नव्हती, वा राबून घाम गळ्याशी येत वंड पडत नव्हतं. ढोरं दावणीला गुतपाळली, की इनामदारांच्या घरचा बाजारहाट, दळपंफिळपं दळून आणणं, आदी कामं चकनं ईसन्यालाच करावी लागत. खरं तर त्याला 'चकणं ईसन्या' अशा लांबलचक नावानं तसं कुणीच बोलावीत नसे, सगळे 'चकन्या'च म्हणत. चकन्या कधी-कधी इनामदारांची दळपं घेऊन दळायला मी काम करीत असलेल्या पिठाच्या गिरणीत येई. एकदा मी त्याला विचारलं,

"तू हिकडंच रातध्याड पडून ऱ्हातोस, आनि तिकडं गावाकडं बायकोकडं कोण बघायचं?"

"हिकडं माजा मी राबतोय न्हवं? तिकडं तिचं तिनं राबावं! आमचा बा काय लै डबुलं सोडून गेलाय, बसून खायला? आनि नसलं राबायचं तर तिथं तिला काय कुणी बांधून घालाय न्हाई, राव्हूस वाटलं, तर ऱ्हावावं, न्हाई तर तराट सुटावं म्हायारला!"

पण हे चकन्याला सांगायची जरूरीही वाटली नाही. कारण एकदा तोच मला म्हणाला,

"बायली, बायकु पळाली आपल्या म्हायारला! जरा लंगडी हुती, त्यामुळं गाव गाठायला वेळ लागला असंल, एवढंच!" त्याचा स्वर बेफिकिरीचा होता.

"पन आता, तुज्या नशिबाला बायकु रं?" मी विचारलं.

"म्हादूमा पोरीस्नी काय तोटा!" नि हाफ पॅण्टखालच्या हाडकुळ्या मांडीवर शड्डू ठोकत तो म्हणाला, "दुसरी बायको आणतो काय न्हाय बगा, ह्यो गब्रू पठ्ठ्या!" अन् दाभनकाठी मिशीला पीळ भरत त्यानं आपला चकना डोळा जोतिबा-पन्हाळा असा फिरविला.

आणि खरंच, दोन-तीन महिन्यात त्यानं दुसरी बायको कोठूनशी करून आणली देखील! समजल्यावर वाटलं, बायली, लोक ईच्यारफिच्यार न करता पोरी तरी कशा देत्यात?

इकडं चकन्या इनामदारांच्यात राबत होतं. तिथं काही धुसफुस झाली, की मग एखाद्या हॉटेलात कामाला जात होतं. पहिल्या हॉटेलात प्रथम ते लागलं, तेव्हा मालकानंच खुद्द त्याच्या म्होरं उभं राहून कोपरापासून-ढोपरापर्यंत हात जोडून म्हटलं,

"ये बाबा, तुज्यासारखं चार गडी झालं म्हंजे माज्या हाटीलचं डिवाळं निघंल! उद्यापास्नं ईवू नको तू!"

हॉटेलात ऱ्हायल्यापास्नं चकनं ईळाला २५-३० कप चहा प्यायला सोकावलं होतं. शिवाय टेबलं पुसताना नि गिऱ्हाईकाला त्याच हातानं गलासात बोटं बुडवून 'सोऽच्च' पाणी देताना, वा भडंग-भज्याची ऑर्डर देताना येता-जाता काही ना काही तोंडात टाकून सारखं त्वांड हलवित ऱ्हायाचं! कवा जिलबीचं कडं, कवा भजा मटकावायचं, तर कवा भडंगचा बकणा मारायचं! तशी मालकाची खाय-प्यायची ना नसायची, पण त्याच हॉटेलात चकन्यासंग काम करणारं तान्या एक रोजी मालकाच्या कानाला लागलं,

"मालक, ते चकणं रोज तीसेक कप च्या ढोसतंय बगा! आनि ईळभर सारखं त्वांड हालवित आस्तंय!"

ह्यावेळी चकनं च्याची ऑर्डर घेऊन बाहेर गेलं होतं, एक दिवशी मालकानंदेखील वॉच ठेवली, नि तान्या सांगत्याल्याचा पडताळा आल्यावर चकन्याम्होरं हातच जोडले! पोटाला खायचं ऱ्हावू द्या, पण २५-३० चहाचे रोज किती पैसे झाले? म्हणजे, हा गडी केवढ्याला पडला? चकनंही ईळभर बकासुरावानी खा-खा करीत असलं, तरी बावडीनं किरमिडं, मरकं होतं! जोरात वैलवारं सुटलं, तर जुंधळ्याच्या घाटावरल्या पाल्यावानी हितनं उडून आपल्या गावाच्या शिवारात पडलं असतं! भसम्यारोग व्हावा तसं घ्याडाभर ते हाताला लागलं ते तोंडता ढकलत राहायचं आणि ते सारं त्याला पचायचंही! गावातील एकेक हॉटीलातली पोरं तर गावावरून वव्वाळून टाकल्यावानी नामांकित असत! कोण चोऱ्या करून पळत, तर कोण अंगावर उचल घेऊन लाटत! त्यामुळे प्रत्येक हॉटेलात नोकराची गरज असेच. अशा हॉटेलात मग चकन्या चिकटे! त्याही हॉटीलवाल्याला ह्याच्या रोजच्या २५-३० कपाचा दणका समजताच तोही हात जोडे! अशी एक नोकरी सुटल्यावर दुसरी मिळेपर्यंत मधल्या स्वल्प विरामाच्या काळात चकन्या मंगळत परत इनामदारांच्यात कामाला जाई! त्यांनाही पोटावारी राबणारा असा नामांकित गडी हल्लीच्या कलीत मिळणे मुश्कील असे. इनामदारही म्हणे,

"आलास सुक्काळीच्या, इतकींदी कुठं आई काशीत घालाय गेलातास?" अन् इनामदार म्हणे, "जा, सोड जा म्हसरं! आठदी झालं गोठ्यात घोटमाळून पडल्यात; त्येनला कोण दिक्कं हाय? जरा बिरडी सोड जा त्येंची!"

हॉटीलात काम करणाऱ्यांचीच एक बिनतारी यंत्रणा कार्यरत असते; कुठं कुठल्या हॉटीलातील भट्टीवाला ४-५ हजाराला मालकाला शेंडी लावून फापल्या मारीत गेला, कुठं कुणाचा च्या गाळणारा पळाला, कुठं कुणाचा सप्लायवाला नौ दो ग्यारा करता झाला. या साऱ्या बातम्या या बिनतारी यंत्रणेद्वारा पावणा लाख लोकवस्तीच्या पन्नासाच्यावर हॉटीलं असलेल्या गावात समजतं! एखाद्या हॉटीलातला कुणी ओळखीचा विचारी,

"चकन्या कुठं हैस रे?"

हा म्हणे, "हाय आपला इनामदारांच्यात भाकरीचा आधार धरून!"

यावर तो म्हैतर म्हणे, "स्टँडकडल्या त्या खाटक्याच्या हाटीलात एक जागा खाली हाय बघ, ईच्यारजा व्हावं तर!!"

इनामदाराच्यात रोज शिळं तुकडं मोडून चकन्याच्या तोंडालाही बांब आलेली असे. गरम भज्याचा वास, कटवड्याची चव, चपाती-भाजीचा नाष्टा, नि खास दारूड्यांच्यासाठी बनविलेली जीभ जाळीत जाणारी तिखाट डोम भडंग हे सारं त्याला आठवू लागे, नि इनामदाराला दांडी मारून तो न सांगताच तिकडं पळे!

एकदा असाच तो गावभरातील हॉटीलं तिरपाटत शेवटी म्युनिसिपालिटी एरीयातील ५-६ हॉटेलांपैकी एकात आला, अन् त्या हॉटीलाचं दळप घेऊन मी काम करीत होतो, त्या पिठाच्या गिरणीत आला. माझ्या समोरच्या फळीवर भज्याच्या डाळीचं दळप आपटीत आतल्या एकमेव बांकड्यावर बसून बिडी ओढू लागला. तसं मी त्याला विचारलं,

"ईसन्या काल कुठं उधळलातास रे बिन सांगताच, मालक कोकलत होता की!"

"काल व्हय? सिमीटची ट्रक उतरायची व्हती गोडाऊनात. त्या हमालांनी बलवून न्हेलं मलाबी! तीनशेला ठरवून घेतली ती; पन्नास-पन्नास परत्येकाला मिळालं; मग काय दुकती? नि हितं हाटीलात ईळभर मरून काय मिळाणार हाय?" नि बेफिकीरपणे धूर सोडीत म्हणाला, "आज सकाळी हाटीलात आल्यावर मालक बोंबलंना का! पन काल एक पिशवी मारलो, तो गावाकडं गेलोच न्हाई; झोपलो हितंच!!"

इकडं कर्नाटकात सरकारी देशी दारू दुकानातून सुटी मिळत नाही, तर पॉलिथीनच्या पिशवीतून ती मिळते, एका पिशवीचा दर ८ रु.! त्यामुळे 'पिशवी' हा दारुड्यांचा परवलीचा शब्द असतो.

"हितंच म्हंजे कुठं झोपलास?" नि मी म्हटलं, "हाटीलात?"

"घ्या! हितं हाटीलात मी झोपलो, तर सकाळपतोर कपाटात काय शिल्लक ऱ्हाईल का?" नि खिंकाळत तो म्हणाला, "मी आपला गावाकडं जाणाऱ्या

एस्टीस्टापजवळ, आमच्या गावच्या आमच्याच गल्लीतला एका ईदवा बाईचं घर हाय, तिथं झोपतो. ती आपल्या आईसंगं तिथं ऱ्हाती. तंबाखूच्या खळ्यात कामाला जाऊन पॉट चालविती! गावाकडं जाणारी शेवटची बस चुकली, की तीन मैल तांगड्या तोडत कोण जायाचं, म्हणून मी त्या बाईकडंच झोपतो मग. तिथं गेल्यावर मग जेवानबी मिळतंय! काय हयगय न्हाई म्हणा!''

''ह्या बदल्या पैसे दिवून कडनड भागवीत असशील तू तिची कधी-मधी!''

''आता घ्या! माझ्याकडं कुठलं आलाय हो पैसा म्हादूमा! हांऽ, कधी-मधी दुसरीच तिची कडनडमतोर भागवावी लागती, नि अंगाचा चोंबाळा हुतौय तिनं उरावर घेतलं म्हंजे!''

''बायलीऽ, बराच हैस की? आनि तिकडं गावाकडं बायकु, दुसरी केल्याली?''

''दुसरी बी गेली पळून. तिसरी केली. चार म्हैने ऱ्हायली, नि तीबी नांदाय येत न्हाई म्हंती! आता चौथी करून घेणार हाय! बायला, आधीसारख्या पोरी हल्ली एकच बापयाला धरून ऱ्हात न्हाईत! लगनाआदीच भाहीर त्वांड माराय सोकावल्याल्या भोंड्यां, एका जवळ थरंबतील कशा? च्यामारी, आपलं तर कुठं नडलंय म्हणा बायकुवाचून? आठवड्यातनं दोन चारदा बस चुकली, की झालं!'' आणि डोळं मिचकावीत चकनं खॉऽखॉऽ कराय लागलं.

''साल्या, मी तुला आजवर एडपा, खुळा समजत हंतो की!''

''म्हादूमा, हल्लीच्या कलीत कोण तसं एडपं ऱ्हात न्हाई बरं! ज्यो-त्यो आपापल्या जल्माचा श्यानाच आस्तोय! आता मीच बघा, शड्डू ठोकून चौथी बायकू करून आणतो का न्हाई त्ये!''

''आनि सोडून गेलेल्यातली एखादी 'मी नांदतो' म्हणत आलीच, तर काय मग डोस्कं धरून बसणार?'' मी गंमतीनं विचारलं.

''डोस्कं का धरतोय म्हादूमा? पठुश्या, तिलाबी नांदिवणार नि हिलाबी! दोघीस्नी तंबाखूच्या खळ्यात कामाला लावून दिऊन आपण आरामात बसून खाणार!'' मला निरुत्तर करीत तो म्हणाला.

अन् मी इकडं मनातल्या मनात कपाळावर हात मारून घेतला!

◆

मृगजळ

केवळ उंचीमध्ये मार खाल्ला, नाही तर एखाद्या सिनेनटागत देखणेपण विजय केस्तीला लाभलं होतं. 'देवबाप्पा'सारख्या हृदयस्पर्शी कथा व पु. ल. देशपांडेंचं संगीत यानं गाजलेल्या चित्रपटाचा नायक, विवेकसारख्या जुन्या मराठी नायकागत विजयची फिगर होती. त्याच्या रेखीव चेहऱ्यात कसलंही न्यून निघत नसे. त्याचा रंग तर गोरापान होताच, पण डोईवर मागं वळविलेल्या कुरळ्या केसांतील लाटांनी तो आणखी देखणा दिसत असे. सिनेनटागत प्रसिद्धीचं एक वलय ज्यांना प्राप्त झालं होतं, त्या कादंबरीकार ना. सी. फडक्यांच्या एखाद्या (प्रणयरम्य वगैरे) कादंबरीतील नायकासारखा विजय होता.

गावात त्यावेळी दोनच हायस्कूल्स होती आणि विजय माझ्याच हायस्कूलात होता. माझ्या पुढं तीनेक वर्षं तो होता. खिद्रापूरजवळ त्याचं मूळ गाव होतं. येथील गूळ-मिरचीच्या व्यापाराची मोठी पेढी असलेल्या व्यापाऱ्याला त्याची थोरली बहीण दिली होती आणि हा इथं बहिणीकडे हायस्कूलच्या शिक्षणाला आला होता. आतासारखी त्याकाळी खेड्यापाड्यांवर खूप हायस्कूल्स नसल्यानं मुलकी (मराठी ७ वी) पुढील शिक्षण हे एक दिव्यच होतं!

विजय आणखी एका गोष्टीसाठी माझ्या लक्षात राहिला. तो पुढं बराच काळ, नि ती गोष्ट म्हणजे, मॅट्रिकला तो असताना, आपल्या वर्गातील एका अत्यंत देखण्या मुलीवर त्यानं कथा लिहिली होती, व ती त्याकाळी प्रसिद्धही झाली होती! एखाद्याबरोबर पळून जाणं, ही गावाच्या इतिहासातील ती पहिलीच घटना, नि त्यामुळे असेल, पण तेव्हा खूपच खळबळ माजली होती! आठवड्याभरानं ती मुलगी परतही आली; पण तिच्या भावांनी डूक धरून, आपल्या बहिणीवर कथा लिहिल्याबद्दल विजयला मारण्याचा घाट घातला, अन् याचा सुगावा लागताच आपल्या गावाकडं विजय फुऽर झाला! मग काही दिवसांनी सारं सामसूम झाल्यावर तो परत आला...

३४ सालापासून माझे वडील गावात वेळोवेळी होणाऱ्या नाटकांतून कामं

करीत. मा. विनायकांच्या भगिनी सरलाबाई येथील म्युनिसिपल दवाखान्यात नर्स होत्या. मा. दीनानाथ वारल्यावर निराधार झालेल्या माई मंगेशकर व त्यांची मुलं मा. विनायकांच्या आश्रय, आधारानं राहात होती... लता व तिची भावंडं सरलाबाईंच्याकडे इथं कधीमधी येत. अशीच एकदा लता आली असता, माझ्या वडिलांच्या नाटकापूर्वी तिनं आपल्या वडिलांची नाट्यगीतं म्हणून त्या चिमुरड्या वयात रसिकांची वाहव्वा व बक्षिसंही मिळविली होती.

माझ्या वडिलांच्या आवाजाची जातकुळी (मामा वरेरकरांच्या कथेवर, हिंदी-मराठीत काढलेल्या) 'गीता' चित्रपटातील (डब्बल रोल केलेला नायक) चंद्रमोहन, विश्राम बेडेकरांचा 'वासुदेव बळवंत' गाजविणारे विश्वास कुंटे, आपल्या भूमिकांनी अनेक नाटकं अजरामर केलेले नटवर्य नानासाहेब फाटक व काशिनाथ घाणेकर आदींच्या आवाजासारखी होती. ग्रीक शिल्पागत लांबसडक नाक लाभलेला कोरीव चेहरा, भरगच्च देहयष्टी, अभिनयाची समज, साती सप्तकात लीलया फिरत राहणाऱ्या, करुण, वीर, रौद्र रसात श्रोत्यांना आकंठ बुडवून काढून जगाचा विसर पाडायला लावणाऱ्या, दैवी आवाजाची देन यामुळं ऐतिहासिक असो वा सामाजिक नाटक, ते आपल्या एन्ट्रीला टाळ्याच घेत! विनायक देवरूखकरांचं गाजलेलं 'डॉ. कैलास' नाटक तर त्यांनी चिक्कोडी, संकेश्वर, गडहिंग्लज शिवाय इथंही थिएटरात तिकीट लावून केलं होतं आणि आलेला पैसा काळभैरीसारख्या देवस्थानला दिला होता. आमच्या म्युनिसिपल हायस्कूलचा सुवर्णमहोत्सव साजरा झाला, तेव्हा आठ दिवस आजी व माजी विद्यार्थ्यांनी नाट्योत्सव साजरा केला होता. त्यात आचार्य अत्र्यांच्या 'घराबाहेर' व 'जग काय म्हणेल' चे वडिलांना मुख्य भूमिका देऊन प्रयोग करण्यात आले. तेव्हा विजयनंही माझ्या वडिलांच्यासह त्या नाटकातून साईड रोल केले होते...

त्या काळची मॅट्रिक झाल्यावर कॉलेज शिक्षणासाठी विजय तेव्हा 'शिक्षणाची पंढरी' म्हणून ओळखल्या जाणाऱ्या पुण्यास गेला. कॉलेजमध्ये असतानाही त्यानं लिहिलेल्या काही कथा प्रसिद्ध झाल्या. लिखाणाची आवड, नाटकात काम करायची आवड, यामुळं पुण्यात तो फार काळ कॉलेजमध्ये रमू शकला नाही... गडगंज श्रीमंत असलेली त्याची बहीण निपुत्रिक होती. त्यामुळे तिचं आपल्या देखण्या भावावर पुत्रवत् प्रेम होतं! मी पुढील शिक्षणासाठी अमेरिकेला जाणार म्हटल्यावर शिक्षणाची तोंडओळखही नसलेल्या त्या माऊलीनं, तो मागेल त्याहूनही अधिक रक्कम देऊन त्याला अमेरिकेला पाठविलं. अमेरिकेतील आपल्या वास्तव्यात सिनेमा व टीव्हीचा कसलासा कोर्स देऊन तो चांगला ४/५ वर्षांनी भारतात परतला. तेव्हा पुण्याची फिल्म इन्स्टिट्यूट नव्हती, की आतागत मुंबईत ॲक्टिंग शिकविण्याच्या नावाखाली मोठमोठ्या फीच्या रूपानं पैसे उकळण्याची दुकानंही निघाली नव्हती.

तसंच टीव्हीचं आगमनही तेव्हा भारतात झालं नव्हतं. अशा परिस्थितीत भारतात येणं म्हणजेच अप्रूप होतं. त्यामुळं त्याच्या येण्याची बातमी फोटासह पेपरातून आली. इथं एखादा चित्रपट काढण्याचा मनोदय त्यानं 'त्या' बातमीत व्यक्त केला होता.

एके दिवशी जिल्ह्याच्या गावचे प्रकाशक मित्र व पुण्याचे एक संपादक असे दोघं मजकडे आले. लेखकांना काहीही मानधन न देता त्याकाळी दोघांचंही बिनभांडवली धंदे चालू होते. त्यातील प्रकाशक मित्र हे स्वतः लेखकही होते. कथा, कादंबऱ्या, नाटकंही लिहिणारे.

"फॉरेन रिटर्न विजय केस्तींना भेटायचंय् आम्हाला, कुठं असतात ते?" अत्यंत व्यवहारचतुर व बोलगाभणे असलेले प्रकाशक मित्र म्हणाले.

"चला दाखिवतो!" मी म्हटलं.

प्रकाशक मित्राला आपली एखादी कथा सिनेमासाठी केस्तींकडं खपवायची असावी, असा होरा मी बांधला. विजय केस्तीच्या आरामदायी खोलीत आम्ही जाताच तो आश्चर्यानं मला म्हणाला,

"अरे महादेव तू?"

ज्यांच्याबरोबर आपण एकेकाळी नाटकांतून कामं केली त्या मोरेदादांचा मी मुलगा आहे, हे पूर्वीही तो ओळखत होता आणि इतक्या वर्षांच्या कालखंडानंतर त्यानं माझी ओळख विसरली नव्हती.

"आता महादेव मोरे कथालेखक म्हणून मशहूर आहेत!" पुण्याच्या संपादकांनी माझी विशेष ओळख करून दिली. "त्यांचे दोन कथासंग्रह निघालेत, मीही त्यांची एक कादंबरी सध्या छापतोय!"

"अरे व्वा!" स्टायलीशपणे छानपैकी मान वाकडी करीत विजय केस्तीनं म्हटलं.

"पूर्वी यांनीही कथा लिहिल्यात!"

मी केस्तीचं हेही एक गुपित सांगताच प्रकाशक व संपादक मित्रांना थोडा धक्काच बसला व केस्ती क्षणभर भूतकाळात हरवून गेला...

विजय केस्ती जरी भारतात आला होता, तरी अजूनही तो अमेरिकेतील हवेवरच होता. त्यानं हॉलीवूडच्या गोष्टी काढल्या व तिकडील एका ख्यातनाम गायिकेच्या गाण्याची टेपवर कॅसेट लावली व लतापेक्षा ही कशी श्रेष्ठ आहे, हे आम्हाला सांगत राहिला! लताशी काही ना काही कारणानं वितुष्ट आलेल्या अर्धा डझनाहून अधिक संगीताकारांची नावं मला माहीत आहेत, पण त्यातील कोणीही लताच्या आवाजाला नावं ठेवली नाहीत, पण हा मात्र...

विजय केस्तीला इथं एक चित्रपट काढायचा होता. अशा प्रयोगशील, होतकरू

वगैरे निर्मात्यांना अर्थसहाय्य पुरविणारी केंद्र सरकारची एन. एफ. डी. एस. डी. ही फायनान्स कंपनी निघाली नव्हती. राज्यसरकारनं अर्थसहाय्य करावं, म्हणून तो तेव्हाचे कर्नाटकाचे मुख्यमंत्री बी. डी. जत्तींना भेटला. एक भव्य, बिग बजेट हिंदी चित्रपटाची त्याची योजना होती. सरकारी पैसा अशामध्ये गुंतवायला जत्ती राजी झाले नाहीत. मग महाराष्ट्राच्या मुख्यमंत्र्यांना भेटून त्यानं प्रयत्न केले. पण पक्के राजकारणी असलेल्या वसंतराव नाईकांनी देखील, हिन्दी चित्रपटास सरकारी तिजोरीतून अर्थसहाय्य करण्यास नकार दिला. आता स्वत:च भांडवल उभे करून एक मराठी चित्रपट तरी काढण्याची त्याची नवी योजना होती व त्यासाठी सुयोग्य कथेच्या शोधात तो होता. एका नव्या दमाच्या प्रसिद्ध लेखकाचे एक दीर्घ पत्र आल्याचं त्यानं आम्हाला दाखविलंही व मग म्हणाला,

"मराठीतील बरीच पुस्तकं मी वाचली, पण सिनेमासाठी सुटेबल असं कथानक मला त्यात भेटेना! बहुधा मला स्वत:लाच आता स्क्रिप्ट रायटिंग करावं लागणार, असं दिसतंय!"

त्याच्या आतापर्यंतच्या बोलण्यानं दबलेल्या प्रकाशकांनी आपली पुस्तकं त्याला देत म्हटलं,

"ही पाहा वाचून. पिक्चरसाठी त्यातील काही आवडलं, योग्य वाटलं तर भेटू, बोलू!"

विजय केस्तीनं ती पुस्तकं ठेवून घेतली व अमेरिकेतील नाटक, चित्रपट, गायक-गायिका यावर तो बोलू लागला. बोलता-बोलता त्यानं फोटांचा एक अल्बम पुढं केला. तो प्रथम हस्तगत करून चाळत मी त्याचं बोलणं ऐकू लागलो. मी त्यावेळी ऐन पंचविशीच्या भरातला होतो. अन् तो अल्बम चाळता चाळता चटकन एका फोटानं माझ्या अंगावर रोमांच उभे केले! छातीवर व कमरेला केवळ टीचभर कपडा (ज्याला स्विमिग सूट/बिकीनी वगैरेही म्हणतात, हे नंतर कळलं!) असलेल्या दोघी युवती केस्तीच्या दोन्ही बाजूस उभ्या होत्या व त्यांनी त्याचं बखोट धरून त्याला वर उचललं होतं व आपले पाय आखडून त्यानं आपला सारा भार त्या दोघींवर टाकला होता, अन् त्या तिघांच्या चेहऱ्यावरील जॉली मूड पाहता त्या साऱ्यातही त्यांना आगळेच सुखनिधान गवसलं असावं, असं वाटत होतं. त्याकाळी भारतात रंगीत फोटाग्राफी आली नव्हती. अन् ते सर्व फोटो रंगीत कॅमेऱ्यानं काढलेले, त्यामुळं गौरवर्णीय युवतींसह काढलेला हा फोटा तर जास्तच इफेक्टिव्ह वाटत होता!

गप्पा मारण्यात तिथं किती वेळ गेला कोणास ठाऊक! आणखीनही कितीतरी गेला असता, पण चतुर प्रकाशक मित्र मध्येच म्हणाले,

"बरंय, आम्ही आता निघतो!"

“अहो थांबा, जेवून जा!”

केस्तीनं आपल्या अमेरिकेवरील बोलण्याचा The End करीत म्हटलं व निरोप घेत उभे राहिलेल्या माझ्या मित्रासह तोही उठून उभा राहिला.

माझं गावातच घर असल्यानं मी जेवण्यास तिथं थांबण्याचा प्रश्नच येत नव्हता. संध्याकाळी आपल्या गावी कूच करण्यापूर्वी माझं मित्रद्वय पुनश्च भेटायला आले.

“निघतो आम्ही आता, हे अमेरिकन साहेब अजून तिकडील हवेवरच आहेत, तेव्हा त्यांना दुसऱ्यांचं काही पसंत पडेल असं वाटत नाही. हे स्वत:च स्टोरी लिहिणार!”

पण प्रत्यक्षात तेही घडलं नाही, चित्रपट काढायचं राहो, अमेरिकेहून आणलेली लेटेस्ट मॉडेल कारही केस्तीनं विकली व मुंबईच्या सिनेसृष्टीचा रस्ता धरला... तेथील एका ख्यातनाम हिंदी चित्रपट-निर्माता, दिग्दर्शकाच्या पाच-सहा असिस्टंटांपैकी एक म्हणून हा चाकरी करू लागला. दोनेक वर्षात त्याचं लग्नही झालं. सुंदर पुरुषांच्या नशिबात असते, तशी सामान्य रूपाची बायको त्याला मिळाली. तीन-चार हिट चित्रपट दिल्यावर, त्या प्रसिद्ध हिन्दी निर्माता-दिग्दर्शकाचे नंतरचे तीन-चार बिगबजेट चित्रपट साफ आपटताच त्याचं दुकान बंद झालं...

केस्तीच्या बहिणीचे पती सात-आठ वर्षांपूर्वी वारले होते. त्यानंतर केस्तीचा धाकटा भाऊ इकडं येऊन बहिणीच्या पतीचा व्यापारउदीम व्यवस्थित सांभाळत होता. परवा-परवा केस्तीची बहीणही वारली. तिच्या अंत्यक्रियेला मुंबईहून केस्ती आला होता. आता त्यानं वयाची पासष्टी ओलांडली होती, तरी त्याची तब्बेत पूर्वीसारखीच होती. पूर्वीपासून तो सफाचट दाढीमिशा करीतच होता, अन् आता तर त्यानं हेअरडाय लावल्यानं तो चाळीशीच्या आसपासचा वाटत होता!

विजय केस्तीचा हायस्कूलच्या काळातला क्लासमेट रमेश कब्बूरे आता मोठा कंत्राटदार झाला होता. रस्त्यांची, पुलांची सरकारी कामं तो घेई व त्यात त्यानं बरीच माया मिळविली होती. इथं आला, की केस्ती कब्बूरेच्या ऑफिसमध्ये त्याच्याशी गप्पा मारीत बसे...

असंच एकदा मी केस्तीच्या या मित्राला विचारलं,

“हल्ली विजयराव केस्ती मुंबईला काय करतात? ते ज्यांच्याकडे होते, त्यांचं तर दिवाळं निघालं.”

“आताशा स्मगलर्स हिंदी सिनेउद्योगात पैसा गुंतवू लागलेत. स्मगलिंग सोडून शांत जीवन जगणाऱ्या अशाच एकानं सिनेलॅब काढलीय, तिचा चीफ म्हणून हा भरपूर पगारावर काम करतो आहे. बहीण वारल्यावर परवा आला होता, तेव्हा भेटल्यावर त्यानं कांगावा केला, ‘बहिणीनं सारं धाकट्याला दिलं, मला काहीच दिलं

नाही!' अरे, अमेरिकेत याला पाठवून इतका सारा पैसा ओतला याच्यावर, ते विसरला! अन् तिथून येऊन तरी इथं त्यानं असे काय दिवे लावले? लुंगीसुंगी इथे डायरेक्टर झाली, नि हा फॉरेन रिटर्नर मात्र..."

आपणा प्रत्येकाची काही ना काही स्वप्नांची मृगजळं असतात अन् त्यामागं आयुष्यभर आपण धावत असतो...

केस्तीही असाच...

◆

श्रीकांत

एकेकाळी अत्यंत गाजलेल्या 'कोवाडीस' या भव्य इंग्लिशपटातील रॉबर्ट टेलरसारखा रेखीव, देखणा व लांबसडक नाक लाभलेला चेहरा, साडेपाच फुटाहून अधिकच भरेल अशी पुरुषाला शोभेल अशी यथोचित उंची, समोरच्यावर दोन-चार मिनिटात प्रभाव पाडेल असं लाघवी बोलणं व वागणं व जन्मत:च लाभलेली, नेहमी सावजाच्या शोधात असलेली बहिरी ससाण्यागत शिकारी नजर, असा श्रीकांत गजरगावे बऱ्याच दिवसांनी मला भेटला. पूर्वी थोडा हडकुळासा वाटत होता, पण आता अंगापिंडानं जाम भरला होता. काही तरी फार मोठ्या महत्त्वाच्या कामाला निघाल्यासारखा तो घाईनं सायकल हाणत कुठंसा निघाला होता. मला पाहाताच तो खाली उतरला न् म्हणाला,

"काय चाललंय, माधवराव?" अन् मी काही उत्तर द्यायच्या आधीच त्यानं दुसरा प्रश्न केला, "बरं आहे ना?"

"आहे!" आणि मी विचारलं, "तुझं कसं काय? कुठं असतोस हल्ली?"

"मी जिल्ह्याच्या गावी, सासुरवाडीत! झक्कास आहे तिथं माझं!"

"मध्ये काही महिन्यांपूर्वी आपल्या गावची बातमी पेपरात आली होती, बेळगावचे उद्योगपती रावसाहेब गोखले यांना..."

"हां, हां, मी पण वाचली होती ती बातमी. आपल्या गावचा कुणी तरी तरुण उद्योगपती रावसाहेब गोखल्यांच्याकडं गेला. खासदार संग्रामसिंह पाटील यांच्याकडून मी आलो आहे, त्यांनी आपल्या प्रकृतीची चौकशी केली आहे, वगैरे बोलून त्यानं आपल्या लाघवी बोलण्यानं गोखल्यांवर मोहिनी घातली. 'पाटीलसाहेबांची एकसष्ठी तीन महिन्यांवर आलीय, त्यानिमित्त मी त्यांच्यावर स्मरणिका काढतो आहे, तीत आपलीही म्हणजे आपल्या उद्योग समूहाची जाहिरात हवी,' असं सांगून त्यांच्याकडून पाच हजाराचा चेक घेऊन तो निघून गेला! तो गेल्यावर गोखल्यांनी खासदार पाटलांना फोन करून त्यांच्या एकसष्ठीबद्दल विचारलं, यावर पाटलांनी सांगितलं, माझी एकसष्ठी आणखी दोन वर्षांनी! तसं मग गोखल्यांनी बँकेत फोन केला म्हणे,

तोवर तो तरुण चेक वटवून पैसे घेऊन गोव्याला पसार झाला होता, अशी मोठी इंटरेस्टिंग अशी ती बातमी होती!''

''पण श्रीकांत, या बातमीचा तू हिरो म्हणून गावभर तेव्हा भूमका उठली होती!'' मी म्हटलं.

तसा तो खो:ऽ खो:ऽ करत मन:पूर्वक हसत म्हणाला,

''माधवराव, मी कशाला हो तसले धंदे करू? अहो, आताच्या तरुणांना काही शिकवायला लागत नाही. भल्याभल्यांना बघता-बघता शेंडी लावतात! दुनिया झुकती है, झुकानेवालाच पाहिजे!''

तो असा हात झटकून मोकळा झाला, तरी मला मात्र त्याचा काही विश्वास वाटला नाही! तालुका प्लेसवर लंगोटी पत्रं काढणारे लोक असतात. त्यातील काही अगदीच चालू असतात. राजकारणातील गटबाजीचा हे लोक पुरेपूर फायदा उठवून, एका गटाची वा पक्षाची सुपारी घेऊन दुसऱ्या गटाच्या वा पक्षाच्या पुढाऱ्यांचं चारित्र्यहनन करण्याचं काम करून, तसंच गावातून जाहिराती वगैरे मिळवून खिसे भरीत असतात. गौरवाच्या बातम्या टाकायला व बदनामीच्या बातम्या न टाकायलाही यांना नोटा मिळत असतात! तर या लायनीत श्रीकांत पूर्वीपासून असल्यानं मला त्याचा संशय येत होताच!

तसा खूप दिवसांपासून मी त्याला ओळखतो, अगदी हायस्कूलचा तो विद्यार्थी असल्यापासून. तो एस. एस. सी.ला होता तेव्हा आपल्या एका मित्राच्या मदतीनं हा दिवाळी अंक काढण्याच्या खटपटीला लागला होता. दै. 'पुढारी'च्या आताच्या 'भरारी' वा 'सोनेरी'च्या आकाराची चार पानं म्हणजे यांचा दिवाळी अंक! हा अंक गावातल्या एका छोट्या सिलेंडर प्रेसवर छापण्यास टाकला, तेव्हा मित्राबरोबर याचे वाजले व आपला अर्धाच छापलेला लेख, म्हणजेच आपले हस्तलिखित घेऊन याचा मित्र निघून गेला! हा गॅसवर! घाबरून माझ्याकडे आला, संकटातून सोडवा म्हणाला, नाहीतर हा अंक काही निघत नाही! मी तो अर्धवट लेख वाचून मिळता जुळता मजकूर पुढं लिहून काढून त्याला दिलाच, शिवाय त्यानं माझी एक जुनीच कथा अंकात पुनर्मुद्रित करण्यासाठी (अर्थात् विनामोबदला) नेली! माझी ही मदत तो पुढं आयुष्यभर विसरला नाही! भेटीत हे सारं आठवून तो म्हणे,

''माधवराव, तुम्ही तेव्हा होता म्हणून माझी अब्रू वाचली!!''

नंतर काही महिन्यांनी हे दोघे मित्र परत एक झालेच, शिवाय एस. एस. सी. पास झाल्यावर दोघांनी जिल्ह्याच्या गावी एकाच ठिकाणी नोकरीही धरली! दैनिकाची आडवी घडी घालून एका पानाचा आकार होईल, तेवढे एक लंगोटी साप्ताहिक तिथं कधीमधी निघत असे. कागद टंचाईच्या त्या काळात सरकारकडून कागदाचा जादा कोटा मंजूर करून घेऊन तो कागद ब्लॅकनं विकणं, सरकारी जाहिराती मिळविणं,

सत्तारूढ पक्षाच्या पुढाऱ्यांना आजीव वर्गणीदार करून घेऊन पैसे उकळणं, आदी उद्योग करून, स्वत:चा साधा पायानं चालविला जाणारा प्रेस टाकलेल्या गजानन सामंत नावाच्या उचापती गृहस्थाचं ते लंगोटी साप्ताहिक होते. श्रीकांत आणि त्याचा मित्र सामंतनं जमविलेलं मटेरियल स्वत:च कम्पोज करून, पाय मारून, प्रेस चालवत ते स्वत: छापत व प्रेसमध्येच राहात आणि जवळच असलेल्या सामंतच्या घरी जेवत!

एकदा जिल्ह्याच्या त्या गावी गेलो होतो, तेव्हा खास भेटायला श्रीकांतला गेलो होतो. मला पाहून त्याला खरोखरच आनंद झाला. त्यानं मला गल्लीच्या कोपऱ्यावरील हॉटेलात चहाला ओढून नेलं. बोलता-बोलता त्याची गाडी आपल्या मित्रावर आली. त्याला एक शिवी हासडीत तो म्हणाला,

"साल्यानं आमच्या मालकाच्या बायकोला पटविलं! मालकाची पहिली बायको मेली, दुसरी त्याला सोडून गेली आणि आता या उतारवयात त्यानं तिसरी बायको केलीय, म्हणजे घ्या!!"

काही महिन्यांनी त्याचा मित्र कसल्याशा सणाला गावी आला होता, तेव्हा भेट झाल्यावर अर्थातच श्रीकांतचा विषय निघाला तेव्हा त्यानं सांगितलं,

"शिरक्याचं आमच्या मालकाच्या बायकोशी लफडं आहे! मालकानंही म्हातारपणी तिसरी बायको कशाला करून घ्यावी?"

खरं तर ती बनेल बया आपल्या नवऱ्याप्रमाणं त्या दोघांनाही खेळवत होती, हेच त्यात दिसत होतं!

दोन-तीन वर्षातच मालकाशी वांदे होऊन दोघंही गावी आले. त्याचा मित्र येथीलच एका प्रेसमध्ये चिकटला, तर श्रीकांत आपले बुद्धिकौशल्य पणाला लावून पैसे मिळवत राहिला, कुठंही नोकरी न करता!

आपल्या मित्राप्रमाणं श्रीकांतनंही लग्न करून घेतलं. जिल्ह्याच्या गावाची त्याची बायको असल्यानं तो तिकडं जास्त काळ असे. तेथील टगे लोकांतच त्याची उठबस असल्यानं, त्याच्या बुद्धीस आणखीनच पैलू पडत गेले! गणेश उत्सव, शिवजयंती, आंबेडकर जयंती, नवरात्र उत्सव आदीत वर्गणीच्या रूपानं पैसा कसा उभा करावा, अहवालाची जमा-खर्चाची 'मेकअप' कशी करावी आदी बरेच शिक्षण त्यानं जिल्ह्याच्या गावी, शाळेच्या भिंतीबाहेरील 'शाळेत' घेतले! कधी तो इकडं आला, की शुभ्र परीटघडी विजार, नेहरूशर्ट, खांद्यावर अडकविलेली शबनम बॅग अशा टेचात तो येई. मुठीत चिलीम धरून ओढावी तशी सिगार धरून धूर काढीत म्हणे,

"माधवराव, दुनिया झुकती है... कुठं नोकरी न करताही माझं आरामात चाललंय!"

त्याला गुरू त्याची बायकोच भेटली. तिच्याशी न पटल्यावर त्यानं घटस्फोट घेतला, पण तिनं पोटगीचा दावा लावून, कोर्टकचेरीचे हेलपाटे मारायला लावून याला फेस आणला! यानं सपशेल शरणागती पत्करून काही थोडी रक्कम तिला देऊन प्रकरण आपापसात मिळविलं! त्याच्या बायकोनं मग दुसरं लग्न केलं, तसंच यानंही! इथं त्याच्या वडिलांचं छोटंसं किराणी दुकान कसंबसं चाललेलं. ते वारल्यावर दुकान बंद पडलं, वृद्ध आई आपल्या मुलीकडं राहायला गेली, नि यानं तेव्हापासून जिल्ह्याचं गाव धरलं; पण त्यापूर्वी गावातील लोकांनाही यानं शेंड्या लावल्याच्या कहाण्या कानांवर येतात. कलेक्टर कचेरीत एकाचं काम होतं. यानं त्याला यस्टीतच गाठून बोलून गार केलं. जिल्ह्याचं गाव आल्यावर स्टॅण्डबाहेरील रिक्षात बसला अन् आपल्या 'सावजा'ला म्हणाला, "या आत, मी पण तिकडंच चाललोय!" कचेरी आली, तसा रिक्षातून हा प्रथम बाहेर पडला व 'सावजा'ला म्हणाला, "तेवढं रिक्षाचं बिल द्या. माझा खिसा यस्टीच्या गर्दीतून उतरताना कुणी मारला वाटतं!" त्याच्या नेहरूशर्टाचा एक खिसा असा नेहमी कापूनच ठेवलेला असतो! "चला चहा घेऊ!" म्हणून एखाद्याला यानं ओढून हॉटेलात नेलं, की बिल द्यायच्या वेळी हा जल्दीनं गल्ल्याजवळ जाऊन तत्परतेनं खिशात हात घालील, "अरेच्याऽ! मघा बसमध्ये माझा खिसा कुणी मारला जणू!" यावर झक्कत सोबतचा माणूस बिल भागवणार!

त्याच्या शबनम बॅगमध्ये अनेक तऱ्हेची पावती बुकं असतात. कुठल्याशा आडगावी रेणुका मंदिर बांधायचं असतं, त्याचंही पावती बुक, संपात बेकार झालेल्या कामगारांच्या मदतनिधीचं पावती बुक, तसंच एक सहकारी चित्रपट संस्थेचे शेअर्स जमा करण्याचं पावती बुक व लेटर हेडस् आदी बरेच काही बाकी असते.

परवाच कुठल्याशा पक्षाचा जिल्हाध्यक्ष म्हणून त्याची निवड झाल्याची बातमी वाचली. आता निवडणुकाही जवळ आल्यात. दोन-चार वर्षांत तो अचानक टपकून म्हणेलही,

"माधवराव, जिल्ह्याच्या गावी बंगला बांधतोय! वास्तुशांतीचं हे आमंत्रण, तुम्ही आलंच पाहिजे."

◆

पायरव

दिवसभर अत्यंत आनंदात असलेली, शेजाऱ्यांच्या शेतावर भुईमुगाच्या शेंगा काढायला जाऊन, शेंगा तोडायला आलेल्या इतर बायकांत अख्खा दिवस घालविलेली वसुधा, कातरवेळेस घरी येऊन आत्महत्या करते काय, सारंच अजब, अकल्पित, अनाकलनीय, अघटितही! लिंबागत रसरसलेली वसुधा दिवसभर रानामाळात बागडतेय काय नि काही तासांनीच किनिट पडल्यावर तिचा अचेतन देह पाहावा लागतो काय, अविश्वसनीयच सारं!

वसुधाचे वडील ट्रक धंद्यात, गावोगाव फिरणारे. पण नेमके ते आज सकाळीच जणू हा प्रसंग पाहायला यावे तसे बेंगलोरहून आलेले! घरच्यांनी भराभर सगळीकडील पाहुण्यांना, नातेवाईकांना फोन, तारा ठोकल्या, अन गल्लीतले अंत्ययात्रेस जमलेले सारे पुढील तयारीला लागले. तोवर एक पुढारी आले नि म्हणाले,

"आधी एक बॅटरी घ्या!"

तशी कुणीतरी बॅटरी आणली. तिच्या प्रकाशात घराभोवती चौफेर फेरी मारण्यात आली. वसुधानं रिकामी करून टाकून दिलेली विषाची बाटली वगैरे गावतेय का, ह्याचा शोध घेण्यात आला. पण ती शेवटी सापडली नाहीच! तोवर कुणाला वसुधाच्या चुलत बहिणीची आठवण झाली. स्मिता नावाची ही बहीण कॉलेजला जात होती व ती दिवाळी एन. सी. सी. कॅम्पला गेली होती. गावाबाहेर दोनेक किलोमीटरवर तिचं कॉलेज होतं व कॉलेजच्या माळावर कॅम्प होता. अन् तो संपेपर्यंत अर्थात मुली रात्री तिकडेच राहात होत्या. गल्लीतील आम्ही दोन-चार पोरं गल्लीतीलच टॅक्शी घेऊन स्मिताला आणायला निघालो... हा वेळ पर्यंत रात्रीचे नऊ वाजून केव्हाच गेले होते. ढोबळा, वातुळा असा एक गडकरी नावाचा मिलिटरी अधिकारी कॅम्पप्रमुख होता. हिरवट मिलिटरी कपड्यात अस्वलागत तो दिसत होता. त्याला आम्ही सांगितलं,

"स्मिताला आमच्याबरोबर पाठवून द्या; तिची बहीण वारलीय्! वसुधा वारलीय्!"

“कोण स्मिता?”

“स्मिता जुगुळकर, आर्टस् साईडला, सेकण्ड इअरला आहे!”

पण त्या अस्वलाला ते खरं वाटेना! त्याला दुसराच संशय येऊ लागला होता! स्मिताच्या अपहरणासाठी हे सारं चाललं आहे, असा त्यांचा गैरसमज झाला असावा! त्या पोरात तेव्हा वयानं थोडा मोठा म्हणजे पंचवीस-सव्वीसचा मीच केवळ होतो, त्यामुळे प्रौढागत मी म्हणालो,

“अहो, आम्ही खोटं कशाला सांगू? हवं तर तुम्ही आम्हाबरोबर चला!”

शेवटी नाही-होय करीत तो आम्हासह येण्यास तयार झाला, तसा मी म्हणालो,

“स्मिताला इथंच खरी वस्तुस्थिती सांगू नका! तिला शोकावेग आवरणार नाही. फक्त ‘घरी बोलावलंय्’ एवढंच सांगा!”

स्मिता आली, आणि आम्ही टॅक्सीतून निघालो. कॉलेजपासून एक किलोमीटरवर निर्जन जागी आम्ही आलो अन् पेट्रोल संपून टॅक्सी बंद पडली!

तसं टॅक्सीतून खाली उतरत ते अस्वल इंग्रजीतून फाड-फाड काहीबाही बोलू लागलं! त्याच्या मनातला संशय आणखीनच दृढ झाला असावा! खरं तर स्मिता इंग्रजी चित्रपटात एखादी निग्रो युवती असते, तशी होती आणि तिनं ‘मला पळवून न्या’ म्हटलं असतं, तरी तिला कुणी नेलं नसतं!

शेवटी तो गडकरी म्हणाला, “कॉलेजला पळा, नि तिथून फोन करून दुसरी गाडी मागवून घ्या!!”

तसं आम्ही कॉलेजकडं चालू लागलो... मागून हुकूम दिल्यागत आवाज आला,

“हरी अप्! पळा!!” जणू आम्ही त्या साल्याच्या हाताखाली एन. सी. सी.त होतो.

पळतच आम्ही कॉलेजकडं आलो. वसुधाच्या घरी फोन नव्हता, पण जवळच्याच एका होलसेल किराणी दुकानात होता. तिथं फोन करून वसुधाच्या घरी दुसरी गाडी पाठवून देण्याबद्दलचा निरोप द्यायला लावला. त्याकाळी आतासारख्या रिक्षा नव्हत्या, की पावलोपावली एस. डी. डी. बूथ नव्हते!

अखेर एकदाचं आम्ही वसुधाच्या घरापुढं आलो. ह्या वेळेपर्यंत आणखी बरेच लोक जमले होते. कुणी मयताचं सामान आणण्यासाठी बाजारपेठेकडं निघून गेले, कुणी स्मशानाकडं असलेल्या मुसलमानाच्या वखारीतील लाकूड, शेणी, रॉकेल आदी सांगायला निघून गेले. तो लाकूड वखारवाला मग प्रेतयात्रा स्मशानात पोहोचण्यापूर्वीच एखाद्या बैलगाडीतून लाकडं, शेणी स्मशानात टाकून येई. प्रेतयात्रेसोबतचे लोक मग जाताना तेथील कॅनमधून रॉकेल नेत व परतताना रिकामा कॅन वखारीत देत, तोवर कुणाला तडकीवर अंथरायच्या कडब्याच्या

पेंड्याची आठवण झाली. त्या आणायला कुणी मग गावाबाहेरील मळ्यातल्या बडमीकडनं गेलं, अशी आम्हा पोरांची पांगापांग झाली.

अखेर एकदाची सारी सामगिरी झाली, नि तडकी बांधली गेली, आणि अखेर मग आप्तस्वकीयांच्या शोकावेगानं रडण्याच्या कल्लोळात तडकी उचलली गेली व प्रेतयात्रा स्मशानाच्या दिशेनं निघाली. तेव्हा रात्रीचे साडे अकरा होऊन गेले होते. चार पावले गेल्यावर खांदेपालट झाली, तशी मी तडकीला खांदा दिला, तेव्हा ती खूपच जडलादा लागत होती. जीव गेल्यावर माणसाचं वजन वाढतं, अशी एक समजूत आहे, ती खरी असावी, असं वाटू लागलं.

साऱ्या गल्लीत इथं-तिथं हुंदडणारी, ह्या-त्या घरात ऊठबस करीत राहाणारी 'मावशी अक्का' म्हणत, आया-बायास्नी माया लावणारी वसुधा केवळ पंधरा-सोळा वर्षांचं आयुष्य जगून आता अखरेच्या प्रवासाला निघाली होती. पाच फुटाच्या आसपासच्या उंचीमुळं गिड्डी वाटणारी, गोऱ्यापान रंगाची, कोरल्यागत लांबसडक नाकाची, नेहमी परकर-पोलक्यात वावरणारी, (त्याकाळी चुडीदार, गाऊन वगैरेची फॅशन इकडे आलेलीही नव्हती.) नि पेटती ज्योत कपाळाला चिकटवावी, तशी कुंकुम टिकली कोरणारी वसुधा तारुण्यात पदार्पण करतानाच जीवनाकडं पाठ फिरवून मृत्यूला सामोरी गेली होती. तिच्यासोबत गावातल्या एक ट्रकवाल्याच्या उनाड पोराचं नाव जोडलं जात होतं, नि त्याच्या सहवासात तिच्या हातून नको तो प्रमाद घडला होता आणि त्याची सजा तिनं स्वत:च स्वत:ला ही अशी करून घेतली होती. ओंजळीतून पाणी भिर्कावून द्यावं, तसं आयुष्य भिर्कावून देऊन! पाय घसरला तरी सावरून पुढलं आयुष्य काढता येतं, ठेच लागली तरी पडता पडता सावरता येतं, हे समजण्याइतकं शहाणपण तिच्या ठायी असतं, तर कुमारिकांनी जे जपायचं असतं तेच देऊन बसण्याचा भोळसटपणा तिच्या हातून कशाला घडला असता? अन् मग निसर्गाच्या किमयेचा साक्षात्कार घडल्यावर आई-बापाची, घराण्याची इज्जत-अब्रू जाण्याच्या भयापोटी तिनं असा आत्मघात कशाला करून घेतला असता?

स्मशानात चिता रचली गेली. वसुधाचा मृतदेह सुतळीनं तडकीला बांधल्यागत गुतपाळलेला होता. सुतळी तोडून चौघांची हातभार लावीत तो चितेवर ठेवला, तेव्हा किती जडशील लागत होता! तारुण्यानं गच्च भरलेली मुलगी इतकी वजनदार असते? की मृत झाल्यावर माणसाचा देहभार वाढतो, हे खरे आहे?

"पोरीचं लग्न झालेलं नव्हतं, हातातील कांकणे फोडायला हवीत, मगच भडाग्नी देण्यासाठी चिता पेटवायची!" कुणीसं म्हणालं.

तसा भर्रकन एकजण पुढं झाला आणि दोन लहान दगडी चिपा घेऊन वसुधाच्या हातातील कांकणं फोडू लागला... फोडता फोडता एका कांकणाचा

फुटका कंगोरा लागला, नि त्या जखमेतून त्याच्या हातावर रक्त तरारून एक ओघळच सुरू झाला... सर्व कांकणे फोडून झाल्यावर चितेवरचा देह लाकडांनी झाकत फक्त तोंड उघडं ठेवण्यात आलं. उपस्थित सर्वांनी मग मृत वसुधाला अखेरचं पाणी दाखविलं. प्रत्येकानं थेंब-थेंब तिच्या तोंडावर सोडलं. अन् मग चेहऱ्याचा उर्वरित भाग झांकून अग्नी देण्यात आला. स्मशानात उत्तरक्रिया करणाऱ्या दलित समाजातील गौतमनं, तोवर शेजारच्या ओढ्याकडील दुर्वा आणल्या... भसा भसा रॉकेल ओतल्यानं चिता पेटत भरभर खाली चालली होती... गल्लीतला लीडर बापूकाका मध्येच म्हणाला,

"कावठी फुटली बगा! आता गौतम, हाराटीच्या काड्या वाट रं सगळ्यास्नी!!"

तशा गौतमनं दुर्वांच्या चार-चार काड्या प्रत्येकाला वाटायला सुरुवात केली, ते काम झाल्यावर त्यानं फर्मावलं,

"आता पायातलं जे काय आसंल ते काढून अनवानी पायानं हुबा ऱ्हावा सगळ्यांनी!"

तसं साऱ्यांनी केल्यावर त्यानं विचारलं,

"पोरीचं नाव काय?"

"वसुधा!" वसुधाच्या चुलत भावानं, रमेशनं सागितलं.

तशा मंत्र पुटपुटल्यागत अस्पष्ट 'आडायेडा संसार झाडा...' वगैरे गूढरम्य शब्द जोडून, संसाराचं सार व्यक्त करणाऱ्या दोन ओळी पुटपुटत 'वसुधा गेली देवाघरी!' म्हणत मंत्राची इतिश्री केली, तशी साऱ्यांनी हातातील दुर्वा चितेच्या दिशेनं फेकून क्षणभर टाळ्या वाजवून हात जोडले. अन् मघा काढलेली आपापली पादत्राणं आपल्या पायात सरकावून पाठ वळवून घाईघाई घराच्या दिशेनं वळले... आता जाऊन आंघोळ वगैरे करून मग जेवून झोपायलाच दोन होऊन जाणार...

गौमतनं चितेजवळ ठेवलेली दक्षिणा उचलून खिशात टाकीत तिथं घुटमळणाऱ्या पै-पाव्हण्यांसह आम्हा सर्वांनाच म्हटलं,

"आता हितं तुम्हापैकी कुधीतरी दोन-चार जण चिता नीट पेटून तळाला जाईतोंवर ऱ्हावा, आनि बाकीच्यांनी घराकडं जायला हरकत नाही!!"

"तुम्ही बसा रे, नि पेटत तळापतोर गेल्यावर मगच या!" लीडर बापूकाका म्हणाला.

त्याकाळी दारूबंदी असल्यानं लीडरप्रमाणेच पब्लिकही रात्रीच्या वेळी पूर्ण शुद्धीतच असे. आतासारखी दारूच्या वासाची दर्वळ तेव्हा रात्रीच्या प्रेतयात्रेला सुटण्याचा प्रश्नच नव्हता! हल्ली मयताच्या सामानासाठी बाजारपेठेत गेलेले लोक त्याच दिलेल्या पैशात खावडी करून दारू मारूनच लडबडत येतात,

तसा प्रकार त्या काळी नव्हता. लीडरलोकही खरोखर समाजसेवेची आवड असणारे होते. 'समाजसेवा' ह्याचा अर्थ आपल्या दहा पिढ्या आरामशीर राहाव्यात इतकी कमाई सत्तेची खुर्ची मिळाल्यावर करणे, इतका विपरीत झालेला नव्हता! लीडरलोकच निष्कलंक असल्यानं त्यांचे पब्लिकवर वजन असे. त्यांच्या शब्दाला एक प्रकारचा आदरपूर्वक धाक असे. त्यामुळे बापूकाकानं आम्हाला 'तुम्ही बसा रे...' म्हटल्यावर आमच्यातील अजित म्हणाला,

"आम्ही बसतो काका, तुम्ही जावा निःचित्तानं!"

सारी निघून गेल्यावर मग आम्ही चार-पाच पोरं तिथंच बसून राहिलो. चिता तळापर्यंत व्यवस्थित पेटत जावी म्हणून मघा गौतमनं रॉकेल ओतल्यावर चितेच्या लाकडांवर चारी बाजूनं मीठही मारलं होतं, पण पेटती चिता ढांसळू नये व अर्धवट जळलेलं प्रेत खाली कोसळून ते कोल्ही-कुत्र्यांची मेजवानी ठरू नये, म्हणून चिता पूर्णतः पेटून तळापर्यंत जाईस्तोवर इथं राहाणं आवश्यक होतंही!

पेटत्या चितेची लाकडं चटचट वाजत होती. बाजूच्या ओढ्याकाठच्या झाडोऱ्यातून रातकिड्यांची किरकीर चालू झाली होती. अन् जवळच्या पिंपळावर रात्रीचे वस्तीला येणारे कावळे एखाद-दुसरा मध्येच जाग आल्यागत पंख फडफडून आपले अस्तित्व जाणवून देत होते. पिंडाला शिवण्यासाठी व नैवेद्याला ठेवलेल्या विविध पदार्थांवर ताव मारण्यासाठी माणसाच्या अंतिम प्रवासतही ह्यांची मोलाची सोबत असेच! कावळ्याचं म्हातम ह्या अखेरच्या वेळी चटकन पटून जातं!

आम्ही किती वेळ बसून होतो कुणास ठाऊक! तोंवर मघा बाजूलाच खाली टाकून दिलेल्या तडकीवर बांधलेल्या कडब्याच्या धाटांवरून कुणीतरी चालत गेल्याचा आवाज झाला, तसा दचकून अजित म्हणाला,

"आयलाऽ भूत! भूतच पळत गेलं जणूं!"

"भूत कुठलं बेऽ, घूस आसंल एखादी! ह्या मसनवटीत घुसीबी असत्यात लै!" त्यांच्यातील थोडा नीडर छातीचा मी म्हणालो. चिता पार तळाला पेटत गेल्यावर आम्ही घराकडं परतलो, अन् दुसऱ्या दिवशी समजलं, काल अमावश्या होती! कालच हबकून गेलेल्या अजितला हे समजल्यावर त्यानं अंथरूणच धरलं, अन् त्याच्या घरच्यांनी डॉक्टरी इलाजाबरोबर मांतिमकाचे गंडेदोरे आणि स्मशानात उतारा टाकण्याचे प्रयोग सुरू केले!! त्यात बघायला गेलो, तर तोही बहाद्दर म्हणाला, "ती घूस न्हवं, भूतच! पावलं कसली वाजली!!"

आज मी साठाव्या वर्षात असताना, आयुष्याचा पैलतीर दृष्टीच्या टप्प्यात येत असताना कधी कधी हे सारं आठवतं, ह्या पैलतीरावर पोहोचलेली,

माणसाचा जन्म म्हणजे काय, ह्याचं पुरतं आकलनही न झालेली, नव्या नव्हाळीतली वसुधा आठवते आणि अजितच्या बोलण्याचा एक आगळाच संदर्भ समोर येऊन भूतागत उभा ठाकतो. तडकीवरच्या कडब्यावरून घूस नव्हे, तर भूतच निघून गेलं, असं त्याला भासलं. हाय खाऊन दोन आठवडे तो अंथरुणावरून उठला नव्हता! पण हल्ली हल्ली माझ्या मनात त्या घटनेचा एक वेगळाच संदर्भ प्रश्नचिन्ह पांघरून भूतागत उभा ठाकतो -

ह्या जगाचा निरोप घेऊन स्वर्गलोकीच्या त्या दुसऱ्या गूढ जगात चाललेल्या वसुधाचा पायरव तर तो नसेल?

◆

रोपटं

अक्काच्या बाबतीत माझा आपलेपणा शब्दातीत होता. अक्का आमच्या गल्लीतीलच. लग्न झालेली सासुरवाशीण, मी लहानपणी तिच्यासह म्हसरं राखायला जात असे, माझं वय तेव्हा सात-आठ वर्षांचं. गावातून बाहेर पडून कोल्हापूरच्या दिशेनं गेलेला रस्ता. गावाच्या त्या प्रवेशद्वाराला कोल्हापूर वेस म्हणत व तिथून दोन-तीन कासरा अंतरावरील ओढ्यावरच्या पुलापलीकडं म्युनिसिपल जकात नाका लागे, त्याला कोल्हापूर नाका म्हणत! सुगी उलागल्यावर नाक्याहून डावीकडं वळण घेऊन नंतर पूर्वेकडं गेलेल्या ओढ्यालगतचे शिवार रिकामं होई. त्यामुळे ओढ्याकाठचं आणि शिवारातल्या बांधावरचं व नद्यांवरचं हिरवाट दांतलाय ढोरास्नी बरं पडे, म्हणून तिकडेच ढोरं न्ह्यावी लागत.

माझे आजा रैतकी करीत. मुरगूड नाक्यापुढील आता सरकारी शेती फार्मात गेलेला दागिनेवाले, कोठीवाले, सराफांचा मळा, त्यापुढील खणदाळ्याचं शेत, हे सारं रान रैत म्हणून आम्हाकडेच होतं. भाकरीवर बांगडा देऊन मला बांधावर बसविलं जाई आणि तंबाखूच्या पट्टीत आजा, आती, आई असं साऱ्यांचं आळी बघायचं वा भांगलायचं काम चाले, हे दृश्य आजही मन:पटलावर जिवंत होतं. तेव्हाच्या बांगड्याची दर्वळ व चव आठवून आजही तोंडात चळा सुटाव्यात! नाचण्याची भाकरी असावी, मग ती दोनेक दिवसांची शिळी असली तरीही चालेल, नि त्यावर बांगड्याचा एखादा तुकडा असावा व त्या तुकड्यावर लालभडक चटणी असावी, त्या चटणीत बांगडा कालवून नाचण्याच्या त्या शिळ्या भाकरीबरोबर खाणं, यातील जिव्हासुख श्रीखंड-पुरीच्या, मिष्टान्नाच्या थोबाडीत मारणारं!

हल्लीच्या बांगड्यांना पूर्वीसारखा तोंडाला पाणी सुटायला लावणारा तो खास दर्वळ व ती खास चव नाही! बहुधा, जोंधळ्यागत हे हल्लीचे बांगडेदेखील हायब्रीड असावेत!

आमच्या आजानं घरात पोरंटोरं आहेत. दुधदुभतं असावं म्हणून एक म्हैस विकत आणली होती. त्या म्हशीला एक रेडी झाली. काही महिन्यांनी कसलासा

आजार होऊन ती म्हैस वारली, तरी ती रेडी आम्ही जतन केली होती. ती रेडी घेऊन मी अक्काबरोबर चारवायला जात असे. अक्कांच्यातही तीन-चार म्हसरं होती. माझी शाळा असे तेव्हा, अक्का आपल्या म्हसरांतून आमच्या रेडीला नेऊन चारवून आणत असे. शाळा सुटल्यावर, तसंच सुट्टीदिवशी मीही जाई. अक्कानं आमच्या रेडीचं नाव 'सोनी' असं ठेवलं होतं. 'सोऽनी' अशी हांक मारताच 'ऑऽय्' असा प्रतिसाद देत ती जवळ येई, अन् पुढं केलेल्या हाताचा तळवा आपल्या खरखरीत जिभेनं चाटत राही किंवा प्रेमानं आपलं मुंडकं आमच्या अंगाशी घासत-डांगलत राही! माझ्या आईचं माहेर गावातच होतं. माझे मामाही रैतकी करीत. त्यांच्या इथं म्हसरं राखायला अक्कोळ गावातल्या दलित समाजातला साव्या नावाचा गडी होता. तोही आमच्या बरोबर म्हसरं राखाय येई. त्याच्याबरोबर कधीमधी थोरल्या मामाचा मुलगाही असे. कोल्हापूर नाक्यापुढून म्हसरं चारवत आम्ही पार खालतीकडं जत्राटवेशीकडून डावीकडील जत्राट गावाकडं गेलेल्या रस्त्यापर्यंत जात असू. गावाच्या पूर्वेस ढोरवाडा होता. पूर्वी तिथं ढोरं कापून त्याच्या कातडी, बाभळीच्या साली व पाणी घालून कातडीचं ते धड टांगून ठेवून कातडी कमावीत. म्हणजे त्या पांढऱ्या कातडीला मग बाभळीच्या सालीमुळे पिवळट, देखण रंग चढे. जत्राटकडून गावात येऊन मिळालेल्या ठिकाणाला 'जत्राटवेस' म्हणत.

या वेशीपुढील रानातील पांदीतून आलेला रस्ता पुढे माळावर चढे, तेथपर्यंत आम्ही म्हसरं राखत जात असू. माझ्या धाकट्या मामानं तिथंच शेत केलं होतं तिजाईनं, त्या शेताला 'पोलिसाचं शेत' म्हणत. कुठल्या पोलिसाचं ते होतं, कोण जाणे! पण या पोलिसाच्या शेताचा माळ जत्राट रस्त्यापर्यंत पसरला होता नि ढोरं चारवायला तो तर आमचा हक्काचाच होता. हा माळ खालच्या ओढ्यात पाय सोडून बसला होता. या ओढ्यात एका ठिकाणी 'डमोक' होता. ओढ्यातील पात्रातल्या एखाद्या खोल खड्ड्यात खूप पाणी साठून राही. त्याला 'डमोक' म्हणत. आम्ही पोरं फडक्याच्या धडप्यातून भाकरी बांधून आणीत असू. दुपारची ती खाल्ल्यावर ही फडकी रिकामीच असत. ती दोन्ही बाजूस दोघांनी धरून डकमातील पाण्यात बुडवून धरायची आणि त्यावर पाण्यातील चिंगळ्या (लहान मासे) आल्या, की वर उचलायची, मग त्यातील पाणी गळून जाऊन चिंगळ्या फडक्यावर तडफडत राहात. त्या गोळा करून रात्रीच्या कोरड्याशाला घरी आणीत असू. कधी ओढ्यातील पाण्याच्या करपाडीचं खेकडं पकडून त्यांच्या नांग्या मोडून, माळावरचा चगाळाचोथा गोळा करून तो पेटवून त्यात ते खेकडं भाजत असू नि वरच्या कवचासकट कुडूम कुडूम फोडत ते गरमागरम खातही असू. कधी मायंदाळं खेकडं गावलं म्हणजे त्यांचा रस्सा करायला घराकडंही आणत असू! अंगात आलेली कणकण असो वा सर्दी, खेकड्याचा रस्सा पाच-सहा वाट्या ढोसला, की सारं गायब, असं हे 'गावठी औषीद' होतं!

“आरं, वड्याच्या करपाडीतनं इरोळं आसत्यात, लांबडी असत्यात, ती हात, अंगठा फोडतील!” म्हणत अशा वेळी अक्का आम्हाला चाप लावून आमच्या हूमदांडगाव्याला लगाम लावायचा प्रयत्न करीत असे. सापालाच ‘लांबडी’ म्हणत.

एकदा कोल्हापूर नाक्याम्होरल्या वावरात अक्काच्या गळ्यातील चांदीची साखळीच कुठं पडली! तंबाखू व जोंधळा पिकायचं ते काळंभोर वावार होतं, नि पीक उलागल्यानं व त्यातील जोंधळ्याचे सड व तंबाखूचे खुंट काढून नेल्यानं ते रिकामंच झालं होतं. मी, अक्का, साव्या, मामाचा ल्योक असं आम्ही सारेच वावरात शोध-शोध शोधलं, पण अक्काची ती चांदीची सांखळी काही शेवटपर्यंत गावली नाही! अक्का भ्याली, म्हणाली, “आता सासू फाडून खाती!!”

लग्न झालेल्या मुलीला त्या काळचा सासुरवास म्हणजे एक अग्निदिव्यच असे. सासू खाष्ट व नवरा वांड असला म्हणजे तिचं जिणं आडकित्यातल्या सुपारीगत होऊन जाई. ढोरं घेऊन घरी गेल्यावर व गळ्यातील सांखळी व्हगडल्याचं समजल्यावर अक्काला त्या रात्री खूप मार मिळाला असावा, या विचारानं त्या रात्री मला धडपणे झोपही आली नाही!

मला थोरली बहीण नव्हती, अक्काच्या रूपानं मला थोरली बहीणच देवानं दिलीय, असं वाटे. एखादेवेळी मी डोकं खाजवू लागलो, की अक्का म्हणे.

“थांब म्हादेव, डोक्यात दारना झालाय का बघू!”

‘दारना’ म्हणजे डोकीतील केसांत पिठाच्या कणागत पांढरा कोंडा होणे. मग अक्का आपल्या मांडीवर माझं डोकं घेऊन डोकीवरील शिवारात दारना शोधत राही!

स्वातंत्र्यपूर्व काळातील समाजातील लोकांमधील नातेसंबंध, जिव्हाळा, आपलेपणा, प्रेम आदी भावना आतासारख्या गरजेपुरत्या व तकलादू नव्हत्या; तर त्यात अंत:करणाच्या देठापासून आलेला ओलावा होता. धाकट्या भावागत अक्काची माझ्यावर माया होती. सासरच्या रखरखीत, कोरड्या वाळवंटात तिला माझ्या रूपानं माहेरची दिलासा देणारी हिरवळ लाभली होती. वाळवंटातील ओॲसिसमध्ये भेटते, तशी!

५७ साली एस. एस. सी. झाल्यावर पुढील शिक्षणाची गावात सोय नसल्यानं मी कोल्हापूरला येऊन शाहू बोर्डिंगमध्ये राहू लागलो; तसं माझे म्हसरं राखण्याचे दिवसही संपले. मधल्या अवधित शिंत्रे कॉलनीत आम्ही नवं घर बांधून पूर्वीचं भाड्याचं घर सोडलं. त्यामुळं तिकडील गल्लीतील अक्काशी संपर्कच तुटल्यागत झाला...

कोल्हापूरात दूर गेल्यावरदेखील मला गावाकडील म्हसरांच्या पाठोपाठ रानोमाळ फिरलेले दिवस आठवत... दोन-चार वळीव सडसडून कोसळून गेल्यावर फोंड्या माळाला हिरवं सपान पडावं तसं समदीकडं हिरवाट फुटे. त्यातूनच हिरवी-जांभळी झांक असलेला टिक्काचा पाला फुटे. त्या टिक्क्याच्या पाल्यातून वीतभर लांब

देठाची व वर पिवळा गोंडा असलेली टिक्क्याची फुलं फुटत. ती तोडून ते लांब देठ एकमेकात गुंतवून अक्का टिक्का करी. असा टिक्का करता येत असे, म्हणून तर त्या फुलांना टिक्क्याची फुले म्हणत. टिक्का, चिताक हे जुन्या पिढीतील ग्रामीण भागातील तालेवार कुलवंतीच्या घरातील लेकी, सुनांचे दागिने आता इतिहासजमाही झाले! पण त्या काळी टिक्का वापरला जायचा, नि अक्का हा टिक्का आपल्या गळ्यात घालण्याऐवजी बुचड्यात गोल असा गुंडाळे. त्याकाळी माळावर जांभळ्या रंगाचे रेडंखडंही आरबाट गावात. गावात कुणी नवी घरं बांधली, की त्यांची भुई केल्यावर ती चिरू नये म्हणून तीत हारीनं हे रेडंखडं बडावण्यानं मारून धोपटून बसवत. हे रेडंखडं गोळा करून हारीनं इकडं पाच व लगतच तिकडं पाच 'आड्या' पाडून त्या रेडंखड्यांनी भरून आम्ही गायगुलीचा खेळही तेव्हा खेळत असू! असं बरंच तेव्हा आठवत राही...

५९ साली इंग्लिशला केवळ आठ मार्कस् कमी पडल्यानं मी इन्टर आर्टस्ला फेल झालो आणि गावी येऊन घरच्याच पिठाच्या गिरणीत राबू लागलो... वडिलांनी गिरणीत स्वत:च एक डंग (मिरची कांडप मशीन) तयार करून बसविला होता. त्या डंगावर काम करायचं नशिबी आलं होतं. सुरुवातीला चटणीचा धुस्काट सर्व अंगावर उडत असल्यामुळं भाजलेल्या जखमेचा दाह व्हावा, तसं होऊन जाई. रात्र-रात्रभर झोप येत नसे. नंतर काही महिन्यांनी चटणीच्या या धुस्काटाची इतकी सवय झाली, की डंगाजवळ चटणीपूड चाळत बसल्यावर शिंकाही येईनाशा झाल्या, की डोळ्यांत चटणी उडाली तरी दाह होईनासा झाला. असं सारं अंग चटणीत रंगून गेलं होतं. तेव्हा ४ आणे किलो चटणी चेंचायचा दर होता. रोज २५०-३०० किलो चटणी सहज चेंचायला वा पूड करायला येई.

एकदा अक्काही गिरणीत आली. ती खूप दिवसांनी भेटल्यामुळं मला मनातून फार आनंदही झाला होता. तिनं बोदभर मिरच्या चेंचायला आणल्या होत्या. त्याची चटणीपूड केल्यावर अक्का पैसे देऊ लागली, ते घेण्यास मी स्पष्ट नकार देत म्हणालो, "अक्का तू कोण परकी हैस?" तळागाळातल्या लोकांत नित्य वावरावं लागत असल्यानं त्यांचीच बोलीभाषा माझ्या तोंडात होती...

अक्का मला परकी नव्हतीही! रक्ताच्या नात्याची बहीण काय करील अशी माया एके काळी तिनं माझ्यावर केली होती...

यानंतर चार-पाच दिवसांनी अक्कानं परत बोदभर मिरच्या आणल्या व त्या डंगाजवळ ठेवत म्हणाली,

"म्हादेव, ह्या माझ्या आईच्या मिरच्या हैत, एवढ्या चेंचून दे बाबा!" अक्काचं माहेर गावातच होतं, त्यामुळं आईनं अक्काला हेही काम लावलं असावं.

त्या मिरच्यांची मी चटणी तयार करून, चाळून वगैरे ठेवली. अक्का पैसे देऊ

लागली. ते मी घेतले नाहीत. म्हणालो, "अक्का तुझी आई माझ्या आईसारखीच का न्हाई? मग पैसे कसलं घ्यायचं?"

"तुजं एक काय तरीच आस्तंय् म्हादेवा!" म्हणत अक्कानं पैसे कनवटीस लावले व चटणीचं भुगुणं डोईवर घेऊन निघून गेली.

ह्यावर आठवड्याभरानं अक्कानं आणखीन एक बोदभर मिरच्या आणल्या व त्या डंगाजवळ ठेवीत म्हणाली, "म्हादेवा, ह्या धाकट्या भ्हनीच्या मिरच्या हैत, दे बाबा एवढ्या चेंचून! ह्या खेपंलामतोर पैसे घ्याला पायजेस हं!!"

पण त्या मिरच्यांची चटणी पूड केल्यावर मी पैसे घेतले नाहीत!

ह्यानंतर ती रस्त्यात कधीमधी भेटली, की माझी, माझ्या घरच्यांची चौकशी करीत राही. तिच्याविषयीही मला कुणा ना कुणाकडून कळंत राही. सासू वारल्यावर इतर 'जावां'प्रमाणे अक्काही विभक्त राहात होती. तिच्या दाल्ला आपली मिळकत दारूच्या व्यसनात घालवी आणि अक्का विड्या बांधून घर प्रपंच चालवीत असे. अक्काला एक मुलगी होती, पण दाल्ल्याशी काही बिनसल्यामुळं ती अक्काकडंच राहात होती... मध्ये अक्काला दूरूनच मी पाहिली. तिचा नवरा वारला असावा, कारण अक्काचं कपाळ पांढरं होतं. अक्का आधीच गोरीपान होती व आता म्हातारपण आल्यानं ती टी. बी. पेशंटागत पांढरी फटक पडली होती... काळाच्या आघातानं माणसाचं होत्याचं नव्हतं होतं, हे खरं! पोरीच्या जन्माचं आचकूल झालेलं, नवराही व्यसनी असून नसल्यागत अशी अक्का स्वत: राबून चरितार्थ चालवत राहिल्यानं सुख आयुष्यभर तिला मृगजळागत आशेचा अंदेसा दाखवत राहिलं होतं. अन् आता तर कुंकवाचा धनी वारल्यानं अक्काला उरलेल्या जन्माची वाट एकटीलाच तुडवावी लागणार होती...

अलीकडं परत तिची आठवण आली. दोनेक वर्षं झाली, ती कुठं दिसलीही नाही! कदाचित् वारलीही असेल... आता मीच साठीत आलो आहे, नि अक्का तर माझ्याहून कितीतरी मोठी!

हल्ली-हल्ली वयाच्या साठीत असताना, अक्काच्या बाबतीत हेच मनात येतं, की तिनं आणलेल्या तीन बोद मिरच्या मी चेंचून, पूड करून दिल्या, पण मी चटणी चाळत असताना, 'तुला तरास नको, मी चाळतो आण बा हिकडं म्हादेव!' असं ती एकदाही म्हणाली नाही! दुपारपर्यंत मिरच्या वाळवून, दुपारी त्या चेंचायला लोक घेऊन येत, त्यामुळं पिठाची गिरण व डंग ह्यावर एकटाच काम करणारा मी बहुतेकवेळा दुपारच्या जेवणाला पारखा होऊन जाई. गिरणी बंद करून जेवायला जावं, तर गिऱ्हाईक परत जातं, ह्या भयास्तव उपाशीपोटीच राबत राही, अन् माझ्या घरचेही कुणी, हा उपाशीच तिकडं काम करतो आहे, म्हणून कोरतुकडा मुरगाळून घेऊन येण्याची तसदी घेत नसत! त्यामुळं अतिश्रमानं मी पेकाळून गेलेला असे,

अशा वेळी अक्कानं निदान चटणी चाळून घेतली असती, तर तेवढीच मला मदत झाली असती! पण काळ पालटत जातो तशी मायाही पातळ होत असावी.

माझ्या मनातल्यागत अक्काच्या मनातही आपुलकीचं रोपटं पूर्वीगतच हिरवं गजबार राहावं, अशी मी तरी आशा का करावी? आयुष्यात सुखद हिवाळे-पावसाळे कमी आणि उन्हाळ्यातील वैशाख-वणवेच जास्त आणि त्यामध्ये आपुलकीचं रोपटं फार काळ हिरवंगार राहात नाही, हे सत्य मी जिवाला आज पटवून देत होतो...

◆

च्या राऊंड

५९ साली इन्टर आर्टस्‌ला इंग्लिश विषयात केवळ आठ मार्कस् कमी पडून मी फेल झालो. अन् माझ्या कॉलेज शिक्षणाची तिथंच इतिश्री झाली. प्रतिकूल परिस्थितीशी टकरा देत गावी आल्यावर, अनेक तडजोडीच्या कसरती पोटांसाठी कराव्या लागत होत्या; आणि त्यातील एक म्हणजे टॅक्सी ड्रायव्हिंग! हे ड्रायव्हिंग फक्त एक दिवसातच मी शिकलो. त्यापूर्वी कार रिपेअरीचा म्हणजे मेस्त्री होण्याचा खटाटोपही केल्यामुळं ड्रायव्हिंग शिकणं मला तितकंसं अवघड गेलं नाही! टॅक्सी ड्रायव्हिंगला सुरुवात केल्यावर हातात पहिली गाडी आली, ती म्हणजे ५१ मॉडेल फियाट कार!

त्याकाळी गावात बॉक्झल, बेबी फोर्ड, व्ही. एट्. फोर्ड, शोव्हरलेट, ऑस्टीन, स्टुडबेकर, हडसन, फ्लायमाऊथ आदी गाड्या टॅक्सीला होत्या. हिंदुस्थान, स्टॅण्डर्ड, लॅण्ड मास्टर अन् क्वचित ॲम्बेसिडर, फियाटही टॅक्सी धंद्यात दिसू लागल्या होत्या. माझ्या हातात आलेली फियाट कार अशी नामांकित कण्डिशन असलेली होती, की तिला धडपणे ब्रेक लागत नव्हते, की तिचा स्टार्टर लागत नव्हता! इतर गाड्यांचा स्टार्टर त्याच्या डोक्यावरील, कारच्या इंजनला फीट असलेले दोन नट काढले, की निघायचे. पण या जुन्या मॉडेलचा स्टार्टर काढायचा झाला, तर इंजिन खाली घ्यावे लागे! त्यामुळे स्टार्टरचं काम आज करू, उद्या करू, असं चाललं होतं! एखाद्या वेळी स्टार्टरनं अशी मान टाकल्यावर गाडी स्टार्ट करण्यासाठी हॅण्डेलची शिस्स्टीम करून घेता येत होती, पण त्यासाठी कारच्या पुढच्या बंपरला व्हील पाडून घ्यावं लागलं होतं, आणि व्होल पाडल्यावर पुढं कधी कार विकायची झाली, तर तिची किंमत कमी होते व व्होलमुळं तिचा 'शो'ही मार खातो, अशी मोटार लाईनीत समजूत होती! त्यामुळं ही असली नामांकित कार कुठं उभी करायची असेल, तर उतार वा घसारत पाहून ती उभी करावी लागे! म्हणजे, उतारावरून ढकलून ती चालू करायला बरं होई! अशा कारना मोटार लाईनीत 'ढकलगाडी' म्हणत! आणि ह्या कारला 'ब्रेक' नावाची चीज नावालाच केवळ असल्यानं,

गेअरवरच गाडी आवरावी (म्हणजे वेग नियंत्रित करावी) लागत असे. टॉप वा थर्ड गेअरमध्ये गाडीचा वेग वाढत असतो. गेअरवर तिचा वेग कमी करायचा असल्यास सेकण्ड वा फर्स्ट गेअर ढकलला, की तो कमीही होतोच! त्यावेळी मी नुकताच ड्रायव्हिंग शिकल्यानं ही 'अशा' प्रकारची गाडी चालविणं म्हणजे माझ्या ड्रायव्हिंग कौशल्याची परीक्षा वा सत्वपरीक्षा होती! कुणी अजूनीही कारखाली आडवं आलं नव्हतं, हे त्या चतु:स्थ वा द्विपाद प्राण्याचं व पर्यायानं माझंही सुदैवच होतं!

एका प्रसिद्ध चहा कंपनीचं आठवड्यातून चार-पाच दिवस भाडं कारला असे. हे भाडं सीझनच्या टैमाला, म्हणजे उन्हाळ्याच्या दिवसात वा लग्नसराईत परवडत नसे. सीझनला धंदा तेजीत असल्यावर टॅक्सीला म्हणंल तेवढं भाडं मिळे. ४० किलो मीटरवरील कोल्हापूरला तीनशे-साडेतीनशे सर्वसाधारण भाडं होई, पण हेच सीझनच्या दिवसात चारशे-साडेचारशेही टिच्चून घेतलं जाई! पावसाळा व अर्धा हिवाळा सीझन डाऊन होई, टॅक्सी स्टॅण्डवर गाड्या लावून भाड्याची प्रतीक्षा करीत रिकामंच बसावं लागे. अशा पनोतीच्या काळात चार-पाच दिवस हे चहाचं भाडं केल्यावर इतर दिवशी इतरही भाडी कुडपता येत! आजूबाजूंच्या खेड्यांवरील किराणा दुकानांतून व हॉटेलातून चहापुडे आणि चहा पावडर भुकटीच्या पेट्या विकत फिरायचं, असं हे भाडं होतं. ह्यालाच 'च्या राऊंड' असं आम्ही म्हणत असू.

प्रत्येक दिवशी चार-पाच खेडी फिरून दुपारी एक-दोनला आम्ही परत येत असू. परततेवेळी गाडीतील चहापुड्यांचा माल संपून ती रिकामीच होई, त्यावेळी दोन-चार सीटा गाडीत बसवून जादा कमाई करायला च्यावाल्या साहेबाची ना नसे! घराकडून सकाळी आठच्या टीपनास मी गाडी चहाच्या डेपोपुढं आणायच्या आत ३८ किलोमीटरचं अंतर यस्टीनं पार करून साहेब डेपोत आलेला असे. निमगोरा रंग, गोलसर चेहऱ्याला शोभेल असे रुंदाडे नाक, डोळ्यांवर जाड भिंगाचा चष्मा असल्यानं भेदक वाटणारे डोळे, पन्नाशीच्या घरात वय असल्यानं डोकीला पडलेलं झकासशं टक्कल, साडेपाच फुटापर्यंतची उंची, थोडी ढेरी सुटल्यानं स्थूल वाटणारा बांधा, खाली सूट व लांब हातोप्याचा शर्ट, अन् तोही सुटात इन केलेला; नि कमरेला भला दोन इंची रुंद पट्टा, असा साहेब होता. त्याकाळी चहा कंपनीच्या अशा प्रतिनिधी वा एजंटांना सगळेच 'साहेब' म्हणत, त्या 'साहेबा'आधी 'च्यावाला' हे विशेषण लावलं जाई. 'च्यावाला साहेब'!

ह्या साहेबाचं एक व्यवच्छेदक वैशिष्ट्य वा लक्षण म्हणजे, वाटेत कुठं गाडी बंद पडली, तर ती ढकलायला वगैरे तो साधी माणुसकीच्या नात्यानं मदत वगैरे न करता सोबतच्या आपल्या शिपायाला म्हणे,

"तुका, पिशवीत माल भर. आपण पुढं गावात चालत जाऊन दुकानं कव्हर करू!" अन् मजकडं वळून म्हणे, "तोवर तुम्ही गाडी चालू करून घेऊन या!"

साहेबाच्या हाताखाली इथला गावातलाच गडी मदतनीस असे, त्याला सारे 'शिपाई' म्हणत. ह्या शिपायाला खाकी हाफ पॅण्ट व हाफ मॅनिला अन् डोईला खाकीच टोपी कंपनीकडून मिळे. पॅण्टीत मॅनिला इन केलेला आणि गांधी टोपीगत डोईला टोपी घातलेला हा तुका वेगळाच दिसे. गांधी टोपी पांढऱ्या रंगाची, तर ह्याच्या डोईवरील टोपी खाकी रंगाची, एवढाच फरक! त्याच्या मॅनिलाच्या खिशावर चहाच्या कंपनीच्या नावाची इंग्रजी अद्याक्षरे पांढऱ्या दोऱ्यानं भरलेली असत. ह्या तुकाजवळ माल भरून नेण्यासाठी कंपनीनं दिलेली पिशवी तर एवढी मोठी होती, की तीत साहेबही घळघळीत बसू शकेल! प्रवासात अडचणीत गावल्यावर वाटेतली अनोळखी माणसंसुद्धा मदत करतात, पण इथं साहेब सरळ पाठ वळवून चालू लागे!

एकदा ह्या चहा राऊंडला पूर्वेकडील खेड्यांवरील टर्नला फिरत होतो. रस्त्याकडेची खेडी संपली आणि तिथून पाच-सहा किलोमीटरवरील दक्षिणेस डोंगर रांगेला समांतर असलेल्या खेड्याच्या दिशेनं गाडी वळविली. पुढं वाडी होती, तेथील तीन-चार किराणी दुकानं घेऊन पुढं हिंग्लजला जायचं होतं. वाडीकडं जाणारा तो रस्ता केवळ बैलगाड्या जाण्याच्याच लायकीचा होता! 'रस्ता' म्हणण्यापेक्षा त्याला गाडीवाटच म्हणणं जास्त न्याय्य ठरलं असतं! वताडं, ओहोळ ह्यांतून गेलेली ती वाट होती. त्यातून जपून ड्रायव्हिंग करीत वाडीच्या माळावर मी कार आणली. वाडीबाहेरील शाळा मागे टाकून पुढील घसारतीवरून हिंग्लजकडं गेलेल्या पांदीच्या तोंडाशी मी कार उभी केली. वाडीतील रस्ते म्हणजे निव्वळ बोळकुंड्या असल्यानं त्यावरून गाडी गावात जाणं शक्यही नव्हतं, त्यामुळं पिशवीत चहापुडं भरून शिपाई व साहेब वाडीतील दुकानं कव्हर करायला निघून जात. तोवर मी बाजूची वगळ वा ओहोळ पार करून गावात गेलेल्या रस्त्याच्या तोंडाशीच गावातील एकमेव चांभाराचा खुट होता, तिथं मी जाई व त्या चांभाराशी बोलत वा चांभार चौकश्या करीत राही.

इकडं डोंगराकडील ह्या गावातून ४० वर्षांपूर्वीच्या त्या काळी धडपणे रस्तेही झालेले नसल्यानं, पावसाळ्यात इकडील 'च्या राऊंड' बंद करावा लागे. पण आता पावसाळा संपला होता, नि ह्या सिझनला आज प्रथमच इकडील च्या राऊंड चालू केलेला. साहेब व शिपाई चहापुडे खपवायला गावात गेल्यावर खुटावरल्या चांभाराजवळ बसत मी त्याला विचारलं,

"हिंग्लजला जाईल न्हवं गाडी हिकडनं? पांदीत तसा लै चिखोल-भिखोल?"

"चिखोल तर कव्वाच वाळून गेलाय हो, बैलगाड्या तर रोजचा जात्यात-येत्यात! बैलगाडीपक्षी ही गाडी पावरबाज आस्ती, तवा नक्कीच जाईल, त्यात काय?" इति चांभारबुवा.

वाडीतल्या दुकानात माल खपवून साहेब व शिपायी परतले. दोघंही गाडीत बसल्यावर 'क्लच हाप' करून मी गाडी न्यूट्रल केली, तशी ती म्होरल्या घसारतीवरून कानात वारं शिरलेल्या वासरागत पळत सुटली. कासराभर जाताच इंजन स्विच् देऊन मी टॉप गेअर ढकलला नि गाडी चालू करून पुढच्या पांदीत घातली. काळवाटातून गेलेली ती खोलगट पाणंद होती, पावसाळ्यातल्या पाण्यानं तिथं चिखल कोळपाच झालेला आणि त्यातून बैलगाड्या जाऊन-येऊन खूप उंचीचे पावंडे पडले होते. जणू तंबाखूच्या पट्टीत उभे नडे घालावेत, तसं झालं होतं. अन् अशा ह्या पांदीत पावसाळा संपल्यावर प्रथमच गाडी घालणारा मोटारलाईनीतील मी एक दीड शहाणा होतो! जमिनीपासून खच्चून वीतभर उंचीवर बॉडी असलेली फियाटकार पांदीतील पावंड्यावरून व चाकोऱ्यातून फर्स्ट-सेकंड गेअर टाकीत, चालवता-चालवता माझी तिरपीड उडत होती. निम्मी-अर्धी पणंद पार केल्यावर, हट्टी प्रेयसीगत गाडी रुसून बसली! तसा साहेबानं नेहमीप्रमाणं शिपायाला पिशवीत माल ऊर्फ लहान-मोठ्या साईझचे चहापुडे भरायला लावले.

"पुढं जाऊन आम्ही गाव गाठतो आणि दुकानं संपवितो, तोवर तुम्ही गाडी चालू करून घेऊन या!" टकलू साहेबानं डायलॉग टाकला, नि तो चालूही लागला.

पिशवीत भरभर माल भरून शिपाईही त्याच्या मागोमाग लांब लांब टांगा टाकत त्याला गाठण्यासाठी निघाला. म्होरल्या हिंग्लजला जशी किराणी दुकानं इतर खेड्याहून मायंदाळी होती, तशीच गावच्या वेशीत 'हाटीलं'ही होती आणि पाच-सहा गावांचा राऊंड संपवून दुपारी दोन-तीनच्या टिपनाला च्या डोपोत परतायचं नि आजचा हिशेब भरभर वहीत नोंदवून, आपल्या गावाकडं जाण्यासाठी यस्टी स्टॅण्डकडं पळायचं, ही साहेबाची नेहमीचीच धांदल असल्यानं गाडी ढकलून चालू वगैरे करायला शिपायाच्या मदतीनं तो मला कशाला साहाय्य करील?

गाडीला स्टार्टर नाही, की हॅण्डल नाही आणि अशा या आढमढेंग्या पांदीत ती ढकलून स्टार्ट तरी कशी करावी, ह्या कोड्यात मी अडकलो! ह्या पांदीतून वरच्या शिवारापर्यंत दोन्ही बाजूनं चढण होती. शिवाराच्या बाजूस चिक्क, घाणीरीची झुडपं ह्याचं किचाट होतं. ह्यातच पुढं वावभर अंतरावर दहाएक फुटाची फट होती. गाडी न्यूट्रल केली, नि खाली उतरून एकटाच ढकलत तिथंवर मी नेली आणि पिछाडीच्या बाजूला ढकलून ती बाजूच्या चढावावर चढविण्याचा मी प्रयत्न करू लागलो, पण तेवढ्या वर एकट्यानं गाडी ढकलून नेण्यासाठी माझी ताकद पोहचेना. तसा वर शिवारात येऊन गाडी ढकलायला मदतीला कोण येतय् का पाहिलं, तर १५/१६ वर्षाचं एक पोर वरच्या नड्यावर म्हसरं चारवीत असलेलं दिसलं. 'गाडी बंद पडलीया, जरा ढकल ये!' म्हणून त्याला हाक मारताच ते पळतच जवळ आलं. उतारावरून दोघं गाडीजवळ आलो, तसं ते म्हणालं,

"अब्बाऽ, काय घमघमाट सुटलाय, काय हो हाय गाडीत?" गाडीत मागच्या गादीवर, खाली हौद्यात, मागे डिक्कीत, मागच्या गादी मागील कांचेजवळील जागेत असे सर्वत्र चहापुडे भरल्यानं चहापावडरीचा तो घमघमाट गाडीभर दर्वळीत राही. त्यामुळं मी म्हटलं,

"च्या पावडरचं पुडं! त्येच्या वासाचीच ही दर्वळ सुटलीय!!"

मग दोघांनी गाडी चढावावर चढविली आणि तिथून गाडी खाली सोडून मी स्टार्ट केली न् पुढील माळावर लागलेल्या साहेबाला व शिपायाला गाठलं...

एकदा एका खेड्यावर गारेगारवाला भेटला. बर्फ खिसून त्याचा गोळा काटकीवरील टोकाला रोवायचा व त्यावर लाल-पिवळा रंग घातलेलं बाटलीतील पाणी ओतलं, की झाला 'बांबगोळा' तयार! हा 'बांबगोळा' तेव्हा पाच पैशाला मिळे! साहेब हा 'बांबगोळा' घेऊनच चाखत बसला. म्हणाला,

"अहो, खेड्यावर खूप तहान लागते, पाणी तरी किती प्यायचं? तेव्हा जरा गार होऊ या की! हे लहान मुलांनीच खावं, आम्ही खाऊ नये, असं कुठं आहे? घ्या, तुम्हीही खा हवं तर!!"

खेड्यावर भाजीपाला, माळवं स्वस्त मिळतं, म्हणून टर्न करून परत फिरताना मी तो खरेदी करून गाडीत टाके. गळतग्याहून एकदा परतताना चांगली केळी मिळाली. घरी माझ्या लहान मुलांना खायला होतील ह्या विचारानं, डझनभर केळी घेऊन ती मी मागील गादीमागील काचेजवळच्या जागेत ठेवून दिली. गावी येत असताना लखनापूर गावापुढील ओढा पार करून वरच्या टेकाडाला लागतानाच पेट्रोल संपून गाडी बंद पडली! मग यस्टी थांबवून तीतून गावी येऊन पंपावरील पेट्रोल घेऊन परत गाडीजवळ आलो, तर गाडी बाहेर सारी केळीची सालं पडलेली! आत डोकावून पाहिलं, तर मागील काचेजवळची केळी गायब! तसा रागानंच मी म्हणालो,

"साहेब, सगळीच खाल्ल्यात होय केळी? मुलांच्यासाटी ती मी घेतली होती!"

"भूक लागल्यावर काय करायचं?" मख्ख अशा चीड येण्याजोग्या शांतपणे साहेब म्हणाला, "केळी काय अशी दुर्मीळ वस्तू आहे? गावात गेल्यावरही मिळतातच की ती! तिथं गेल्यावर घ्या."

तुकोबांनी अशांच्या बाबतीत 'ऐशा नरा माराव्या...' वगैरे लिहून ठेवलं असावं! साहेब आपल्या गावाहून सकाळी येताना दुपारचं हांदलायला टिफिन बॉक्समधून काही ना काही आणे, अन् परतल्यावर डेपोतला हिशेब पूर्ण करून बॉक्स रिकामा करूनच गावाकडं सुटे. पण साल्याला तीन मैलावरून पेट्रोल घेऊन १५-२० मिनिटांत परत जाईपर्यंत कढ निघाला नाही! शिपाईसुद्धा नंतर एकदा साहेबाच्या अपरोक्ष म्हणाला,

"आमचा साहेब लै बेकार माणूस! सगळीच केळी खाऊन तुमच्या पोरांच्या पोटावर मारलं साल्यानं, काय जरा तरी आक्कल? आता तुम्हीही आम्ही दुकानं कव्हर करायला गावात जातो, तवा तीन-चारच्या पुडं चाट मारून केळ्याचा वजावट्टा काढा!!"

पण मी तसं काही केलं नाही! तेव्हा केवळ साडेदहा रुपयाला एक किलोचा पॅक पुडा मिळे! अन् पाच नव्या पैशाला छोटं पाकीट!!

एकदा साहेब खूपच खूश दिसला, नि खुशीतच म्हणाला,

"मोरे, तुम्ही लेखकही आहात म्हणे! पाहा, आमच्या चिरंजीवानं कसं पत्र लिहिलं आहे! नुकताच तो साताऱ्याला नोकरीवर गेलाय!" आणि साहेब पाकिटातलं पत्र उलगडून मोठ्यानं वाचू लागला.

माझं त्याकाळी नव्या नव्हाळीचं जोरकस लेखन चालू होतं. त्याकाळी पुण्या-मुंबईच्या दैनिकांच्या रविवार पुरवण्या निघत. त्यातून, तसंच तिकडील साप्ताहिकं, मासिकं ह्यातून मी सातत्यानं लिहीत होतो. तसंच माझी दोन-तीन पुस्तकंही प्रसिद्ध झाल्यानं थोडं नावही झालं होतं. टीव्हीचं आगमन तेव्हा झालं नसल्यानं लोकांचा वाचनाचा नाद शाबूत होता. तर साहेबानं खास मला वाचून दाखवायला गावाकडून पत्र इकडं आणलं होतं! साने गुरुजींचं अख्खं वाङ्मय कोळून प्याल्यागत अगदी गहिवरून पोरानं पत्र लिहिलं होतं,

"तुम्ही होतात म्हणून मी ही दुनिया, हे दिवस पाहिले, वगैरे वगैरे..."

लिहिताना लिटरभर अश्रूही त्यानं ढाळले असावेत!

गावातून गेलेल्या पुना-बेंगलोर हाय-वेलगत चहा डेपो होता. एके रात्री हाय-वेवरून जाणारी ट्रक डेपोच्या तीन पायऱ्या चढून अख्खी डेपोतच घुसली! पंचनामा वगैरे केल्यावर डेपोच्या मोडलेल्या दाराच्या जागी चहाच्या खोक्यांच्या फळ्या मारण्यात आल्या आणि डेपो बंदच झाला! त्यानंतर च्यावाल्यासाहेबाला मी अजूनपर्यंत पाहिलं नाही! पण आजही आठवतो, आधाशागत केळी खाणारा, पाच पैशाचा बांबगोळा खाणारा व पोराचं पत्र वाचताना गहिवरलेला च्यावाला साहेब!!

◆

बबन्या

बबन्या आता अगदी हुडागत वाढलंय. खूप उंच आणि धिप्पाडही दिसायला लागलंय. मूळचं गोरंपान आहे, त्यातही नेहमी पान खाऊन ओठ रंगवायचं च्याव करतंय. कणकेचा गोळा ठेवावा आणि त्याच्या भर मध्यासाला चिमटीत धरून ओढावं, तसं त्याच्या गोल चेहऱ्यावरील नाक दिसतं. पिचके डोळे, रुंद कपाळ आणि डोईच्या टप्पारावरल्या जंगलाची व्यवस्थित निगरानी न केल्यानं झालेली आबदा. म्हणजे पिकल्या केसाला मेंदी लावल्यागत ते तेल पाण्याविना तांबूस दिसू लागलेले. कुठं भंगारात मिळाल्यागत रंग उडालेली सायकल, तिच्या मागं हेऽ असं लांब-रुंद खास करून घेऊन बसविलेलं कॅरिअर, त्याला एखादं विटकं पोतं तोंड उघडं ठेवून एका बाजूनं बांधलेलं, काही कुठं भंगार भेटलं, की दर ठरवून आणि वजन करून त्या पोत्याच्या बस्कारात टाकायचं न् म्होरल्या दाराफुडनी आरडत सुटायचं,

"काय भंगा हैऽ का? लोखांड, पत्तरंऽ, बीडऽ!!"

एखाद्या वेळी सकाळी आल्या आल्या मी काम करीत असलेली गिरण झाडून-लोटून काढतो आहे, तो दारात बबन्या दत्त म्हणून हजर होतो! आपली भंगार सायकल ढकलत तो आलेला असतो.

"मामाऽ काय हैऽ का बग की भंगार?" चेहऱ्यावर सगळ्या जगाची रया आणि दैन्य आणीत गरीबगुरीब आवाजात तो म्हणतो.

माझा मूड ठीक असेल तर बरं, न पेक्षा मी त्याच्यावर कावतोही,

"साल्या, हे काय मोटार रिपेरी ग्यारेज, का बॉड्या चेस दुरुस्ती करणाऱ्या लव्हार मेस्त्रीचा कारखाना, सारखं-सारखं भंगार लोखांड-पत्रं पडायला!! पिठाच्या गिरणीत कुठलं रे सारखं-सारखं भंगार मिळायचं?"

मी अशी खॅस मारली, तरी त्याच्यावर परिणाम ढीम! सायकल स्टँड पाडून उभी करून, अंगाला झोले देत एखादा पैलवान तालमीत शिरावा तसा तो गिरणीत शिरेल, अन् शिस्तीत व आराऽमात गिरणीतील बाकड्यावर बसून म्हणेल,

''मामा, तू तुजं काम आवर आगुदर, मग सौदा करू!'' त्याची ती इन्टरनॅशनल चिकाटी पाहून मी मनातल्या मनात माझ्याच डोस्कीवरील केस उपडू लागेन, मग म्हणेन,

''साल्या, काय लाख-दोन लाखाचा सौदा हाय व्हय हितं? माज्याकडं भंगार न्हाई म्हटलं, तर तू मानगुटीवर ईवून बसलाईस मंजे?''

''बग गा, अर्धा किलो तरी!'' चिकट भोकरागत तो जाग्यावरच बसून लटकुटवक्यांगत म्हणेल, ''बग, बग, हुंदे तुजी बॉनी! सकाळठावनं बॉनी न्हाई.''

सासऱ्याच्या घरात जावाई बसावा, तसा तो बसलेला. हा आता काय लवकर हालतोय, असा विचार करून मी गिरणीत भंगार हुडकू लागलो. कंडम झालेल्या जात्याच्या मागचे काही बिडचे तुकडे मिळाले. ते त्याच्या म्होरं टाकीत मी म्हटलं,

''हं, हे घे नि फूट बघू हितनं लवकर!''

त्यानं ते तुकडे हातात घेऊन तोलल्यागत केलं, मग खिशातून नोटांचा एक पुडका काढला, नि त्यातील एक पाचची नोट पुढं करीत तो म्हणाला,

''हे धर गा! योक रुपयं परत दे ह्यातला!''

''बेट्या बबन्या, एवढंच व्हय रं?'' मी नोट हाती घेतली.

''फकस्त किलोभर हुईल! वजन करून दावू का?''

''बरं ऱ्हावू दे घे आता, तू टळ हितनं, मला कामाला लागू दे!'' मी कोपरापास्नं त्याला हात जोडल्यागत करीत म्हटलं, ''तुजं वजन नि तुजी ती तागडी मला म्हाईत हाय!'' इन्टर आर्टस्‌नंतर ५९ सालीच माझं कॉलेज शिक्षण संपुष्टात आल्यापासून बाराबत्तर धंदे करीत मी या तळागाळातल्या लोकांतच वावरत असल्यानं त्यांचीच बोली माझ्या तोंडी बसली होती.

माझ्या बोलण्यावर बबन्या मन लावून हंसलं आणि काहीही डायलॉग न मारता निघून गेलं. अर्थात, ते असं हसण्यामागं तशीच एक गूढ स्टोरी लपून आहे...

तसं ते बेनं अगदी मिड्याएवढं होतं, तवापास्नं भंगार गोळा करीत फिरतंय. त्याकाळी त्याच्या हातात सिमेंटचं एक रिकामं पोतं असायचं, नि त्यात वजन व तागडी. खाली ढुंगणावर गेलेली हाफपॅण्ट नि वर कुणी तरी दिलेला फाटका मॅनिला, डोईवर आरबाट वाढलेलं शिप्तर नि खाली आनवाणी पाय. भंगार गोळा करीत फिरणारं हे गोसाव्याचं पोर इतकं गोंडस, गोरंपान, देखणं होतं, की गेल्या पिढीतील ख्यातनाम चित्रकार कै. रघुवीर मुळगावकरांच्या एखाद्या चित्रातून त्याला उचलून आणलंय की काय असं वाटावं! फरक एवढाच, की कै. मुळगावकरांच्या अशा चित्रातील मुलांच्या अंगावर भर्जरी कपडे असत, तर ह्याच्या अंगावर फाटके, इतकंच! फाटके नशीब घेऊन जन्माला येणाऱ्या पोरांच्या नशिबी हे फाटकेच कपडे अंगावर, हा तसा लहानपणी पाळण्यात असतानाच सटवाईनं लिहिलेला ललाटीचा

आलेखच!

येथून जवळच पाच किलोमीटर्सवरील एका खेड्यावर ही गोसावी जमातीची लोकं उतरत. गावाबाहेरच्या शाळेजवळच्या मुंड्या माळावर ह्यांची पालं पडत. गोसाव्यांच्या बायका मुंग्यांगत सतत उद्योगात. केव्हा नदी-ओढ्याकडलं कुठलं-कुठलं गवात आणून विकीत, केव्हा खेकडं पकडून आणून ते जर्मनीच्या थाटल्यात घालून, त्या डोकीवर घेत 'खेकड्या घ्या खेकडं' करीत ओरडत गावातल्या गल्लीबोळांतून फिरत. साठ-सत्तर हजार लोकवस्तीच्या या गावात त्याचं खेकडं फन्ना व्हायला वेळ लागत नसे.

एकदा जिल्ह्याच्या गावी चाललो होतो यस्टीतून. तर आठ-नऊ मैलावर (तेरा-चौदा किलोमीटर्सवर) असलेल्या डोंगरात या गोसाव्याच्या बायका जळणकाटुक शोधत होत्या! एवढ्या दूरवर चालत येऊन, जळणकाटुक गोळा करून, त्यांचे भारे गावात आणून विकायचे नि आलेल्या पैशातून पोटाची वीतभर खळगी भरायला काय लागेल, त्याची सामगिरी बाजारपेठेतून करून मग परत पाच किलोमीटर्स चालत आपल्या ठाणकावर जायाचं, नि पालाम्होरल्या तीन दगडांच्या चुली पेटवायच्या आणि बाप्पे आणि पोरं भंगार गोळा करीत चौमुलखात खेड्यापाड्यावरून फिरायची. पाच-दहा रुपयेही मिळेपर्यंत इथं उरस्फोड करायला लागायची. जीवन जगणे हीच एक शिक्षा. शिक्षा झालेल्या कैद्यांनासुद्धा दोन वेळचं जेवण मिळायला इतक्या तारदाळ्या द्याव्या लागत नसतील, इतके श्रम करावे लागत नसतील.

त्याकाळी बबन्या आपल्या ठाणकापास्नं पाच किलोमीटर्स चालत इकडं यावयाचं. गावच्या वेशीजवळच्या सिनेमा थिएटरामागं त्याच्याच जातीचा एकटा भंगार व्यापारी आहे. ह्यांनी गोळा करून आणलेलं भंगार तो विकत घेतो आणि ट्रकभर जमले, की मुंबईला घालून येतो. त्याच्याकडं येऊन भंगार विकत घ्यायला पैसे घ्यायचं, ईळभर गावभर फिरून भंगार गोळा करायचं, नि सांजच्या पारी त्याच्याकडं ते घालून हिशेब देऊन जे काही वरकड फायद्याचं उरेल ते पैसे खिशात घालून आपल्या पालाकडं यायचं. दोन-चार वेळा त्यावेळी बबन्यानं माझ्याकडील भंगार नेल्यानं त्याची तशी चांगली घस्टन झाली होती. कुणीसं मला म्हणालं, "या भंगारवाल्यांकडलं तराजू बरोबर नसत्यात!" पाहूया तर म्हटलं प्रचिती! एकदा दोन जात्याच्या मागच्या बीडच्या प्लेटीचं भंगार माझ्याकडं जमा झालं. ते मी वजन करून ठेवलं अन् मग अपेक्षेप्रमाणं एक रोज बबन्या फिरत आलाच. नेहमीगत दाराम्होरं थांबून त्यानं सराईतागत डायलॉग टाकला.

"काय मामा है ऽ का? काढ की आसलं तर काय तरी जुनंपानं! हुंदे बॉनी तुजीच!! सक्काळठावनं बा ऽ कायच बॉनी न्हाई बघ!!"

"हाय ये!" मी म्हणालो, "बीड हाय, काय दरानं घेणार?"

"बघूया तर!" बबन्या आत येत म्हणाला, "बीडाचा भाव चार रुपये चालू हाये! किस्तं हाय?"

"बेन्या,साऽ सात रुपये बीड हाय, नि तुजं चारच?"

"काय न्हाय गा मामा, ह्यात ऱ्हात! सगळं गंजल्यालं अस्तंय!" पोक्त व्यापाऱ्यागत तो बोलला.

त्यानं बीड वजन केलं, ते खच्चून चार-चार किलो भरलं! वास्तवात मी वजन केलं होतं, तर ते नऊ किलो झालं होतं!

"बेट्या हे चांगलंऽ, नऊ किलो हाय. मी वजन करून आणलंय, त्येचं तू निम्म्यावर वजन कसं करून दावलंस रं, सांग!"

"ही चकासी कुणाला सागायची न्हाय! तू माजा दोस्त हैस म्हणून तुला तेवढी सांगतो... ही आमच्या धंद्याची कळासी! म्हंजे, सीक्रेट म्हण, तू हे आणि कुणाला सांगायचं न्हाई, यल्लाम्माची शपथ हाय बघ तुला!!"

ह्यावर मी मान डोलावली! तसं त्यानं तराजूच्या पारड्यात चांगलं दोन किलो होईल इतकं बीड घातलं नि ते एक किलो करून दाखविलं! पारडं वर करून माझ्या नद्रंसमोर धरीत तो म्हणाला,

"बघ, एक किलो हाय!" नि तो मला आपल्या धंद्याचं गुपित सांगू लागला, "ही बघ, तागडीची मूठ अशी उजळून धरली, की वजन टाकलेल्या पारड्याकडं मुठीचा जरा जोर लावला, की भंगार घातल्यालं पारडं लै खाली जात न्हाई! समोरच्याला हे बघ, झालं बग किलो, असं म्हणून जल्दीनं ते पारडं रिकामं करायचं, की झालं!!"

ऐकून मी मनोमन गार झालो!! यानंतर बबन्या कधी आला, की भंगार बघून म्हणायचा,

"मामा, हे एवढं देतो बघ ह्येचं! वजन करून म्हंशील तर तुला म्हाईतच हाय, आम्ही वजन कसं करताव् ते!!"

मध्ये मी १३-१४ किलोमीटर्सवरील माझ्या सासुरवाडीला मायाक्काच्या जात्रेला असा सायकल रेमटत जात होतो. बबन्याचा समाज राहात होता, त्या गावावरूनच पुढं रस्ता होता. आता ह्या गोसाव्यांना सरकारी १८ टक्के कोट्यातून बेघर योजनेतून घरं बांधून दिल्यानं माळावरील शाळेजवळची त्यांची पालं दिकपाल झाली होती, पण या घरांच्या भिंती दोनेक वर्षातच पावसाच्या माऱ्यानं धराशाही झाल्यानं पडलेल्या खिंडारांना कुठं नारळीच्या झावळ्या, तर कुठं लिंगडी-घाणीरड्याचं आडगार लावलेलं दिसत होतं! गावच्या अलीकडून वाहणाऱ्या ओढ्यावर लक्ष्मीचं देऊळ होतं व बऱ्याच वर्षांपासून तिची बंद पडलेली जत्रा देवळाचं नूतनीकरण करून यंदापास्नं चालू केली होती. ओढ्याच्या वताडातून गावातल्या माणसांची देवळाकडं रीघ

लागलेली, म्हणजे आजच जत्रा दिसत होती, नि देवळाच्या भोवतालीही लाह्या उधळल्यावानी माणसं दिसत होती आणि जत्रेतला गोंगाटही ऐकू येत होता.

"ओ मामाऽ हिकडं कुठं वाट चुकलासा?" कानांवर बबन्याचा आवाज आला.

"चालोय सासुरवाडीला, मायाक्काच्या जत्रेला!" बबन्याजवळ सायकल थांबवत मी म्हटलं, "काय रंऽ हितलीबी जत्रा काय आज?"

"व्हय!" तो म्हणाला, "चला, परसाद घिऊन जावा चला म्हणं म्होरं! आता मायाक्का काय नि लक्ष्मी काय, एकच! तिथला काय न् हितला काय परसादच नव्हं?"

मी निरुत्तर होऊन त्याच्या मागून चालू लागलो.

असा निष्कलंक पाण्याचा खळाळता ओढा, दोन्ही दरडंवरील शिवारातलं वाऱ्याच्या झुळुकांनी डोलणारं, जित्राप, ओढ्याकडंच्या जांभळीवर बसलेलं बगळ्याचं वऱ्हाड... सारं पाहून कामेरीच्या ख्यातनाम रंगराव बापू पाटील यांची अस्सल ग्रामीण कथा वाचल्यागत मन निवत होतं. रोजच्या धबडग्यात ह्या मोकळ्या रानवाऱ्याला किती तरी दिवसांपासून मी आसावलो होतो.

देवळाम्होरल्या जागेवर गावातल्यांची हीऽ अशी झडा पंगत पडली होती. हनुमानाच्या शेपटीगत लांबलचक असलेल्या त्या पंगतीत आम्ही बसलो. पुढ्यात ईस्ताऱ्या टाकल्या गेल्या. त्यावर हुग्गी (खीर), भात, आमटी वाढली गेली, तसं जवळच मांडीला मांडी लावून बसलेलं बबन्या म्हणालं,

"हंऽ, हू द्या चालू मामा, आनमान करायचं न्हाय! बगा, रानातल्या मोकळ्या हावंत चार घास कसं चढ जात्यात!!"

◆

बसु

काम करता करता सहज अशी शेडबाहेर नजर गेली आणि बसु समोरच्या रस्त्यानं बाजारपेठेतील भाजी मार्केटकडं जाताना दिसला. साठीच्या घरातला, थोडा पोक काढून चालणारा, गालफडं बसलेला, लांबसडक नाकाचा, डोईवरचे केस विरळ होऊन टक्कल पडू लागलेला, विजार आणि लांब हातोप्याचा शर्ट घातलेला...

तो शेवटचा असा मला केव्हा भेटून गेला होता, ते आजही लख्ख आठवतं. असाच एकदा तीन किलो जोंधळे घेऊन मी काम करीत असलेल्या पिठाच्या गिरणीत तो दळून घ्यायला आला होता. मी त्याला आश्चर्य वाटून विचारलं,

"बसु, आज लांब इकडं? गावात आता गिरणी झाल्यात न्हवं दळपाच्या?"

तो तिथून नऊ मैलावरील एक आडवळणी खेड्यात राहात होता.

"म्हादेव, मी आता गावाकडं न्हाई, हितं लेकीजवळ हाय. तिथं साखर फॅक्टरीजवळ. तिनं परजातीतल्याशी लव्ह-मॅरेज करून घेतलंय, जावई साकर फॅक्टरीत नोकरीला हाय." खचलेल्या स्वरात तो म्हणाला.

खरं तर, हे त्यानं तसं मला सांगितलं नसतं तरी बिघडलं नसतं; पण मी त्याचा एकेकाळचा क्लासमेट. त्यालाही मनात हे शल्य टोचत असावं. त्यामुळं असेल, त्यानं ते असं बोलून दाखवून आपलं मन हलकं केलं असावं. मी त्याचं सांत्वन केल्यागत म्हटलं,

"नेव्हर माईंड, बसु! आयुष्यात आपल्या मनासारख्या सगळ्याच गोष्टी होतील, असं नाही!!"

तो मग विद्ध झाल्यासारखा निघून गेला! त्याच्यावर ही अशी वेळ येण्यास त्याचं स्वत:चंही वागणं बरचसं कारणीभूत होतं... तोच जर नीट वागला असता, तर ही वेळ येती ना!

त्याच्यासारखाच दिवाकर रानडेही माझा क्लासमेट, इथलाच. एस. एस. सी. झाल्यावर त्यानं एक बेकरी काढली होती. तो एके दिवशी म्हणाला होता, "बसु मुत्नाळे आता अट्टल जुगारी झालाय्. इथल्या जुगार अड्ड्यात पैसे घालविल्यावर

त्येच्याकडं गावाकडं जायलाही पैसे नसत्यात! मग ओळखीच्या लोकांकडं हात पसरत राहातो, इथं माझ्याकडंही तो आला होता, तुझ्याकडंही येईल, सावध!''

आणि दिवाकरनं सांगितल्यागत बसु एके दिवशी सकाळीच टपकला. म्हणाला,

''म्हादेव, पाच रुपये असलं तर दे उसने!''

त्याचे डोळे तारवटलेले होते. सारी रात्र त्यानं जुगार अड्ड्यात घालवून खिसा रिकामा केला असावा.

''माझ्याकडं एवढ्या यरवाळी कुठलं रे पैसे, बाबा!'' मी स्पष्ट नकार दिला. ''मी आताच तर गिरणी उघडलीय!!''

तसा तो निघून गेला.

त्यापूर्वी एकदा त्यानं बाजारची पिशवी आणि चटणीसाठी खरेदी केलेलं मिरच्याचं चुंबडं, असं गिरणीत ठेवलं आणि ''आलो हं मी एवढ्यात; तोवर ह्यो बाजार राहू दे.'' म्हणून गेला नि मग तो त्या दिवशी आलाच नाही, दुसऱ्या दिवशी सकाळीच उगवला. आल्या आल्या त्यानं मला हॉटेलात ओढून नेऊन नाष्टा-चहा दिला. रात्रभर जुगार खेळून त्यानं थोडी कमाईही केली असावी, असं दिसत होतं... मग तो आपला बाजार घेऊन निघून गेला. कानावर असंच आलं, त्याला जुगाराचं इतकं जबरं व्यसन लागलं होतं, की खिशात पैसा कोंबून तो जुगार खेळण्यासाठी पार बेळगाव, हुबळीपर्यंत जाऊन येई. त्याकाळी पोलिसांच्या आशीर्वादानं बहुतेक शहरांत छुपे जुगार अड्डे असत व त्यांचे पत्ते पट्टीच्या जुगाऱ्यांना अचूक असत. अशा अड्ड्यांत जाऊन एकेक बहाद्दर दोन-दोन तीन-तीन दिवस बसत. ना अन्नपाण्याची शुद्ध, ना घरादाराची काळजी, मंत्रभारित माणसागत त्यांची अवस्था असे. जुगाराशिवाय त्यांना काही दिसत नसे!

बसुच्या गावचा एक ब्राह्मण, इनामदार बंगला बांधून इथं स्थायिक झाला होता. सरकारी नोकरीतून निवृत्त झाल्यावर सर्वच सुखसुविधा, सुरक्षा व आरामशीर जिणं यादृष्टीनं त्यानं शहरात राहाणं पसंत केलं होतं, अन् गावी आपल्या वाटणीच्या शेतकीवर एक रैत लावला होता. तो रैत ब्राह्मण इनामदाराची दळपं घेऊन गिरणीत आला, की साहजिकच बसुचा विषय निघे. बसु माझा वर्गमित्र आहे, हे समजल्यावर तो त्याच्याविषयी बरंच तपशील मला पुरवत राही. एकदा त्यानं सांगितलं,

''बसु जुगाराच्या नादानं इतका बिघडलाय, की वाटणीला आल्यालं श्यात, ते तर पिकवावं का न्हाई धड? उलट जुगार खेळाय पैसा मिळावा म्हणून त्यातलं एकेक टपणं फुंकून टाकाय सुरू केलंय त्येनं! सोताचं श्यात आसून त्येच्या बायकुला दुसऱ्याच्या बांधावर रोजगाराला जायाची टैम आलीया बगा!''

आणखी काही महिन्यांनी असंच त्यानं सांगितलं,

''आता तुमचा दोस्त बसु काय श्यात शिल्लक राखत न्हाई, नि त्येचं सारं घर

पाण्यात बसणार, या ईच्यारानं गावातलं सारं पंच एकमेळ झालं, नि बसुवर प्रेशर आणून उरल्यालं श्यात त्येंनी त्येच्या बायकु-पोरांच्या नावावर करून टाकलं. आता बसु कोरतुकड्याचाच धनी. त्येबी त्यो सरळ वागला तर नशिबाला, न पेक्षा त्येला भाहीरलं दार दावत्यात सारीजणं, एवढी कावून गेल्यात त्येला!!''

यानंतर दोनेक महिन्यांनी त्यानं माहिती दिली,

''मोरेमा, तुमच्या दोस्तानं गाव सोडलं बगा! घरात धड बघंनात. ह्यो भाद्दर नेसत्या कपड्यानिशी बाहेर पडला नि स्वामीच्या मठात घुसला. तिथं स्वामीच्या सेवेला अशी ऐदी, भुरटी लैजण बगा! मठात साळुत्याचा फर्राटा जरा हिकडं-तिकडं मारला, की तिथं दोन टैमाच्या जेवणाची काळजी न्हाई! स्वामींना कुठं-कुठं समारंभाची, उद्घाटनाची, लग्नाची आमंत्रणं आली, की त्याच्या लवाजम्यातनं गेलं तर दोन-तीन दिवसांची चंगळच आस्ती!!''

काही वर्षं अशीच गेली, अन् हा रैत म्हणाला,

''मोरेमा, लै दिवसानं तुमचा दोस्त गावात आला बगा! मला वाटतंय, मठातबी त्येनं काय तरी गुण उधळलं असतील, तवाच तिथलं सिधापानी तुटलं! पोरंबी आता मोठी झाल्यात. थोरला जवळच्याच गावात निघाल्याला एका हायस्कूलावर मास्तर हाय. त्येचं गुदस्ता लगीनबी झालंया, धाकटा शेती करतोय, झालं गेलं विसरून पोरांनीबी त्येला घरात घेतलंय... आता म्हातारपणी तरी त्येनं निर्मळवानी ऱ्हावावं बगा!!''

पण निर्मळवानी राहाणं काहींना फार दिवस जमत नसावं. तसं कुणाच्या स्वभावाला औषधही नसतं म्हणा! कारण पोरांशीही बसुचं बिनसलं असावं, म्हणून तर त्यानं घरच्या मर्जीविरुद्ध विजातीय तरुणाशी लग्न करून घेतलेल्या मुलीकडं नाक मुठीत धरून शरण जाऊन आश्रय घेतला असावा. हे तर त्याच्या भेटीवरूनच कळत होतं! केवळ दोन वेळच्या जेवणाच्या आशेवर मान-अभिमान सोडून माणूस असा झुकतो, तेव्हाच तो खऱ्या अर्थी मरतो! उरतं केवळ शरीर, मरण येत नाही, म्हणून जगणारं! त्या शरीराच्या कुडीत प्राण शिल्लक राहावेत म्हणून माणसाला काय-काय करावं लागतं!!

मी मराठी चौथी झाल्यावर पाचवीसाठी हायस्कूलला गेलो, तेव्हा माझी तिथं नवीन रिक्रूट असलेल्या बसुची ओळख आणि मैत्रीही झाली होती. लिंगायत समाजाची वस्ती असलेल्या महादेवाच्या देवळाकडं त्याचं घर होतं. अभ्यासासाठी मीही तिकडं वरचेवर जात असे. मुलांच्या शिक्षणासाठी म्हणून त्याचा बाप सहकुटुंब इथं एक घर भाड्यानं घेऊन राहिला होता. एका वर्षी गॅदरिंगला बसु, मी आणि आमच्या सर्कलमधील मोकाशी नावाचा मित्र, अशी तिघांनी स्त्री पात्र विरहीत अशी एक नाटिकाही बसविली होती. कुठल्याही शिक्षकाच्या मार्गदर्शनाविना आमची

आम्ही ती डायरेक्शन, अभिनीत वगैरे करून बसवून उत्तमरीत्या सादरही केली होती. बसु अभ्यासात तसा हुशारच होता. कॉपी वगैरे न करता त्या काळी कडक परीक्षा होत आणि त्या तो फर्स्ट-सेकण्ड क्लासनं उत्तमरीत्या पासही होत होता. त्याकाळी त्याच्या खेड्यांवर फक्त चौथीपर्यंतच शिक्षणाची सोय असे. पूर्वी आताच्या दहावीला मॅट्रीक म्हणत. आम्ही मॅट्रीकमध्ये ५६-५७ साली आलो, तेव्हा एस्. एस्. सी.चा नवीन व थोडा सोपाही अभ्यासक्रम आला.

एस्. एस्. सी. पास झालेली आमची पहिली पिढी. इथं तेव्हा कॉलेज नसल्यामुळं त्याचं कुटुंब गावाकडं निघून गेलं. बसुचा थोरला भाऊ एका औषध कंपनीचा फिरता एजंट होता. त्यामुळं वडील वारल्यावर शेतीचा भार बसुवरच पडला असावा, पण तो वाहावत गेला होता! त्याला उच्च शिक्षण मिळतं, तर तो नक्कीच कुठं ना कुठं ऑफिसर झाला असता, अशी धमक आणि हुशारी त्याच्या ठायी होती. पण अंगातील हा स्पार्क शेतात राबण्यातच विझून गेला असावा नि जुगाराच्या नादानं त्याच्यातलं माणूसपण हिरावून घेतलं होतं. माणूस काय होता, नि त्याचं हे काय होऊन बसलं...! आज बऱ्याच दिवसांनी त्याला असा पाठमोरा जात असलेला पाहून मनावर अशी अनेक अभ्रं सरकत सरकत गेली, अन् जणू तो माझा कुणीतरी असल्यागत मी व्यथित होऊन गेलो.

◆

पापालाल

पापालाल नगारजीचं पूर्वज कधी काळी कुण्या राजाच्या राजवाड्यापुढील नगारखान्यावर नगारा वाजवीत उदरनिर्वाह करीत आयुष्य व्यतीत करून अल्लाला प्यारे झाले असतील, तेवढंच! पण पापालालला या नगारा बडवत बसण्यात काय राम वा अल्ला वाटला नसावा. त्यानं घराण्याच्या परंपरेपेक्षा वेगळाच मार्ग चोखाळला, नि तो म्हणजे, मोटार लाइनीचा!

सर्व्हिस मोटार सुरू होऊन त्यातून प्रवास करण्यापूर्वी लोक बैलगाडीतून प्रवास करीत. माझ्या गावातून कोल्हापूर वा बेळगाव प्रवासी वाहतूक करणाऱ्या बैलगाड्या पूर्वी होत्या. चार आणे कोल्हापूर व आठ आणे बेळगाव हा रेट असे, भल्या यरवाळी गाड्या जुंपायच्या ते किनिट पडायला मुक्काम गाठायचा! पुढं सर्व्हिस गाड्या आल्या नि बैलगाडीतला प्रवास इतिहासजमा झाला. या सर्व्हिस गाड्यांतून ड्रायव्हरच्या सीटमागं जाळीदार केबिन असे, त्यात गावातील खास खास तालेवारांच्या सीटा बसत. त्यांच्या मागील बाजूस, दोन्हीकडील खिडकीकडं दोन आडवी बाकडी मारली असत आणि या 'जनता क्लास'मध्ये जायला मागील बाजूस दारही असे. बाजार दिवशी गाडी फुल्ल भरली, की दोन्ही बाजूंच्या फुटपायरीवर माणसं उभी राहात. त्याही फुल्ल झाल्या, की मग माणसं गाडीच्या टपावर बसून चौबाजूच्या कॅरिअर पट्ट्यांचा आधार घेत प्रवास करीत. टपही फुल्ल होऊन एक-दोन नग राहिल्यास त्यांना पुढील मडगार्डवर बसविले जाई! गाडीचं इंजन-बॉनेट-मडगार्ड्स ड्रायव्हरसमोरील काचेबाहेर असे. इंजनवरील बॉनेटच्या दोन्ही बाजूस अर्धवर्तुळाकुती दोन मडगार्डस् असत, अन् त्या मडगार्डस्वर इंचभर व्यासाच्या अर्धा फूट उंचीच्या दोन नळ्या काढून, त्यावर गाडीचे हेड्लाईटस् फीट केलेले असत. एखाद्या तट्टूवर त्याच्या मानेची आयाळ धरून स्वार व्हावं, तशा सीटा या हेड्लाईटला धरून मडगार्डवर स्वार होत आणि ड्रायव्हिंग कलेत निष्णात असणारे ड्रायव्हर पूर्वीच्या मुरमाड रस्त्यावरून कुठंही अपघात वगैरे न करता या सर्व सीटांना सुरळीतपणे त्यांच्या त्यांच्या मुक्कामाला पोचवीत.

आपल्या गावच्या स्टँडवर परत आल्यावर ड्रायव्हर आपापल्या सर्व्हिस गाड्यांच्या ऑफिसमध्ये विश्रांती घेत आणि रिकाम्या झालेल्या गाड्या भरण्याचं काम एजंट लोक करीत. पापालालानं हेच काम पत्करलं. एखाद्या राजवाड्यावरील वा देवळा-मंदिरावरील भव्य कमानीच्या असलेल्या नगारखान्यात बसून, सकाळ-संध्याकाळ टेचात नगारा वाजवीत बसण्याचं काम सोडून पापालालनं हे एजंटगिरीचं काम का पत्करलं कोण जाणे! त्याकाळी प्रत्येक सर्व्हिस गाड्यांच्या कंपनीचे दोन-तीन, दोन-तीन एजंट असत आणि त्यांचा रुबाबही काही और असे. कुणी परीटघडीशिवाय कपडे घालीत नसत. कुणी कानात अत्तराचा फाया ठेवीत, कुणी खांद्यावर नवा कोरा रुमाल टाकून बेंदरारोजी झुल घातलेल्या बैलावानी फिरत, कुणी विजार-शर्टावर जर्कीनचा तलम नि झगझगता लकाकी कोट घालून सर्व्हिस मोटार कंपनीचा आपणच मालक असल्यावानी वागत, अशी नाना तऱ्हा असे...

पूर्वी गावातल्या मध्यभागी असलेल्या नेहरू चौकातील पाण्याच्या हौदाभोवती सर्व्हिस गाड्या थांबत व माणसं ऊर्फ 'सीटा' भरल्यावर सुटत. पुढं ती जागा अपुरी पडू लागल्यावर म्युनिसिपालिटी इमारतीच्या बागेबाहेरील भल्या विस्तृत जागेत स्टँड आलं, न मग आपसुक भोवताली ४-५ हॉटेलं, तितक्याच खानावळी अन् तेवढीच केळी, मोसंबी विकणाऱ्या बागवानांची खोकी उगवली, तसंच सर्व्हिस गाडीच्या ऑफिसशेजारी एक पेपर वा दैनिकं विक्रीचं दुकानंही निघालं, अन् सोडा वॉटरचीही दोन-तीन दुकानं निघाली. या स्टँडवर 'लक्ष्मी मोटार सर्व्हिस' व 'हनुमान मोटार सर्व्हिस' या सर्व्हिस मोटार कंपन्यांचीही ऑफिसं ठिय्या मारून बसली. या दोन कंपनीच्याच सर्व्हिस मोटारी खालतं बेळगाव, वरतं कोल्हापूर, उगवतीला जमखंडी-रायबाग, मावळतीला गारगोटी, राधानगरी, कणकवलीपर्यंत धावू लागल्या. विशेष म्हणजे या सर्व्हिस गाड्यांचा रेट पूर्वीच्या बैलगाडीइतकाच होता. म्हणजे, बेळगाव आठ आणे, कोल्हापूर चार आणे! आतासारखी त्याकाळी गाजर गवतावानी उदंड लोकसंख्या वाढलेली नसल्यानं एक-एकवेळी सर्व्हिस गाड्यांत सीटांची भराभरती होणंही मुश्कील होई. पापालाल एजंट, शंकर एजंट, म्हमुलाल एजंट आतापर्यंत 'चला, चार आणे कोल्हापूर' म्हणत घसा खरडवत ओरडत स्टँडवर फिरूनही सीटा गोळा होईनाशा झाल्या, की मग 'लक्ष्मी' व 'हनुमान'वाल्यांत स्पर्धा लागे! 'चला दोन आणे कोल्हापूर' असं ओरडत 'कॅम्पीटीशन' सुरू होई!

पापालालही या 'कॅम्पीटीशन'मध्ये हिरिरीनं भाग घेई.

पायात सिंगल पट्ट्याचं साधं चमडी चप्पल, विजार-नेहरू शर्ट आणि डोईवर पांढरी टोपी, असा पापालालचा नेहमी साधाच वेश असे. मग खुदबा येवो वा बकरी ईद किंवा उरूस, या त्याच्या वेशात कधीच फरक पडत नसे. पण या साध्या वेशालाही विलक्षण रूबाब आणीत, त्या त्याच्या अक्कडबाज मिशा! त्याच्या

जाडसर ओठांवरील मिशांची टोकं त्याच्या कानाच्या पाळीला चुंबायला जात. त्याचा सावळा वर्ण, शेंड्याला थोडं रुंदाट झालेलं नाक, बहिरी ससाण्यागत शिकारी डोळे, भरदार बांधा व साडेपाच फुटाहून जास्त भरणारी सणसणीत उंची, या साऱ्याला एक प्रकारच्या भारदस्तपणाचं परिमाण त्या मिशांनी त्याला बहाल केलं होतं. एखादी गाडी भरून गेल्यावर थोडं निवांतपण मिळे, त्यावेळी तो बिडी ओढत बसे. हाताच्या मुठीत चिलीम धरून ओढावी, तशी बिडी ओढण्याची त्याला सवय होती. बिडी ओढून झाल्यावर आपल्या 'लक्ष्मी सर्व्हिस'ची दुसरी गाडी स्टँडवर लागेपर्यंत, मिशांना पीळ भरीत त्यांची आधीच टोकदार असलेली टोकं आणखीन टोकदार करण्याचा चाळा करीत तो बसे.

४७ साली स्वातंत्र्य आलं आणि बरीच उलथापालथ झाली. सर्व्हिस गाड्या बंद झाल्या नि यस्ट्या आल्या. 'मी उद्या बेळगावला जाणार हाय, उद्या गाडी घिऊन ये बघ दारात.' म्हणून सांगितल्यावर ड्रायव्हर तुमच्या दाराम्होरं सर्व्हिस गाडी उभी करीत, घराच्या पायरीवरून पाय उचलायचा तो सरळ गाडीत, तर तो जिव्हाळा गेला नि झक्कतच सर्वांना यस्टी स्टँडवर पळायची पाळी आली! सर्व्हिस गाड्यांवरील एजंट, ड्रायव्हर ह्यांच्यात गोंधळाची स्थिती निर्माण झाली. ड्रायव्हर होते ते काही ट्रकावर गेले, काही नव्या बदलाशी तडजोड म्हणून यस्टीत घुसले, तर कुणी आपलं गाव गाठून वाडवडिलार्जित शेती सुरू केली, पण एजंट लोकांना काय करावं समजेना. कोल्हापूर वेशीत नवीन यस्टी स्टँड बांधलं गेलं. स्टँडभोवताली कठड्याची भिंतही उभी राहिली. त्या भिंतीजवळच असलेल्या चिंचेच्या झाडाची सावली कठड्यावर पडे, अन् कठड्यावरील त्या सावलीत, डोईवरील टोपी काढून पापालाल बसलेला आढळे. खरं तर, या नव्या बदलामुळं तो मनातून गोंधळून गेला होता. काय करावं, हे त्याचं त्याला समजत नव्हतं. सर्व्हिस गाडीच्या लाईनीत अख्खं आयुष्य घालवूनही त्याला साधं ड्रायव्हिंगही येत नव्हतं. 'सीट' आढळली, की तिला बोलगाभणं करून गाडीत आणून बसविणं आणि गाडी फुल्ल करणं, एवढंच हुनर त्यानं आयुष्यात शिकलं होतं! मोटार लाईनीतून असं सायडींगला पडल्यानं त्याला एक प्रकारचं नैराश्यही आलं होतं. पण मोटारी, ड्रायव्हर, स्टँड आदी पाहिल्याशिवाय त्याला चैन पडत नसे, म्हणून रोज तो येऊन बसेच! पण ही कोंडी लवकरच फुटली... मुरगूड व सेनापती कापशी लाईनवर विशेष यस्ट्या नव्हत्या. त्यामुळं त्या लाईनवर सीट सर्व्हिस गाड्या धावू लागल्या आणि यस्टी स्टँडवरून सीटा उस्कलून आणून मुरगूड रोडवर उभ्या असलेल्या ४८ मॉडेल शोव्हरलेट वा व्ही एट फोर्ड गाड्या भरण्याचं काम तो करू लागला. एका सीटमागं याला चार आणे कमिशन मिळे. सीट-सर्व्हिसवालेही, यस्टीचार्ज तेव्हा कापशीला बारा आणे होता, त्याऐवजी सीटला एक रुपय घेत व वरचे चार आणे याला देत.

असं आता सारं सुरळीत चाललं होतं, तरी पापालालला पूर्वीचेच दिवस बरे वाटत...

मी त्याकाळी भागीदारीत मोटार रिपेअरी गॅरेज चालवीत होतो, नि गॅरेजात कुंभार मेस्त्रीही कामाला होते, ते पूर्वी सर्व्हिस गाडीवर ड्रायव्हर होते, यस्टी आल्यावर त्यांनी मोटार दुरुस्ती चालू केली होती. सर्व्हिस गाडीच्या काळातले ते पापालालचे दोस्तही होते. पापालाल मुठीत बिडी पकडून, ओढत खाली यस्टी स्टँडकडं जाता-जाता वाकडी वाट करून गॅरेजात येई; नि म्हणे,

"येऽ कुंभार, गाडगी फोडायचं काम सोडून हे मोटार जोडायचं काम कोण शिकविलं रे तुला?" अशी गंमत करीत तो खाली बसे अन् मग दोघांच्या बोलण्यातून सर्व्हिस गाडीच्या काळातल्या आठवणी निघत... "काय मज्जा व्हायली न्हाई बघ आता!" पापालाल ईवळत राही...

अंकोशे मालकाच्या टेबलावर ईळभरच्या सगळ्या गाड्यांचा कमाईचा ह्योऽ असा गल्ल्याचा ढीग पडायचा. त्या गल्ल्यातीलच मूठ भरून खुर्दा त्यो तुम्हा एजंटांच्या नि आम्हा डायवरांच्या हातावर ठेवायचा- जावा, दारू प्या जावा, म्हणून! कधी मोजत बसला न्हाई गब्रू! वाटून झाल्यावर मग उरल्याला गल्ला पिशवीत वडून घिऊन निघाला घराकडं! असा ईमानी नि दिलदार मालक नि त्येच्याकडं राबणारं आम्हीबी ईमानी. अशी लोकं हैत आता?

पापालाल कधी कधी गंमतीला आला, की डोईवरील कातडीला लाटा उठाव्यात आणि लाटावरील नाव हलावी, तशी आपसुक टोपी हलवायचा नि बघ्यांच्या गालांवर 'ईस्माईल' झळकायचं!

परवा-परवा पापालाल आल्लाला प्यारा झाल्याचं समजलं! त्याची दोन कर्ती मुलं मोटारधंद्यात टॅक्सी ड्रायव्हर म्हणून होती. त्यातील धाकटा ऐन तारुण्यात कसलासा आजार होऊन वारला. थोरला काही वर्षं दिसत होता सीट सर्व्हिसच्या धंद्यात. तोही हल्ली दिसत नाही, त्याचं काय झालं न कळे!

सर्व्हिस गाडीच्या युगाचा पापालालच्या जाण्यानं युगांत झाला! अशा युगांताच्या कराल जबड्यात जे सापडतात, त्यांचे चित्कारही बाहेर पडत नाहीत!

◆

डवरीन

सकाळचा आठ-साडेआठचा सुमार. नेहमीसारखा आजही मी माझ्या व्यवसायाच्या ठिकाणी चाललो होतो. जुन्या स्टँडवरील वाडकरमामांची 'प्रभात खानावळ' येताच आजचं दैनिक चाळून पाहावं म्हणून आत गेलो. बाहेरील गल्ल्याच्या टेबलाजवळ मामाही होतेच.

"काय मामा, काय चाललंय?" नेहमीसारखी मी पृच्छा केली.

प्रत्युत्तरादाखल मामा काही बोलणार तोवर दाराबाहेर घंटा वाजली. वळून पाहतोय तो देवाच्या गाईच्या गळ्यातील घंटा वाजली होती. त्या गाईला दबवत गायवालाही दाराबाहेर उभा ठाकलेला.

"मालक, काय चार-आठ आणे द्या. गाईला वैरण चाऱ्याला, देवाची गाय हाय!!" विजार, शर्ट, डोईला पांढरी टोपी घातलेला काळसर वर्णाचा व ओठांवर बोंदऱ्या मिशा राखलेला चाळीशीच्या घरातला गायवाला म्हणाला. त्याच्या हातात गाईचा कासरा होता व डाव्या खांद्यावर झोळी अडकविलेली...

"आता हेच तर खानावळ उघडलेत, अजून बॉनीही झाली नाही आणि तुला कुठलं पैसे द्यायचं एवढ्या यरवाळी?" मी म्हटलं.

"बरं, भाकर तरी गाईला?" गायवाल्यानं मऊ आवाजात विचारलं.

गाईच्या चाऱ्याला दिलेले पैसे वा वाढलेली भाकर गाईपर्यंत कितपत जात होती हे एक प्रश्नचिन्हच, गाईकडं पाहून पडत होतं. कारण गाईच्या बरगड्या दिसत होत्या! शिवाय ही गाय सर्वसामान्य गाईसारखी चार पायांची नव्हती, तर तिला पाच पाय होते. पाचवा पाय तिच्या वशिंडाजवळ फुटून खाली लोंबत होता आणि त्यावर हळद-कुंकवाच्या टिकल्या लावल्या होत्या. गाईच्या कपाळावरही त्या होत्याच. शक्य असतं तर गायवाल्यानं त्या आपल्या कपाळीही लावल्या असत्या, पण पुरुषानं कपाळावर हळद-कुंकू लावणं विचित्र वाटेल, म्हणून त्यानं आपल्या कपाळावर बंदा रुपयाएवढा गोल गरगरीत गंधाचा टिळा लावला होता.

वाडकरमामांनी आत जाऊन भाकर आणली, तशी त्या गायवाल्यानं आपल्या

खांद्यावरील झोळीचं तोंड पसरलं, त्यात भाकर टाकत मामांनी विचारलं,

"कोण लोकांपैकी तुम्ही?"

"आम्ही डवरी, नाथपंथी डवरी!"

म्हणजे, डवऱ्यांतही पंथ असतात का? नाथपंथी साधुबैरागी पण असतात, तसंच नाथपंथी गोसावीही का असू नयेत? हे नाथपंथाचं काय प्रकरण आहे, ते नीटपणे मला कळेना... आणि त्याचाच विचार करीत मी माझ्या व्यवसाय धंद्याच्या ठिकाणी आलो. दाराचं कुलूप काढून आत पाऊल टाकतो, तोवर मागून आवाज आला.

"ओऽ दादा, देवाची गाय आली, चाऱ्याला-वैरणकाडीला काय आसंल तर रुपया-दोन रुपय दिवून धरम करा!"

पाहातोय, तो आणखी एक देवाची गाय बाहेर, मघाच्या गाईसारखीच पाच पायांची, पाचवा पाय वशिंडाजवळ फुटलेली, नि त्या पायावर व कपाळावरही तसंच हळद-कुंकू टाकलेलं! कापशीचे गणपती कसे एका साच्याचे असतात, तशा या पाच पायांच्या एक साच्याच्या गाई, मेड टू ऑर्डर या लोकांच्या उदरनिर्वाहासाठी केल्या असाव्यात का? गणपती सेनापती कापशीचे कुंभार करतात नि या गाईवर बसलेला तो परमेश्वर, चार पायाच्या गाई करता करता थोडं चेंज म्हणून एखादीला पाचवा पाय चिकटवत असावा, आणि या डवऱ्यांच्या पोटापाण्याची सोय व्हावी म्हणून अशा पाच पायवाल्या गाई यांच्याकडं धाडून देत असावा! या गाईच्या गळ्यातलं दावं धरलेली बाई, धारवाडकडल्या कानडी ग्रामीण बायकांगत जाड काठाचं नि माळरानात गावणाऱ्या रेडंखड्याच्या रंगाचं लुगडं नेसली होती व तिच्या अंगात धारवाडीच खणाची चोळी होती. काळ्या कुळकुळीत रंगाची, पस्तीशी पार केलेली ती बाई मी काही चटकन देईन म्हणून मोठ्या अपेक्षेनं माझ्या तोंडाकडं पाहात होती. मी म्हणालो,

"आताच एक बापय दारं मागत म्होरं गेला न्हवं, असलीच एक पाच पायवाली गाय घिवून?"

"त्यो माजा दाल्ला!"

"दोघं एकाच रस्त्यानं मागत सुटलाईसा, दोघास्नीबी लोक कसं पैसे देणार?"

"त्येनला 'म्होरं हो' म्हंत्यात ते निदान माज्या तरी हातावर चार आणे टिकवितील!" एखाद्या मानसशास्त्राच्या प्राध्यापकापेक्षा तिचं याबाबतीत नक्कीच ज्ञान जास्त वरच्या पातळीवरचं होतं. शाळा-कॉलेजबाहेरील या शाळेत नक्कीच ती एम. ए., पीएच. डी. झाली होती.

"एवढ्या यरवाळी-यरवाळी कोण तुम्हाला पैसे देतील? आजून कुणाची बोनगीबी झाल्याली नस्ती!"

"ही पेठलाईनची दुकानं झाल्यावर ऱ्हावटीच मग लागती घरादारांची, गावच्या उगावतीला, आनि सकाळी यरवाळी गेलाव तरच बाया-मान्सं घरात भेटणार! वाढूळ उश्शेरनं गेलाव तर सारी कामाधामाला भाहीर गेल्यावर मग काय उपोग?"

"बरोबर हाय तुजंबी, गावची म्हायतीबी दिसतीया तुला!" मी म्हणालो, "दर वर्सी येता जणू हिकडं?"

"व्हय! खालचा समदा कोकण फाटा थापटून आमच्या मुलखाला परततावख्ती हितं आठवडाभर पालं ठोकताव नि या गावाबरोबर आजूबाजूची झडाऽ सारी खेडी घिऊन मगच म्होरं चिक्कुडी, शेडबाळ, मिरज करत आमच्या मुलखाला बार्शी, कुर्डुवाडीकडं जाताव दादा!" अन् ती बोलली, "आता पावसुळा सुरू हुईल तवा आम्ही आमच्या मुलखाला असताव बगा!"

"या फिरस्तीमदी पोराबाळाचं शिक्षण?"

"कुठलं शिक्षाण दादा? आम्ही एका जाग्याला धर धरून ऱ्हायलाव तर पोराचं शिक्षाण हुईल, पन मग पोटाला काय काटंकवाळं खावावं? पोटासाठी बगा वनावना हिंडायचं कुण्या-कुण्या मुलखातनं गोगलगाईवानी पाठीवर बिऱ्हाड घिऊन!" नि ती बोलली, "द्या, दादा गाईच्या चाऱ्याला चार आणे, जातो, आनि समदं गाव तिरपटायचं हाय आजून!" ती अजिजीनं म्हणाली.

मी तिच्या हातावर बंदा रुपाया ठेवीत म्हटलं, "आमच्या हिकडलं डवरी डबा, पत्रं, चाळण्या करून ईकरी नि दुरुस्ती करत फिरत्यात, पावसुळ्यात छत्र्या रिपेरी करत्यात, त्येंची पोरं कचराकुंडीतल्या प्लॅस्टिक पिशव्या, तांबीरल्यालं नि टाकून दिल्यालं कंडम पत्र्याचं कुंडकं, भंगार असलं बाराबत्तर गोळा करत ईळभर फिरत असत्यात, आनि बायका डोईवरल्या हाऱ्यातनं प्लॅस्टिक बारड्या, बरण्या, भुगुणी असलं सामान इकत फिरत्यात!!"

यावर पाऊल उचलून वळता-वळता ती थांबली. मी पावली-अधेली तिच्या हातावर न टिकवता पुरा बंदा ठेवला होता, म्हणून असेल, तिनं थोडा वेळ दिला. म्हणाली,

"दादा, ते डवरी निराळं, आम्ही निराळं! ते साधं डवरी म्हणायचं, आम्ही नाथपंथी हाव!!"

अन् मघापास्नं मनात कुतूहलापोटी दाटून येणारा प्रश्न मी बालकाच्या भाबडेपणानं विचारला,

"ह्यो गाईला पाचवा पाय आपोआप फुटतोय, का त्यासाठी गाभण्या गाईला एखादी ट्रिक करतासा- म्हंजे तिला पाडी झाली, तर पाच पायाची व्हावी म्हणून?"

ह्यावर ती खुदकन हासली, अन् पिक्या जांभळावरल्यागत तकाकी तिच्या काळ्या चेहऱ्यावर आली न् मग हांसतच म्हणाली,

"दादा, देवाची करणी आनि नारळात पाणी! नारळात पाणी कसं भरत असंल हे कुणाला कळलंय का? तसंच हाय बगा हे! एखाद्या मान्साच्या हाताला, न्हायतर पायाला पाच बोटं फुटता फुटता सांऽव्वं बॉट फुटतंय का न्हाई? कां बरं? कुणाला कळलंय? तसंच हाय बगा हे. एखाद्या पाडसाला चार पाय फुटता-फुटता असा ह्यो पाचवा पाय फुटतोय! आलं देवाजीच्या मना, तिथं कुनाचं काय चालंना!! पांडुरंग हरी, पांडुरंग हरी!!"

तिनं हा आपल्या मुलखातला खास पंढरपुरी मंत्र म्हटला आणि पाठ फिरविली अन् गळ्यातील दाव्याची दोरी न ओढताच शिकविल्यागत गाय तिच्या म्होरं जात बरोबर पुढल्या दुकानापुढं थांबली!!

माझ्याही मनात आलं, साधी गाय फिरविली, तर खांद्यावरील झोळी इतकी वतांबेल का? पाच पायाची म्हणून तर...

◆

अनामिक

दिवसभरच्या बारा-बारा, चौदा-चौदा तासांच्या राबणुकीमुळं रात्री जेवल्यावर मला लगेच झोप येते. असा लवकर झोपल्यामुळं पहाटे मला चारनंतर जागच येते. या चार ते पाचपर्यंतची ती वेळच अशी असते- रात्र आहे, पण ती संपलेली नसते, पहाट होऊ लागलीय, पण झालेली नसते, अशी ही रात्र व पहाट ह्यांच्या सीमारेषेवरच घोटाळत राहणारी पिंगळावेळ! ह्या वेळेसच कुठंतरी पिंगळा ओरडत असतो, म्हणून ही पिंगळावेळ! आणि ह्या ओरडणाऱ्या पिंगळ्याची भाषा पिंगळा जोशीला समजते म्हणे. पहाटे हातातील किडबिड वाजवीत व दुसऱ्या हातातील कंदीलाच्या उजेडात 'उठा उठा' म्हणून ओरडत फिरणाऱ्या कुडमुड्या जोशींना, हे पिंगळावेळी फिरत असतात म्हणून पिंगळाजोशी नाव पडलं आहे, असं म्हणतात. अन् ते खरंही असावं!

पण एका पहाटे नीरव शांततेवर चरा पाडणाऱ्या पिंगळ्यांच्या 'चिरीक्ऽची चिरीक्ऽची ची ची ची' अशा विचित्र आवाजालाही मुजवून टाकणारा खणखणीत स्वर कानांवर आदळला...

'शांती ओऽम्! लोकहो उठा! पहाट झाली! अंघोळ करा. देवाचं स्मरण करा, देवा, मला सुबुद्धी दे! देवा, मला सुख दे! शांती ओऽम्!'

आवाज गोळीबंद, जुन्या काळातील रंगभूमीवरील गद्य नटागत कमावलेला! लोकांना जागं करायला कोण हा अवलिया अवतारला? आणि तेही अशी पहिली चांन्री उगवायच्या वेळी? वेळी कसलं, अवेळीच! उठावं, पाहावं तरी... खूप औत्सुक्य सांकळून राहिलेलं! पाहावं... उठावं... मनाशी नुसतंच घोळवत आळसानं अंथरुणावर तसाच लोळत राहिलो.

दुसऱ्या दिवशी कामाच्या घायट्यात मी त्याला विसरूनही गेलो. नेहमीसारखाच रात्री जेवल्यावर लवकरच अंथरुणावर अंग टाकलं आणि पहाटे नेहमीसारखाच जागा झालो. पिंगळा वेळेस, पहिली चांन्री उगवायला... आळसानं अंथरुणावर तसाच लोळत पडलो होतो, तो खणखणीत आवाजाचा आसुड पहाटेच्या नीरव

शांततेत कडाडला.

"शांती ओऽम्! लोकहो..."

अंगणात क्रिकेट खेळणाऱ्या पोरांच्या चेंडूनं खिडकीची काच खळ्दिशी पडून खाली निखळून पडावी तसं पहाटेचं झालं...

अरे! परत कालचा तो अनामिक अवलिया आजही आरोळी ठोकत लोकांना जागं करायला आला?

पावसाळी दिवस... उत्तररात्रीपासून कसे गार-गार वारे वाहात असतात. एखादेवेळी पावसाचं सरवाट अंगात आल्यागत धारानृत्य करीत राहातं, धरित्रीवर पाणीच पाणी करून टाकतं. अन् गावातील गटारी तुडुंब होऊन रस्त्यावरून गुळण्या टाकू लागतात. अशावेळी बहुसंख्य लोक पहाटेच्या साखरझोपेतील सुखाच्या हिंदोळ्यावर झुलत असतात आणि तोवर याची ललकारी.

"शांती ओऽम्! लोकहो उठा!"

वाटलं, लोक झोपलेलेच आहेत. कितीतरी दिवसांपासून, वर्षांपासून आणि देशाची आजची स्थिती पाहाता लोकांना लवकर जाग येईल असं वाटत नाही! आणि तरीही हा अशा भल्या पहाटे ओरडत फिरतो आहे. 'लोकहो, उठा!'

कोण उठा? कोणीच उठत नाही! देशाचे भवितव्य ज्यांच्या हातात ते सत्ताधीश गुंड, स्मगलर्सना हाताशी धरून आपल्या खुर्च्या सांभाळताहेत; तरीही कोणी पेटून उठत नाही! नऊ-दहा जणांचं टोळकं एखाद्या मुलीवर रेप करतं, तरीही कुणी पेटून उठत नाही! समूहानं जाऊन एखाद्या खेड्यात अख्खं कुटुंब जाळून मारलं जातं, तरीही कुणी पेटून उठत नाही! देशाच्या माजी पंतप्रधानांवर भ्रष्टाचाराचे आरोप होतात आणि त्याला आरोपीच्या पिंजऱ्यात उभं राहावं लागतं, तरीही कुणी आता पेटून उठत नाही! चंगळवादी संस्कृतीचे पाय अमिबासारखे पसरताहेत आणि भारतीय संस्कृती मरण पंथाला लागलीय. तरीही कुणी पेटून उठत नाहीत! कशाला बाबा, तू असा घसा कोरडा करतो आहेस... 'लोकहो उठा!' ह्या थंडी-वाऱ्यात अन् पावसात गप्प नित्राटकी निवांतपणे साखर झोप घ्यायची सोडून कुणी सांगितला आहे तुला हा नस्ता खटाटोप? सर्वसाधारणे सगळीकडेच 'ओम शांती' म्हणायचा रिवाज आहे. पण तू उलटं म्हणत असतोस- 'शांती ओम्!' ह्या उलट्या खोपडीच्या दुनियेला उठवायला तूही असं उलटं सुरू केलं आहेस का?

रोज अशी भल्या यरवाळी वा अवेळी खणखणीत ललकारी ऐकू यावयाची आणि अस्वस्थ करून जायची. एके दिवशी विचार केला, की आज ह्याला गाठायचंच! आणि नेहमीगत पहाटे चारनंतर वरच्या वड्डर गल्लीकडून खड्या आवाजात आरोळी घुमली.

'शांती ओऽम्!'

तसा चट्दिशी अंथरुणावरून उठून बसलो. म्हटलं, आता ह्याला पाहायचंच, गाठायचंच! वड्डर गल्ली थेट खाली येऊन मेस्त्री गल्लीला मिळालीय व ही गल्ली कामगार चौकाला; मग तिथून खाली दर्ग्याकडं रस्ता फुटला आहे. चौकाच्या कोपऱ्यालाच माझं घर असल्यानं तो कोपऱ्यावरून वळून चौकातून दर्ग्याकडं जाता जाता पुनश्च एक आरोळी देईच! म्हणजे, दीड-दोन कासरा अंतर काटायचं आणि आरोळी द्यायची असं त्याचं चाले!

दार उघडून बाहेर आलो. वरच्या वड्डर गल्लीतून सत्तरीच्या घरातला एक म्हातारा पाय ओढीत भरभर चालण्याचा प्रयत्न करीत येत असलेला दिसला. म्युनिसिपालिटीच्या लाईटच्या खांबावरील ट्यूब लाईटचा लख्ख प्रकाश गल्लीतून ओसंडून वाहात होता, तरी त्याच्या हातात वात बारीक केलेला एक कंदील होता. कमरेला धोतर व वर नेहरू शर्ट, वाढलेल्या दाढी-मिशा, त्यातूनही आपलं अस्तित्व जाणवून देणारं तरतरीत नाक आणि डोकीला पटक्याचा धडपा गुंडाळलेला, चप्पलचा अंगठा तुटल्यावर आपण पाय ओढत ओढत चालतो, तसा हा चालत असलेला अन् त्याच्या भोवताली गल्लीतील तीन-चार कुत्री जमून लांबूनच भुकताहेत! अन् काही लोकांप्रमाणे कुत्रीही नुसतीच भुंकतात; चावत नाहीत ह्या स्थितप्रज्ञ विचारानं हातातील सोटा वारीत त्यांना भुजवल्यागत करीत पाय ओढीत तो भरभर चालतो आहे... मी एकदम सामोरा गेलो न् हाक दिली,

"बाबा!"

तसा तो ऐकू न आल्यागत तसाच तुरुतुरु चालू लागला... त्याचा चालण्याचा वेग आता वाढला होता, त्यामुळं माझी हाक त्याला नक्कीच ऐकू आली होती, पण मला टाळायच्या उद्देशानं असेल, त्यानं आपला वेग वाढविला होता...

"बाबा! ओ बाबा!!" मी परत हाक मारली.

"एऽ भूता, जा बघू निघून!!" आणि त्यानं कंदील थोडा वर धरल्यागत केला, विस्तवापासून भुतं दूर पळतात. या समजुतीनं! चालणं मात्र तसंच ठेवलं! मनोमन मी कपाळावर हात मारून घेतला!

"मी भूत दिसतो व्हय गा तुला?" मी विचारलं, "आज आमुश्या आनि ही भुतं निघून जायाची टैम!! म्या इतकींदी फिरतो गावात, आनि तूच एक माणूस जागा दिसलास गावात; नि तेबी आज आमुश्याचं!! म्हंजे तू भूतच! भूतं हर नमुन्याचं स्वाँग घिऊन फिरत्यात; आनि पिंगळा आरडाय म्हंजे आपल्या ठाणकाकडं पळत्यात; तेबी आज, आमुश्याचं!!"

"भुताचं काड डोस्क्यातनं, थांब वाईच, बिडी तर वड!" मी धूम्रपान करीत नसलो, तरी त्याला थांबवायला कारण असावं, म्हणून रात्रीच बिडीबंडल, काड्याची पेटी घेऊन ठेवली होती. ती म्होरं करीत म्हणालो,

"हे धर, वड काडी; भूत आसलं तर पळून जाईन."

अविश्वासानं त्यानं काडी ओढून बिडी पेटविली नि बंडल आणि पेटी माझ्यापुढं धरली, तसं मी म्हटलं,

"मी वडत न्हाई बिडी, तुज्याचसाठी आणलाय बंडल, ठेवून घे तुलाच!" अन् म्हटलं, "इतकी दिवस झालं, असा भल्या पहाटंचं कुकारा घालत फिरतोस; पिंगळा जोश्याचा असतास, तर मग उजाडल्यावर किडबिडं वाजवित दारं न् दारं फिरतास; पन तसंबी दिसत न्हाई! मग हे कशापाई? जगतोस कसा?"

"मान्साचा जलम् कशासाठी हाय?"

"पैसा मिळवाय, असंच सारी समजत्यात! मनगंड पैसा आदी मिळवायचा. त्यापाठनं मग सारं चालत येतंय..."

"चूक! देव काय बक्कळ पैसा मिळवाय मान्साला खाली पाठीवतोय? पोटापुरता पैसा सरळ मार्गानं मिळवायचा, नि मग जमंल तशी मान्सांची सेवा करायची! सारा जलम पिंगळा जोशी म्हणून किडबिडं वाजविण्यात गेला, आता ते काम पोरं करत्यात, मग मी पालात बसून काय करू? आपसुक च्यारच्या आधी जागाच हुतो, मग कंदील घिऊन सुटतो गावात! आता घराघरात टिव्याबिव्या आल्या, मध्यान् रात्रीपतोर लोकं त्या लावून भूतबाधा झाल्यावानी त्येंच्या म्होरं बसून असत्यात, आनि अशी लोकं काय लवकर उठणार? पन जलमाची सवं लागलीया न्हवं, तवा ती अशी कुठली कमी व्हाय! जातो, टैम हुतोय..." आणि पाठ फिरवून तो अनामिक पाय ओढत तुरूतुरू चालत राहिला न् मग काही वेळानं चौकाच्या खालच्या कोपऱ्यावरून त्याचा आवाज घुमला, 'शांती ओम्, लोकहो...'

◆

ढोलगं

येथून तेरा-चौदा किलो मीटर्सवरील माझ्या सासुरवाडीची सर्वात मोठी जत्रा म्हणजे मायाक्काची! ह्या जत्रेसाठीच, वेदगंगेच्या पाण्यात पाय सोडून बसलेल्या त्या गावी सायकल रेमटत चाललो होतो. सहा-सात किलो मीटर्सवरील बाळोबाच्या माळावरील वळण पार करून अक्कोळच्या दिशेनं सायकल वळविली. त्या आडगावी यस्टी गाड्या अनियमित होत्या आणि मोटारसायकल वा स्कूटर मला चालविता येत नव्हती. अन् ह्याहून जास्त खरं हे, की असं वाहन पदरी बाळगण्याजोगे पैशाचं बाळसंही मला आलं नव्हतं. त्यामुळं बिनपेट्रोलची माझी 'हिरो होंडा' ऊर्फ सायकल घेऊन मी चाललो होतो.

बाळोबाचं टेकाड मी पार केलं नि दूर अंतरावरील अक्कोळचं दर्शन मला होऊ लागलं. त्या बाजूनंच लाडलक्ष्मीवाला सहकुटुंब पायीच चालत येत असलेला दिसला. ओझ्याच्या एका गाढवाच्या पाठीवर दोन्ही बाजूस प्रपंच्याचा सारा बारदाना लादलेला. ते ओझं कमी होतं म्हणून की काय, त्याच्या पाठीवर लाडलक्ष्मीवाल्याचं चार-पाच वर्षांचं पोरगं बारदान्याच्या दोरीला धरून बसलं होतं. त्याच्या बायकोच्या डोकीवर लाडलक्ष्मीचा पेटारा होता व काखेत दीड एक वर्षाचं तान्हं. लाडलक्ष्मीवाला नेहमीगत उघडाच होता. कमरेला एक टाचकं धोतर, एका खांद्यावर ढोलगं लटकवलेलं आणि अंगावर ओढून घ्यायचा आसूडही त्यावरच टाकलेला. उघड्या आभाळाखाली उन्हातान्हात रोजच फिरावं लागत असल्यानं त्या सर्वांचेच रंग करपल्यागत झाले होते. ओठांवरील झुंडमिशीचे कंगाल व डोईवरील वीतभर लांब बटा, ह्यामुळं तो लाडलक्ष्मीवाला उग्र भासत होता... चालतच हे कुटुंब मागं राहिलेल्या लखनापुरातील चार-सहा गल्ल्यांतून आसूडाचे फटकारे घुमवून सुपातून आणलेलं शेर-मापटं धान्य झोळीत टाकून, पुढं माझ्या गावाच्या दिशेनं कूच करणार होतं...

लगेच संध्याकाळी मी सासुरवाडीहून माझ्या गावी परत आलो. ह्यानंतर दोन दिवसांनी बाजाराच्या दिवशी, लाडलक्ष्मीवाल्याचं हे कुटुंब भरलेल्या बाजारातून

प्रत्येक माळवंवाल्यापुढं, बागवानापुढं, खांद्यावरील झोळी पसरत फिरत असलेलं दिसलं. लाडलक्ष्मीवाल्याची बायको खांद्यावर अडकविलेल्या जुन्याराच्या धडप्यातील खोळीतील तान्हुल्याला सावरीत गळ्यात अडकविलेलं ढोलगं वाजवीत होती. 'डुब डुब डुब, डुबुक डुबुक डुबुक...' आणि लाडलक्ष्मीवाला आणि त्याचं ते चार-पाच वर्षांचं पोर बाजारात बसलेल्यांनी कुणी वांगं, कुणी हिरव्या मिरच्या, कुणी भेंड्या, तर कुणी बावच्या, कुणी एखादा कांदा, तर कुणी लसनाचं दोन गड्डू, असं जे देतील ते घेऊन खांद्यावरील झोळीत टाकत होतं.

खेड्यावस्त्यांपेक्षा आज बाजार दिवशी ह्या साठ-सत्तर हजार वस्तीच्या गावात त्यांना चांगलीच लाग लागली होती. लाडलक्ष्मीवाला कपाळावर मळवट भरून खांद्यावर चाबूक टाकून होता. त्यानं आपल्या धोतरात जुन्याराच्या धड्यांचे हात-हातभर लांबीचे विविध रंगी कपडे खोवले होते. डोईवरील लांब केस व कपाळावरील कुंकुभंडाऱ्याच्या मळवटानं तो खूप उग्र वाटत होता. अंगावर मारून घेतलेल्या आसूडाच्या फटकाऱ्यांनी त्याच्या पाठीवर, दंडावर वळ तरारले होते आणि काही वळातून लालभडक रक्त बाहेर पडून उन्हानं सोकल्यागत झालं होतं. ते रक्त पाहून बघणाऱ्यांच्या अंगावर शहारा येत होता! पोटाची टीचभर खळगी भरण्यासाठी आपल्या अंगातील रक्त असं बाहेर काढून त्याचं प्रदर्शन करीत राहाणं हे किती भयंकर! पण, परमेश्वरानं जणू हेच काम नेमून देऊन, त्याला जन्माला घातल्यागत तो खांद्यावर लांबलचक आसूड टाकून फिरत होता... जखमांवर टिक्क्याच्या पाल्याचा रस पिळायचा, हळद लावायची अन् दुसरे दिवशी परत नवीन जखमा करून घेण्यासाठी खांद्यावर आसूड टाकून गावातील गल्ल्यागल्ल्यांतून फिरायचं हे जिणं किती विचित्र!

ह्यानंतर दुसऱ्या दिवशी दुपारी एकनंतर घरी जेवायला गेलो. घासभर खाऊन, चटई टाकून तीवर आडवा होत वामकुक्षी घेत आहे, तोच तसल्या त्या उन्हात 'डुब डुब डुब डुबुक डुबुक' असा ढोलग्याचा आवाज येऊ लागला. पाठोपाठ आसुडाचे फटकारे ऐकू येऊ लागले.

"लाडलक्ष्मी आली!!" कल्लोट करत पोरं चौकात धावली.

बायाबापड्या सुपात फस्सा-कुडचा धान्य घेऊन दक्षिणा म्हणून पावली-अधेली सुपात टाकून, हळद-कुंकवाचे करंडे सुपात ठेवून लाडलक्ष्मीच्या पेटाऱ्याकडं जाऊ लागल्या. सुपं घेऊन सुवासिनी येतील तसं, लाडलक्ष्मीवाला पेटाऱ्यावर लोंबकळत असलेला पडदा उचलून आतील मूर्तीला हळदकुंकू लावू लागला. पेटाऱ्यातच ठेवलेली छोटी घाट हातात घेऊन ती 'घण घण घण' वाजवीत धान्याचा नैवेद्य दाखवित धान्य झोळीत आणि पैसे कनवटीला लावू लागला. या पूजेला पार्श्वसंगीत म्हणून की काय, त्याची बायको आपल्या गळ्यात अडकविलेले ते ढोलगं वाजवीत

होती- 'डुब डुब डुब डुब डुबुक डुबुक.'

असाच काही वेळ गेला. दारापुढील चौकातील सर्वच घरातील नैवेद्य 'तानुऽतंदानुऽऽ' म्हणत घंटा वाजवीत दाखवून झाला अन् मग लाडलक्ष्मीवाल्यानं पेटारा आपल्या बायकोच्या डोकीवरील चुंबळीवर ठेवला. आपला आसूड खांद्यावर टाकला आणि पोराचं बोट धरून तो गावातील इतर ठिकाणी व गल्ल्या कव्हर करायला निघून गेला.

कामाच्या रोजच्या घायटच्यात मी ह्या लाडलक्ष्मीवाल्याला आणि त्याच्या कुटुंबाला विसरूनही गेलो! गेल्या काही वर्षांपासून रोजचं जीवनच इतकं धावपळीचं झालं आहे, की इथं कुणाला कुणासाठी धडपणे विचार करायलाही उसंत नाही! समाजकारण, राजकारण, नोकरी-धंदा ह्यांचे बुडबुडे, साबण फेसाच्या बुडबुड्यागत, सोडत जो-तो पैशासाठी धाव धाव धावतोच आहे! जणू ह्यासाठीच इहलोकी हा मानव जन्म आहे. पैसा मिळवायचा, खूप मिळवायचा, खूप मिळवायचा!! ह्या पैशापाठी मग शेपट्या हलवीत नाव, कीर्ती, प्रतिष्ठा वगैरे येतात, नि समाजात वजन वाढतं, दबदबा वाढतो!!

पण एके दिवशी जिल्हा दैनिकात पहिल्याच पानावर आलेल्या माझ्या गावच्या बातमीनं मोळा मारल्यावानी माझी नजर तिथं रोवली. बातमीत लिहिलं होतं,

"गावाच्या मावळतीकडून गेलेल्या पुना-बेंगलोर बाय-पासवेजवळ नवीन वसाहत आहे. ह्या वसाहतीजवळ म्युनिसिपल बगीच्यासाठी रिकाम्या सोडलेल्या मैदानावर बगीच्याऐवजी एक झोपडपट्टीच निर्माण झाली आहे. ह्या झोपडपट्टीजवळ काही दिवसांपूर्वीच इथं आलेल्या पोतराज ऊर्फ लाडलक्ष्मीवाल्यानं आपलं एक पाल उभं केलं होतं व तो गावात तसंच भोवतालच्या ३-४ मैलांवरील खेड्यांपाड्यांवर जाऊल लाडलक्ष्मीचा खेळ करत आपलं पोट भरून खात होता. काल रोजी गावातील बाजारपेठेत बाजार करून, रात्रीच्या वेळी आपल्या पालाकडं कॉलेज मागील मैदानातील जवळच्या रस्त्यानं परतत असताना, वाटेतील विहिरीत लाडलक्ष्मीवाला आणि त्याचा ४-५ वर्षांचा मुलगा असे दोघंही पडले व दोघांनाही पोहता येत नसल्यामुळं बुडून मृत्यू पावले. या घटनेबद्दल सर्वत्र हळहळ व्यक्त होत आहे. कॉलेज मागील सपाट मैदानामधील ह्या विहिराला संरक्षक भिंत वा कठडा नाही, त्यामुळं रात्रीच्या वेळी येथून जाणायेणाऱ्या वाटसरूंना तो एक मृत्यूचा सापळाच बनला आहे. कॉलेजनं ही विहीर बुजवावी किंवा तिच्या भोवताली संरक्षण कठडा तरी बांधावा अशी लोकांतून मागणी होत आहे."

विजेचा शॉक कुणीतरी द्यावा तसं वाचून झालं! चित्रपटातील फ्रीज शॉटगत लाडलक्ष्मीवाल्याच्या बायकोचा चेहरा माझ्या नजरेसमोर उभा राहिला. सावळ्या रंगाची, बंद्या रुपयागत ठसठशीत मोठालं कुंकू कपाळावर लावून, खांद्याला अडकविलेल्या

झोळीतील तान्ह्याचं ओझं सांभाळीत गळ्यात अडकविलेलं ढोलगं वाजविणारी... हालअपेष्टा सोसून जतन केलेलं चार-पाच वर्षांचं पोरही दाल्ल्याबरोबर दगावल्यानं तिच्यावर तर आता आभाळच कोसळलेलं... तिच्या पालाजवळच झोपडपट्टीत राहणाऱ्या गोसावी, डबरी, मांगगारडी, डोंबारी, मुडीकर आदी जमातीतील लोकांनी तिला धीर दिला असेल? मदत केली असेल? तिच्या गोतावळ्यातल्यांना तरी हे समजणं कठीणच! तेही लोक डोकीवर लाडलक्ष्मीचा पेटारा घेऊन गावन् गाव तिरपाटत पोटाची खळगी भरत असणार नि चार आण्याचं पोस्टकार्ड पाठविलं, तरी ते त्यांच्यापर्यंत थोडंच पोहोचणार? ऐन उमेदीत आयुष्यावर वाळुसरा पडलेल्या ह्या बिचारीचं पुढं काय? लाडलक्ष्मीचा पेटारा वागवत अंगावर आसूडाचे फटकारे ओढत थोडंच तिला फिरता येणार आहे? दरवेशाकडं जसं अस्वल हवं, गारुड्याकडं जसा नाग हवा, तसा लाडलक्ष्मीवाल्याकडं पेटारा नि आसूड, तरच कुठं कुडचाभर धान्य भेटायचं, पोटपाणी चालायचं... तिच्या पुढं सारा अंधारच पसरला असणार.

ह्यानंतर पाचेक दिवसात ती बाई दिसली. खांद्यावर अडकविलेल्या झोळीत आता एकुलतं एक राहिलेल्या तान्ह्या मुलाचं ओझं नि मेलमुश्या आवाजात गल्लीतील एका घराम्होरं उभा राहून ती म्हणत असलेली,

''काय शिळापाका कोरतुकडा वाढ गेऽ माये!'' अन् गळ्यातलं ढोलगं यांत्रिकपणे बडवीत असलेली, 'डुब डुब डुब डुबुक डुबुक...'

जणू तिचं वर बसलेल्या खेळियाविरुद्ध आक्रंदन चालू होतं - 'कारं बाबा, तू आम्हा गरिबांचा सत्त्व घेतोस? माझ्या प्रपंच्याचं ढोलगं तू का म्हणून फोडलंस? का...?'

◆

शालू

पोर वयात पुस्तकात मोरपीस जपून ठेवावं, तशी तिची आठवण! अगदी शालेय दिवसांपासूनची. त्याकाळी म्हणजे स्वातंत्र्यपूर्वकाळी, ४७ सालापूर्वी, वीसेक हजार लोकवस्ती असलेल्या माझ्या गावी, पंजाबी ड्रेस घालून लेडीज सायकलवरून शाळेला येणारी ती पहिलीच पोरगी. केवड्याच्या पातीगत आल्हाददायक असा गौरवर्ण, उंच सडक बांधा, पव्यांच्या धारंगत लांबसडक नाक, बोलके टपोरे डोळे, नाजूक जिव्हणी, पाठीवर रुळणाऱ्या दोन काळ्याभोर नागिणी, तिच्या कांतीला शोभेल असा फिक्कट पिवळ्या रंगाचा आणि वर फुलांची डिझाईन असलेला पंजाबी ड्रेस आणि त्याला मॅचिंग होईल असा गळ्यात हार टाकल्यागत दोन्ही खांद्यांवरून मागं गेलेला दुप्पटा! अशी ही शालन! पण आम्ही सारी तिला 'सायकलवाली शालू' म्हणायचो!

इतक्या वर्षांनी आताही हे सारं मला लख्ख आठवतं आणि वाटतं, तिच्या लोभस दर्शनानं माझ्या अख्ख्या शाळेच्या इमारतीलाच एक प्रकारचं प्रसन्न चैतन्य प्राप्त होत होतं! माझी ही शाळा गावातील मंगळवार पेठेत होती व तिचं नाव शाळा नं. ३. नं. १ ची शाळा गावातील थिएटरच्या तळ्याजवळ, तर नं. २ ची शाळा गावाच्या उत्तरेकडील ढोरवाड्याजवळ! नं. २ आणि नं. ३ च्या शाळेत चौथीपर्यंतचेच वर्ग भरत आणि त्यापुढं शिकायचं असेल तर तळ्याजवळच्या नं. १ च्या शाळेत, किंवा गावाच्या दक्षिणेकडील हायस्कूलला जावं लागे. गावाच्या पश्चिम भागातील आम्हा पोरांना जवळची अशी ही ३ नंबरची शाळा असल्यामुळं आम्ही ह्याच शाळेत जात असू.

शाळेची इमारत झन्नाट अशी दोन मजली होती. पांढऱ्या मातीत, गवताच्या पेंड्याचे इंच-इंचभर लांबीचे तुकडे कापून ते कालवून पूर्वीच्या रिवाजाप्रमाणं इमारतीला गिलावा केला होता. भुईपासून दोन फुटापर्यंत डांबरी पट्टा व वर चुना लावल्यामुळं शाळा नेहमी स्वच्छ दिसे! शाळेमागं पटांगण होतं. शाळा सुरू होण्यापूर्वी तिथं उभं राहाण्यात मुलांची गडबड उडे; मुलीही बाजूला उभ्या राहात अन् मग प्रार्थना होई.

ह्याच पटांगणात आम्ही हुतुतु, खो-खो खेळत असू. ह्या पटांगणात डाव्या बाजूला विलायती चिंचेचं एक झाड होतं. शाळेला सुट्टी असे तेव्हा, बाजूला असलेल्या महादेवाच्या मंदिराच्या बोळातून आम्ही शाळेमागं जात असू आणि पटांगणामागची भिंत चढून आत उड्या टाकीत असू व झाडावर चढून लालचुटूक अशा गाभोळलेल्या चिंचा काढून मटकावत असू! शेवटच्या खेळाच्या तासाला ह्या चिंचेखालच्या पटांगणात वालकर मास्तर आम्हाला खेळ आणि गाणी शिकवीत. बिगरी ते चौथीपर्यंत पाच वर्षांत प्रत्येक वर्षी हेच मास्तर आमच्या वर्गावर नेमले जात! खेळाच्या तासाला पटांगणात एकमेकांचे हात हातात धरून फेर धरीत त्यांनी आम्हाला एक गाणं शिकवलं होतं. 'आलो बेटा, घंटी घालू बेटा, ऐसी बिल्ली हरामजादी फिरती गल्लोगल्ली रेऽ, आलोऽ बेटा घंटी घालू बेटाऽ' म्हणजे मांजराच्या गळ्यात घंटी कोणी घालायची ह्याची चिंता पडलेल्या उंदराचं हे गाणं! ह्या गाण्यात खाली हात करून झाडावर चढलेल्या मांजराला दगड मारायचा अभिनय करताना आम्ही खरोखरीच झाडावर दगड मारीत असू व मास्तरांचा मार खात असूं!

शाळेच्या खालच्या मजल्यावर डावीकडील अर्ध्या भागात मुलींची शाळा भरे आणि शाळेच्या खालच्या मजल्यावरील अर्धा भाग व वरचा सर्व मजला ह्यावर मुलांची शाळा भरे. वरच्या मजल्यावरील काही वर्ग मुलींच्या शाळेच्या डोक्यावर येत आणि त्यातील पटांगणाकडील एका वर्गातील कोपऱ्यातल्या भुईवर एक छिद्र पडलं होतं. त्यातून काही व्रात्य पोरं, वर्गात मास्तर नसलेले पाहून खाली डोकावून पाहात, तर काही पोरं त्या छिद्रातून बारीक-बारीक खडे खाली टाकत! तशा मुली मास्तरणीकडं तक्रार करीत आणि मास्तरणी मास्तरची चांगली तासलीत! ह्यानं भिरंबाटलेले मास्तर मग वर्गात येऊन टेबलावरील छप्पी घेऊन वर्गातील सगळ्याच पोरांना झोडपून काढत. धसका खाऊन पोरं एक-दोन आठवडे गप्प राहात अन् कुणाला तरी हुक्की आली, की त्या छिद्रातून परत खाली खडे पडत राहात!

मुलामुलींची शाळा एकत्र असली, तरी त्याकाळी कडक वातावरण असे. त्यामुळं संधी मिळेल तेव्हा वा संधी शोधून, मुलंमुली एकमेकांशी बोलणं हे अब्रह्मण्यम! मुलांमुलींना एखादा धडा वा शुद्धलेखन सांगून आताप्रमाणं त्याकाळी मास्तर-मास्तरण्या एकमेकांशी चकाट्या पिटीत बसत नसत! काही काम असेल, तर शाळा लोटणाऱ्या वृद्ध बाईला अलीकडं वा पलीकडं पाठवून दिलं जाई. स्वत: कोणीच इकडं वा तिकडं जात नसत. शिवाय तेव्हा आतासारखं मास्तराचं 'गुरुजी' व मास्तरणीचं 'माईजी' झालं नव्हतं. 'मास्तर' या नावातच एक प्रकारचा दरारा आणि छडीचा छमछम आवाज होता! आणि अशा वातावरणात एके दिवशी आश्चर्यच घडलं -

चौथीचं वर्ष होतं ते. वालकर मास्तरच वर्गावर होते आणि आमचा वर्ग माडीवर

होता. माडीची घरं असणं, ही त्याकाळी शान समजली जात, अन् आमची कुणाचीच माडीची घरं नसल्यानं लाकडी जिन्याच्या पायऱ्यांवर दणदण पाऊल आपटीत, आवाज काढीत वर चढून जाण्यात एक वेगळाच आनंद आम्हाला होई! तर मुलांच्या शाळेत बेधडक घुसून तेवढा उंच जिना निडरपणे चढून शालू एके दिवशी आमच्या वर्गात आली व मुलांच्या रांगेतून त्याच बेधडक धीटपणानं ती मास्तरांच्या टेबलाजवळ गेली आणि आपल्या ओंजळीतील हेऽ अस्सं पिवळं जर्द रसरशीत लिंबू तिनं मास्तरांच्या टेबलावर ठेवलं. एक लिंबू ठेवताच आपल्या भाऊबंदातून वेगळा होऊन गडगडत खाली उडी टाकून पळू पाहात होता. त्यालाही चलाखीनं वेळीच तिनं पकडलं व त्याच्या गोतावळ्यात सोडलं! म्हणाली,

"मास्तर, तुम्ही लिंबू आणाय सांगितलं होतं, आमच्या बागेतील!" तिच्या आवाजात ऐकतच राहावा असा एक प्रकारचा अतीव गोड नाद होता!

कुणा मुलीचा आवाज़ पुरुषागत मोठा असतो, कुणाचा घोगरा असतो, कुणाचा किनरा वा किरटा असतो, तर कुणाचा विधात्यानंच जन्मजात नरड्यात सेंदूर घातल्यागत फुटका आणि बसका असतो! पण शालूच्या जिभेवर मात्र मधाचे दोन थेंब जास्त पडले असावेत...

चौथी पास झाल्यावर काही मुलं पाचवीसाठी एक नंबरच्या शाळेकडं गेली, काहींच्या बापांनी 'झालं एवढं शिक्षण रग्गड झालं, कुठं आमचं कार्ट मामलेदार हुनार हाय' म्हणत पोरांची शाळा बंद करून त्यांची ढोरं राकुळीवर जुप्पी केली, तर कुणी आपल्या हाताखाली शेतावरही नेलं! आतागत मिड्याएवढी पोरं तेव्हा चौथीत असत, असं नाही. काही तर मिसरूड फुटल्यालीही असत, काहींची लग्नंही झालेली असत! बाभळीच्या बुंध्यावानी अशी जून जरबाट पोरं धोतर नेसूनही शाळेला येत! आणि ह्या पांगापांगीतून जी काही थोडी मुलं उरत व मॅट्रीकपर्यंत धडक मारायची आकांक्षा धरून राहात, ती हायस्कूलात जात! मी हायस्कूलला गेलो...

हायस्कूललाही शालूला माझ्याच वर्गात पाहून थोडं आश्चर्यच वाटलं! माझ्या वर्गाच्या तीन तुकड्या केलेल्या, पण शालू माझ्याच तुकडीत! शालूचा बाप बडा जमीनदार. गावाबाहेर तीन मैलावर त्यांची मोठी शेती. शेतात बंगला बांधलेला. तिथून शालू आताही हायस्कूलला येत-जात असे. शाळेला उन्हाळी सुट्टी पडली, की मी शेताकडं जात असे. वळीव पडण्यापूर्वीची ह्यावेळी बांधबंदिस्तीची सारणी खोदण्याची आणि नडे घालण्याची कामं चालत. शालूच्या शेतीवाडी पलीकडेच तीन-चार वावरं आमची शेती होती. शेजारच्या खेड्यावरील माणसंही उन्हाळी कामाला असत. उन्हाळी सुट्टीत मीही त्यांच्या हाताखाली कामाला जात असे. एकदा असाच गेलो होतो. दुपारचे अकरा बाराचा सुमार झाला आणि माझ्या पोटात विलक्षण दुखू लागलं, वेदनांनी मी गडगडा लोळू लागलो, रडू लागलो...

बाबा टॅक्सी फिरवीत. आजा वारल्यामुळं शेतीची देखरेख माझी आजीच करीत असे, त्यामुळं तीही मजुरांवर देखरेख करण्यासाठी रोज येतच असे. तशी ती आलेली व अशा अचानक माझ्या पोटात कळा घातल्यामुळं तीही खूप घाबरून गेली! तिनं एका गड्याला गावात पळविलं बाबांना सांगून, कार घेऊन येऊन तीतून मला दवाखान्यात दाखल करायला. तसा गडी पळतच गावाकडं सुटला. इकडं दुसरा गडी म्हणाला,

"आजी गावाकडनं गाडी ईस्तोवर म्हादेवला देसायांच्या बंगल्यात न्हेवू या, प्वार लै झ्यायली करून घ्याय लागलंय! तिथं बंगल्यात देसाईनबाई औषीध देतीया!"

आजूबाजूस रानशिवारात राहुटी असलेल्यांना मायाळू देसाईबाई आपल्या जवळील आयुर्वेदिक औषधं देत असे. तीन मैल गावात पळण्यापेक्षा गोरगरीब ह्या माऊलीकडं येत... पोटातील कळांनी पाण्याबाहेर काढलेल्या माशागत मी तळमळत होतो. एका गड्यानं मला खांद्यावर टाकलं आणि तसंच पळत देसाईंच्या बंगल्यात आणून बाहेरील व्हरांड्यातील फरशीवर झोपविलं... त्वरित ती माऊली बाहेर आली.

"काय झालं?" तिनं विचारलं,

"पोटात कळा घाटल्यात मघाधरनं!" आमच्या मागोमाग आलेल्या आजीनं सांगितलं.

"घाबरू नका हंऽ मी औषध देते, बरं वाटेल थोड्या वेळात!" त्या माऊलीनं दिलासा दिला आणि आतमध्ये पाहात ती म्हणाली, "शालन दोन तीन खापऱ्या घे, आणि त्या चुलीवर गरम करून आण!"

शालू आतून खापऱ्या गरम करून आणू लागली आणि ती माऊली त्या गरम खापऱ्यानं माझं पोट शेकू लागली, अन् मला धीर देत राहिली,

"गप्प हंऽ रडू नको! थांबते बघ पोटदुखी एवढ्यात!!"

काही वेळ पोट शेकल्यावर त्या माऊलीनं कसलंस औषध टाकून पेलाभर गरम-गरम दूध मला प्यायला दिलं. त्या माऊलीबरोबर माझी क्लासमेट असलेल्या तिच्या मुलीनं, शालूनही माझी सेवा करावी, ह्या गोष्टीनं मनातून मी संकोचून गेलो होतो. ते गरम दूध पोटात गेल्यावर माझी पोटदुखीही कमी आली. तोवर सडसडून वळीव वतू लागला. आणि त्या धारात भिजतच वडिलांची कार बंगल्याच्या पोर्चमध्ये आली.

मी मॅट्रीकमध्ये गेलो, त्याच वर्षी अभ्यासक्रम बदलून एस. एस. सी. हे नवं नाव आलं. एस. एस. सी. झाल्यावर मी जिल्ह्याच्या गावी कॉलेजला शिकायला गेलो; नि इकडं शालूचं लग्न झालेलं समजलं. तिचा नवरा त्यांच्या तोलामोलाचा नव्हता, नि लग्नानंतर काही महिन्यांनी तो सासुरवाडीतच राहात असल्याचं समजलं.

मार्चची परीक्षा झाल्यावर मी गावाकडं येत असे व सायकलीवरून आमच्या शेताकडं जात असे. असाच एका सायंकाळी शेताहून परत येत होतो. शालूच्या बंगल्यासमोरून जात असताना वेगळंच दृष्य दिसलं. हाती बॅग घेतलेला, सौंदर्यसंपन्न शालूला विशोभित असा तिचा सावळा नवरा रागानं बंगल्याबाहेर पडला होता आणि त्याच्या मागोमाग रडत, धावत आलेली शालू, त्याचा हात धरून मागं ओढत त्याला जाण्यास प्रतिबंध करीत होती. हा विवाह अयशस्वी ठरल्यावर घटस्फोट घेऊन शालूचा दुसरा विवाह जिल्ह्याच्या गावी केला गेला.

कॉलेज शिक्षण मध्येच थांबल्यावर मी गावी परत येऊन बाराबत्तर धंदे सुरू करून जीवनात स्थिर व्हायचा प्रयत्न करीत होतो. तेव्हा आमचं एक वेल्डिंग मशीन होतं व त्याला गॅस सिलेंडर आणायला जिल्ह्याच्या गावी जावं लागे. असा गेलो, की सिलेंडर एका ट्रान्सपोर्ट ऑफिसमध्ये टाकून मी एखाद्या दर्जेदार इंग्लिश चित्रपटाला जाऊन बसत असे. असाच 'बॅटल ऑफ बल्ब' पाहून बाहेर पडत होतो. तो शालू आपल्या दुसऱ्या नवऱ्यासह आणि मुलांसह चित्रपटगृहाच्या प्रवेशद्वाराच्या पायऱ्या चढत असेलेली दिसली. अशीच काही वर्षं गेली, नि परवा परवा शालूच्या भावाच्या सर्कलमधील एका मित्राकडून समजलं, काही वर्षांनी शालूचा हा दुसरा नवराही वारला आणि लगतच्या जिल्ह्याच्या गावी तिनं तिसरा विवाह करून घेतला होता. अन् परवा-परवा तिचा तिसराही नवरा वारला म्हणे! आता आम्ही तिचे क्लासमेट साठीच्या घरात आलो अर्थात, तीही साठीत आली असणार व विधवेचं जिणं जगत असणार. पण राहून राहून वाटतं, अत्यंत सुंदर आणि चरित्र्यसंपन्न असलेल्या शालूला संसारसुख का लाभू नये? तीन पुरुष आयुष्यात येऊनसुद्धा ही कसल्या अपराधाची तिला सजा?

◆

घिसाडी

दूर मावळतीस सह्याद्रीच्या कुशीत उगम पावून, वेडीवाकडी वळणं घेत खालतं उगावतीस वाहत गेलेली नदी. तिच्या काठावर असलेल्या, एका संपन्न गावातील हायस्कूलच्या स्नेहसंमेलनास प्रमुख पाहुणा म्हणून मला आमंत्रित केलं गेलं होतं. हायस्कूलचे हेडमास्तरच हायस्कूलचे संस्थापक होते व आजूबाजूच्या पंचक्रोशीतील चार-पाच खेड्यांवर आपल्या संस्थेतर्फे त्यांनी आणखीन् शाळा काढल्या होत्या. ते राहात होते मात्र या नदीकाठच्या गावीच! तसं हे गाव आडमार्गी होतं व त्या भागात त्यापूर्वी कधी मी गेलोही नव्हतो. दुपारी अकरानंतर कार्यक्रम सुरू होणार होता आणि त्यापूर्वी तिथं पोहचणं अनिवार्य असल्यानं भल्या यरवाळी उठून, सारी अन्हिकं आवरून स्टॅण्डचा रस्ता धरला. वाटेत दोन वेळा यस्ट्या व दोन वेळा वडाप जीप्स बदलून एकदाचं ते गाव गाठलं! हेडसर गावच्या थांब्यावर प्रतीक्षेतच उभे होते, मला पाहून त्यांच्या चेहऱ्यावरील चिंतेची अभ्रं दूर झाली.

"अगदी इन-टाइमात आलात, छान झालं!" ते म्हणाले, "इथं जवळच माझं घर आहे, तिथं प्रथम जाऊन चहा वगैरे घेऊ आणि मग पुढं..."

"बरं, तसं करू! चहा घेऊनच पुढं कार्यक्रमाचे स्थळी जाऊ!!"

त्याचं घर जुन्या बांधणावळीचं, भलं प्रशस्त व दुमजलीही होतं. घरापुढं चौकासारखी भली बक्कळ मोकळी जागा होती, नि तीन दिशांकडून आलेले तीन रस्ते या मोकळ्या जागेत मिळाले होते. एका बाजूला लिंबाऱ्याचं अरबाट पसरलेलं जुनाट झाड होतं, अन् त्याच्या सावलीत एका घिसाड्यानं आपलं पाल ठोकलं होतं नि त्याच्या म्होरं भाता रवला होता. जुन्या काळातल्या लव्हारी शाळेत असतो, तसा तो भाता होता. भात्यावरून आलेली मेसकाठीची वाव-दीडवाव लांबीची काठी; तिच्या टोकाची साखळी खेचत राहावी, तेव्हा कुठं भात्याचं पोट फुगून खालच्या तोंडामधील नळकुटातून वारं बाहेर पडे आणि त्याच्या टोकावर घातलेल्या कोळशाच्या बुकण्यातून आगीनं फुलं बाहेर पडू लागत... घिसाड्याची बायको भाता ओढत होती आणि घिसाडी विळ्यांना पाणी पाजवीत होता. म्हणजे, विळ्याचं पातं फुललेल्या

कोळशात घालून कोळशागतच लालगलींद करायचं आणि ते 'धारे'कडल्या बाजूनं ऐरणीवर ठेवून हातोडीनं शेवटायचं, अन् पाण्यात बुडवायचं. गरम पातं पाण्यात बुडविताच चर्रऽदिशी आवाज येतो.

चहा वगैरे घेऊन झाल्यावर हेडसर म्हणाले,

"थोडा वेळ विश्रांती घ्या, तोवर मी शाळेकडं जाऊन तयारी कुठवर आलीय ते पाहून येतो!" अन् आजचा पेपर त्यांनी माझ्यासमोर ठेवला आणि आपल्या स्कूटरवरून शाळेकडं निघून गेले.

मी पेपर हाती घेऊन चाळू लागलो. मंत्र्यांचे घोटाळे, भ्रष्टाचार, मुंबईतील टोळीयुद्ध, बालिकेवर बलात्कार करून खून, कुठल्याशा गावातील मारामारीच्या केसमधील पंधराजण निर्दोष मुक्त वगैरे ठळक शीर्षकं वाचूनच त्या बातम्यांतील तपशिलाची कल्पना आल्यानं मी पेपर खाली ठेवला, अन् तिथं हेडसरांची प्रतीक्षा करीत तसंच बसवूनही राहावेना, अन् आजारी असलेल्या माणसागत एका जागी निष्क्रिय बसून राहणं माझ्या स्वभावात नसल्यानं, मी जिना उतरून सरळ खाली आलो.

मघाशी पालापुढील घिसाडी कुटुंबाला पाहून माझ्या मनात अपार औत्सुक्य निर्माण झालं होतं. अर्थात, ह्याचं कारणही तसं म्हटलं तर महत्त्वाचं होतंही! माझ्या गावी तसंच जिल्ह्याच्या गावी असलेला घिसाडी समाज हा स्थायिक झालेला असा होता. तिथं त्यांना पोटापुरतं मिळतही होतं. काहींनी बँकातून, फायनान्स कंपन्यांतून लोन्स वगैरे काढून इलेक्ट्रिक वेल्डिंग मशीन, ट्रॅक्स आदी घेऊन, नेहमीच्या घिसाडी कामाच्या चाकोरीहून वेगळी वाट चोखाळून प्रगती करण्यासाठी धडपड चालविलेली दिसत होती, पण हेच एक घिसाडी कुटुंब मी पाहात होतो, जे गोसावी, डवरी, मेडजोशी, फांसेपारधी, कैकाडी समाजातील कुटुंबागत आपलं चंबुगबाळं पाठीवर घेऊन पोटासाठी दाहीदिशा फिरत असलेलं...

मला पाहताच घिसाड्यानं उजव्या हातातील हातोडा खाली ठेवून त्याच हाताची बोटं आपल्या कपाळाला लावीत म्हटलं,

"नमस्कार हो पाव्हनं!"

खेड्यात एखाद्या तालेवाराच्या घरात कधी पावनारावळा आला, की त्यालाही असा नमस्कार घालून त्याचा मान राखण्याची पद्धतच असते तळागाळातल्या लोकांत.

"नमस्कार!" आणि मी विचारलं, "कोणत्या गावचं?"

ह्यावर त्यानं सांगली जिल्ह्यातील एका गावाचं नाव सांगितलं, तसा मी म्हणालो,

"दरवर्षी ह्या भागात येता?"

"तसं काय न्हाय; आमच्या भावकीतलंच कुणी हिकडं आलं, की मग आम्ही खालतं सुटतो- पार बेळगाव-काकतीपर्यंत!"

"तुमच्या भागात काम फार नसेल!"

"कुठलं हो आलंय काम? आमच्या जिल्ह्याच्या उगावतीकडल्या भागात कायम पावसाची बोंब! कधी पडलाच तर उंदीर मुतल्यागत, भिजल्याल्या मातीचा टेवाबी निघायचा न्हाई, असा! त्यात कुणी काम आणलंच तर तेबी उधार, पैसे 'देतो-दिलातो' असलं! कुनी सुगीत खळ्यावर ये म्हणून वायदा देत्यात! आम्ही काय लव्हार-सुतार, बुरुड लोकागत आयगार हाय व्हय, सुगीत शेरकुड्या धान्यासाठी खळी पूजत फिरायला! म्हणून तर गाव सोडून हिकडं आसं नदीकाठाच्या गावागावातनं, साखर फ्याक्टरींच्या एरीयातनं आम्ही फिरताव!" काम करता करता तो बोलत होता.

"काम असतं का भरपूर?" मी विचारलं.

"आस्तय् म्हणनासा! शेतकऱ्यांची, ऊस तोडणीस आल्याल्या लोकांची कामं तशी मायंदाळीच म्हणनासा. आता लव्हार लोक तरी पैलंसारखी बैत्यावर कुठली कामं करत्यात हो? त्येंची शिकली सवरल्याली पोरं कुठं कुठं ल्हानसान नोकऱ्या करून दात कोरून प्वाट भरत ऱ्हातील, पन वाडवडलास्नं चालत आल्याला धंदा करत न्हाईत! कसलं तरी आबडधबड काम केल्यावर पैलं लोकं लव्हारास्नी म्हणायची, 'कसलं घिसाड्यागत काम केलाईस. काय मोजमाप हाय का न्हाय?' आता उलटं म्हनायची पाळी आलीया. लव्हारास्नीच आपली धडपण कामं जमंनात, उलट आम्ही घिसाडीच सुपीरीअर नंब्रींग कामं करताव! कुंभारास्नी जसा चिखोल, तसं आम्हास्नी हे लोखंड! कुंभारानं आपल्या म्होरल्या चाकावर चिखोल घेटला, की हां हां म्हणूस्तोवर त्येला पायजे तसा आकार दिलाच; तसं आम्हीबी तापल्यालं लोखांड ह्या ऐरणीवर घेटलं, की त्येला पायंजे तसं चर्रारा वाकवून आकार देताव!"

त्याचं म्हणणं खरंही होतं. विळं शेवटून सफाईनं तो कसं बाजूला टाकत होता, ते मी पाहातच होतो. तिथं त्याचं तेरा-चौदा वर्षाचं पोरगं बसलं होतं. ते शेवटून त्याच्या पुढ्यात टाकलेल्या विळ्यांच्या पात्यांवर कानस मारून, पुढ्यातल्या लाल-किरमीजी दगडावर ते विळं घासून धार लावीत होतं. विळं, खुरपी, कुऱ्हाडी आदी चोळून-चोळून त्या दगडाचा पृष्ठभाग पॉलिश्ड फरशीगत गुळगुळीत झालेला होता.

"ह्या पोराचं शिक्षण?" मी विचारलं.

"कुठलं आलंय शिक्षण? आनि आसं हाय बगा पाव्हनं, शिकून काय कुठं ह्या पोरास्नी मामलेदार करायचं हाय? आनि शिकल्याल्या सगळ्यास्नीच हल्ली नोकऱ्या तर कुठं लागत्यात? बीये, येम्ये झाल्याली पोरं शिकून नोकरी न्हाई म्हणून बेकार फापलत जोकमारावानी गावातनं फिरत्यात नव्हं? तवा ल्हानपणापास्नंच आसं ह्या

धंद्यात ढकललं, की पोरास्नी कामाचं वळाण तर लागतंय! फुढ्यातली भाजी-भाकरी सोडून पळत्याल्याच्या पाठी कोण लागायचं, व्हय का न्हाय?'' नि तो म्हणाला, ''आनि आसं हाय बगा, एखाद्यानं आपल्या पोरास्नी चार यत्ता तरी शिकवावं म्हनलं, तरी आमचं बुड कुठं एका जागंला ठिय्या मारून हाय? आम्ही आपलं गायगुलीवानी आपलं घर पाठीवर घिवून कुठं पोटाला अन्न भेटंल तिकडं जाणार! आता ह्योच बगा की, चार-आठ दिवस हितं ऱ्हायचं, हितली कामाची पातळाई आली, की पाल गुंडाळायचं, छकड्यात ह्यो धंद्याचा नि परपंच्याचा बारदाना टाकायचा, की निघालं म्होरच्या गावाला!''

''पण ह्यात काय प्रगती नाही, वाडीदिडी नाही!'' मी म्हटलं.

''अहो, कुठली परगती नि वाडीदिडी झिऊन बसलाईसा? आज काम भेटलं, दोन घांस पोटाला मिळालं, की झालं, उद्याची काळजी परमेसुराला! ज्येनं प्वाट दिलंय त्यो काय तरी लै न्हाई थोडं दिलच की पोटाला!''

''ह्या अशाच समजुतीनं गरीब गरीबच राहातात!''

''मग काय करावं म्हंताऽ, राजकारणात शिरून मनगंड पैसा मिळवावा का, कुठला दोन नंबरचा धंदा करावा? नि खरं म्हनशीला तर हे दोन्हीबी करणं आम्हा लोकांच्या सोबावात न्हाई! ऐरणीचा देव ह्योच खरा आमचा देव. नि ईमानानं राबणाऱ्याला त्यो कोरतुकडा तरी देतोच!''

''कुठं तरी लोन काढावं, कुठं तरी दुसरा धंदा काढावा...''

''रीण काढून सण करणं आम्हासारख्यांच्या सोबावात न्हाई, त्येला आता काय करायचं? हाय त्यात समाधान हाय बगा! पाणी पाणी म्हणत झळापाठनं हारीण पळतंय तसं पळण्यात काय आरथ हाय, व्हय् का न्हाय?''

तसं एका अर्थी त्याचं म्हणणं किती खरं होतं!

◆

यश

गाव आडबाजूला होतं, पण गावाचं नाव गावठी औषधांच्या संदर्भात दूरपर्यंत पसरलं होतं. ६५ सालच्या आसपास मी मोटार मेस्त्रीचं काम करीत होतो, तेव्हा एका लोहार मेस्त्रीबरोबर त्यांच्या वडिलांना घेऊन औषधासाठी एका कारनं त्या आडगावी गेलो होतो. तेव्हा खेडोपाड्यांवर वीजही नसल्यानं, एका रॉकेलच्या चिमणीच्या अंधुक प्रकाशात एक वृद्ध बसलेले, अन् त्या लांबलचक सोप्यात त्यांच्यापुढं औषधासाठी म्हणून आलेली आठ-दहा माणसं बसलेली होती. वृद्ध वैद्यबुवांना एक नारळ द्यायचा, मग ते औषध देत. इतर पैशाच्या रूपानं फी वगैरे काही नसे. वैद्यबुवांनी दिलेल्या औषधाबाबतचं पथ्य कडक असे. त्यामुळं रुग्ण जायला घाबरत. डॉक्टरी इलाज करून कंटाललेलेच केवळ शेवटचा उपाय म्हणून त्या आडग्रामाचा रस्ता धरीत...

या गोष्टीलाही अडीच तपाचा काळ उलटला, अन् ध्यानीमनी नसताना सुखी, समाधानी असलेल्या माझ्या कुटुंबावर नियतीची वक्रदृष्टी झाली. सौ.ला गुडघेदुखी, सांधेदुखीचा त्रास होऊ लागला. डॉक्टरी उपायांनी काहीच गुण येईना. तसं बऱ्याच लोकांनी त्या आडग्रामाचं नाव सांगितलं, नि तेथील गावठी औषध घेऊन तरी बघा, असा सल्लाही दिला. ''तिथलं पथ्य कडक, ते पाळणं आपणाला जमणार नाही,'' असं म्हणत सौ.नंही अशा सल्ल्याकडं कानाडोळा केला; पण 'पाहू या तरी जाऊन, प्रयोग म्हणून एक वेळ औषध घ्यायला काय हरकत आहे? पथ्य पाळता आलं नाही, तर औषध घ्यायचं बंद करायचं!' असं सांगून समजूत काढल्यावर सौ. तयार झाली. रविवारी मला सुट्टी असल्यानं त्या दिवशी जायचं ठरविलं.

येथून २० किलोमीटरवर शेजारच्या तालुक्यातील गाव. तिथं एस्टी बदलून पूर्वेस असलेल्या तालुक्याच्या गावाच्या दिशेनं पाच किलोमीटर गेल्यावर एका गावचा तिठ्ठा लागे, तिथून त्या गावच्या विरुद्ध दिशेनं चालत पाच किलोमीटर गेल्यावर वैद्यराजांचं गाव येई. तसं वीस किलोमीटरच्या गावी उतरल्यावर स्टँडबाहेर रिक्षा असत, त्या वैद्यांच्या गावी जायला २५ रु. घेत. त्यामुळं बहुतेक लोक एस्टीनं

पाच किलोमीटर जाऊन तिथून त्या आडगावी परत पाच किलोमीटर चालत जाणेच पसंत करीत.

सौ.सह मीही प्रथम असाच चालत त्या आडगावी गेलो. अडीच तपापूर्वी मी रात्रीच्या वेळी आलो होतो, तरी वैद्यांचं घर माझ्या पक्के स्मरणात होतं, पण तिथं गावठी औषधं ठेवली होती व त्याच्या समोरील रस्त्यापलीकडं पुढं प्रशस्त अंगण ठेवून त्याहून प्रशस्त असं बैठं घर बांधलेलं होतं व तिथं आता वैद्य रुग्णांना तपासून औषध सांगत होते.

त्या घराबाहेर पादत्राणांचा हाऽ ढीग विखुरला होता, त्यामुळं आतल्या गर्दीची कल्पना येत होती. आत वीस फूट लांब आणि तीसेक फूट रुंद असा सोपा होता. तो रुग्णांनी व त्यांच्याबरोबर आलेल्या माणसांनी गच्च भरला होता. डाव्या कोपऱ्यात एक खोली तयार केली होती व तिथं स्त्री रुग्णांना तपासून औषध दिलं जाई. आतल्या त्या गर्दीतच भुईवर बैठक मारून औषध देणारे वैद्य आणि त्यांचे मदतनीस ऊर्फ कम्पाऊंडर वगैरे बसले होते. त्यातील एकजण नवीन आलेल्या रुग्णांची नावं १० रु. फी घेऊन एका वहीत नोंदवून घेत होता. आधी आलेल्या रुग्णांची नंबरप्रमाणं नावं पुकारली जात, तसे ते-ते रुग्ण हातभर लांबीरुंदीच्या मोकळ्या जागेत वैद्यापुढे जाऊन बसत. वैद्य मग रुग्णांची थोडा वेळ नाडीपरीक्षा करीत राहून, त्या भोवतालच्या मॉबमध्ये रुग्णाला रोगाविषयी विचारीत व रुग्णही आपणाला काय-काय होतं आहे, ते न लाजता त्या एवढ्या मोठ्या मानवसमूहापुढं सांगत राही! तिथं आडपडदा असा पुरुषांबाबतीत तर काहीच नव्हता! 'झोपा' म्हटल्यावर त्या माणसांतच दाटीवाटीनं, पाय आखडून का असेना, रुग्ण झोपे व वैद्य तपासू लागत. स्त्री रुग्णांना मात्र वेगळी खोली तपासण्यासाठी असल्यानं ते एक बरं होतं! वीसेक पुरुष रुग्ण तपासून, त्यांना औषध वगैरे सांगून, तसंच पथ्य-पाण्याच्या सूचना देऊन झाल्या, की वैद्य बसल्या जागेवरून उठत आणि खोलीत जाऊन स्त्री रुग्ण तपासू लागत... रुग्ण तपासताना त्यांना द्यायची औषधं वैद्य पटापट सांगत व जवळच बसलेला त्यांचा मदतनीस वा कम्पाऊंडर ती एका लांबट कागदावर भरभर उतरून घेई, पण त्यापूर्वी तो रुग्णाला विचारी,

''मराठीत पायजे, का कन्नडमदी?''

ह्यावर रुग्ण आपण ज्या कोणत्या भाषेतील आहे, त्यानुसार 'मराठी' वा 'कन्नड'चं नाव सांगे, तसा मदतनीस त्या भाषेत औषधाचं लिस्ट (प्रिस्क्रिप्शन) लिहून देई. कुठलं औषध दिवसातून किती वेळा व पथ्य वगैरे बाबतही वैद्य सांगतील, त्याप्रमाणे त्या कागदावर लिहून देई. नवीन रुग्ण असेल तर विचारी,

''ही औषधं कुठं मिळत्यात?''

''समोरच्या घरात!'' उत्तर दिलं जाई.

आमचा नंबर येईस्तोवर कंटाळा घालवायला मी थोडा वेळ बाहेर येऊन उभा राहिलो. तिथं एक मध्यमवयीन गृहस्थ बिडी ओढत उभे होते. त्यांनी विचारलं,

''कुठल्या गावचे?''

मी माझ्या गावचे नाव सांगून म्हटलं,

''तुम्ही कोणत्या गावचे?''

''मी गोव्यातला, मडगावचा.'' नि त्यानं विचारलं, ''प्रथमच इथं येताहात की...?''

''तसा प्रथम म्हणता येणार नाही, खूप वर्षांपूर्वी येथे आलो होतो, तेव्हा एक वृद्ध गृहस्थ औषध देत होते...''

''ते वारले, त्याला खूप दिवसही झाले. आता औषध देतोय हा त्यांचा नातू. कसलासा आयुर्वेदिक डिप्लोमाही त्यानं केला आहे. पूर्वीपेक्षा दसपट गर्दी आता इथं असते. मी तर गेले सहा महिने इथं येतो. बुधवार आणि रविवार हे दोन दिवस वैद्य इथं औषध देत असतात. इतर दिवशी ते इथं असतीलच याची शाश्वती नसते, कारण ते व्हिजिटला बाहेर गावीही जात असतात. रविवारी व बुधवारी मात्र कुठं जात नाहीत, म्हणून या दोन दिवशी खूप गर्दी असते. आमच्या गोव्यातूनच पाच-सहा मेटॅडोर भरून माणसं दर रविवारी इथं येत असतात. मेटॅडोरवाले प्रतिमाणशी इथवर येण्याचे आणि येथून परत जाण्याचे पासष्ट रुपये घेतात. तिथून सुटल्यावर वाटेत लोंढ्याला जेवणासाठी मध्यरात्री बाराच्या सुमाराला थांबतात, नि तिथून सुटल्यावर इथं पहाटे चार-पाचच्या दरम्यान येतात. इथले वैद्य बाजूच्या गावात राहातात, पण औषध द्यावयास ते इथं आपल्या आजोबाच्या 'गादी'वरच येतात. आल्या-आल्या ते आधी पहाटेपासून प्रतीक्षेत राहिलेल्या गोव्यातील रुग्णांना तपासून त्यांना परतीचा प्रवास करायला मोकळे करीत असतात आणि मग इकडील भागातील लोकांना औषधं देत राहातात. समोरच्या कट्ट्यावर स्कर्टमधल्या त्या ज्या बायका बसल्यात ना, त्या गोव्याचाच. त्या गावड्यांच्या आहेत. बाटून ख्रिश्चन झालेल्यांना गोव्यात 'गावडे' म्हणतात.''

त्या गृहस्थाची 'गावड्यां'बाबतची व्याख्या मला पटली नाही, तरी मी त्याबद्दल मतप्रदर्शन न करता त्याला विचारलं,

''तुम्हीही त्या मेटॅडोरमधूनच आलात का?''

''नाही, आम्ही रातराणीनं जिल्ह्याच्या गावी व तिथून दुसरी एस्टी पकडून त्या पलीकडील गावी आणि तिथून रिक्षानं इथं आलो. आम्ही म्हणजे मी व माझी बायको. माझ्या बायकोचं माहेर इथं जवळच वीस मैलावर आहे. इथं औषध घेतल्यावर आम्ही तिच्या माहेरीच जाणार आहोत...''

समोरील कट्ट्यावरील त्या काळ्या कुळकुळीत रंगाच्या नि स्कर्ट परिधान

केलेल्या गोव्यातील बायकांनी, आता बिड्या शिलगावल्या होत्या व त्या शिलगावून भकाभका धूर काढीत त्या मख्खपणे बसून होत्या. खांद्यावर आणि कमरेवर घागरी घेतलेल्या व खाल अंगाला पाण्यासाठी जाणाऱ्या खेडूत बायका बिड्या ओढणाऱ्या गोवानीज बायांकडं गंमतीनं पाहात खाली निघून जात होत्या.

थोडा वेळ इकडं-तिकडं केल्यावर परत मी आत येऊन बसलो... रुग्ण तपासून औषधं वगैरे लिहून दिल्यावर बाहेर जातील तसे नवीन आणखीन रुग्ण येत होते. त्यामुळं आतील गर्दी आधीप्रमाणेच वाढत होती. वैद्य २७-२८ वयाचे तरुणच होते. डब्बल हाडापेराचा मजबूत बांधा, गव्हाळी वर्ण, लांबसडक नाक, मागं वळविलेलं लांब केस, मिठ्ठास वाणी, सौम्य स्वभाव, रुग्णाला धीर देऊन त्याच्यात जगण्याची नवी उर्मी निर्माण करण्याची वृत्ती आदी गुणांमुळं लोकांत ते लोकप्रियही असल्याचं दिसत होतं...

आत दर्शनी बाजूस पूर्वीचे वैद्य, त्यांचे आजोबा तसंच त्यांच्या वडिलांचेही फोटो लावलेले होते. त्यांच्याकडं, केव्हा बाहेर तर केव्हा आतील लोकांवर नजर फिरवीत, आमचा नंबर येण्याची प्रतीक्षा करीत मी बसलो होतो. दुपारी दीडच्या सुमारास आमचा नंबर आला. औषधाची चिठ्ठी घेऊन आम्ही रस्त्यापलीकडील त्या जुन्या घरात गेलो. खेड्यातील एखाद्या पाटलाच्या वाड्यागत भलामोठा दरवाजा त्या घराला होता. आतील जोता चढून वर गेल्यावर उजव्या बाजूस दहा बाय पंधरा फुटाची एक खोली होती. रस्त्याच्या बाजूस जमिनीलगतच एक खिडकी होती व त्या तेवढ्याशा उजेडात, आतील माणूस तिथं आलेल्यांना वैद्यांनी नमूद केलेली वेगवेगळी चूर्ण, त्यांच्या पुड्या आदी सर्व देत होता. पंढरपुरात अबीर, गुलाल, बुक्का यांच्या दुकानापुढं आषाढी-कार्तिकेस जशी गिऱ्हाईकांची गर्दी उडते, तशी तिथं उडाली होती. वैद्यांनी दिलेल्या औषधांच्या चिठ्ठ्यांवर त्या-त्या रुग्णांची नावं होती. जमलेल्यांच्या त्या चिठ्ठ्या एकत्र करून आतील तो माणूस चिठ्ठीवरील नाव पुकारीत त्यांना-त्यांना चिठ्ठीतल्याप्रमाणं औषधं बांधून देत होता. खेड्यावरील एखाद्या जुनाट घरात किराणी दुकान असावं, तशी अवकळा त्या औषधाच्या दुकानावर होती. अनेक तऱ्हेचे डबे, बरण्या, पोती आदीनं ती खोली गच्च भरून गेली होती. प्रत्येक रुग्णाच्या औषधाचे शे-दीडशे रुपये सहजच तिथं बिल होत होतं.

औषध घेऊन आम्ही बाहेर पडलो... समोरच शिद्धेश्वराचं देऊळ होतं. देऊळ म्हणजे मराठी शाळेचा एक वर्ग भरेल एवढी पुढं खोलीवजा जागा आणि आत महादेवाची पिंडी. खेड्यातील बहुतेक देवळांत हल्ली शाळा भरत असतात, पण इथं शाळा नव्हती, म्हणजे अन्यत्र कुठेतरी शाळेसाठी इमारत बांधली असावी. मात्र तिथं एका कल्पक खेडुतानं 'हाटील' थाटलेलं दिसत होतं. वैद्यांकडं उपाशी अनुसपोटी रुग्णानं यावयास हवं, असा दंडक असल्यानं औषध घेऊन बाहेर पडलेले रुग्ण व

त्यांचे सोबत आलेले त्यांचे सखे-संबंधी यांची पाऊलं पोटातील भुकेमुळं आपसुकच देवळात पडत. त्या 'हाटीला'त खायला केवळ उप्पीट व चहाच मिळे. चहाबरोबर खायला बिस्किटेही तिथं ठेवली होती. तिथं एक स्टोव्ह फरफरत होता. जवळच एक बाकडं. आत आलेल्या दोन-तीन माणसांनी बाकडं अडविलं, की नंतर आलेल्यांना उभ्या-उभ्याच पोटातील कुंडात खाद्यान्नांच्या समिधा टाकाव्या लागत. उप्पीटातून लोकांनी काढून टाकलेली कडीलिंबाची तेलकट पानं खाली विखुरली होती. त्यावरूनही येथे येणाऱ्या भुकेल्यांच्या वर्दळीची कल्पना येत होती...

वैद्य २१ दिवसांचं औषध देत. २१ दिवस संपल्यावर परत औषधासाठी जावं लागे. जवळ-जवळ अडीच वर्षं आम्ही त्या आडग्रामी अशा येरझाऱ्या घालीत होतो... कोठून कोठून दूरवरील रुग्ण इकडं कर्नाटकातील त्या आडगावी येत! विदर्भ-मराठवाड्यातून, विजापूर-सोलापूरहून, पुण्या-मुंबईकडून, कऱ्हाड-साताऱ्याकडून तसंच कुडाळ-दापोलीकडूनही, जवळच्या कोल्हापूर-सांगली परिसरातून तर येतच. गावठी-आयुर्वेदिक औषधाबद्दल अशी सुदूर किर्ती या गावाची पसरली होती. एकदा एक कुणी तरी कानडी भागातला बडा पुढारी, आपल्या कॉन्टेसा कारनं त्या आडग्रामाच्या रस्त्यावरील धुरळा, फुपाटा उडवीत आला नि आत येऊन टेचात म्हणाला,

"वैद्यराज, आम्हाला नंबर येईपर्यंत थांबायला वेळ नाही, तेव्हा लगेच तपासून औषध द्या, हवी तर आपण त्याबद्दल जास्त फी आकारा..."

"इथं गरीब-श्रीमंत हा भेद नाही, तेव्हा प्रत्येकाचा नंबर येईल तेव्हाच त्यांना तपासून औषध दिलं जातं, हवा तर हा इथला नियम समजा!" वैद्यांनी सौम्य आवाजात कॉन्टेसावाल्याला त्याच्याच कानडीत सांगितलं.

तसा हिसक्यानं पाठ वळवून रागानं कॉन्टेसावाला निघून गेला...

वैद्यांच्या औषधानं आमच्या रुग्णाला सांधवाईनं आलेली सूज कमी होण्यापलीकडं विशेष गुण न आल्यानं अडीच वर्षांनंतर आम्ही तिकडं जायचं बंद झालो...

परवा-परवा समजलं, वैद्यराज हार्ट ॲटॅकनं वारल्याचं... सौ.ना सांधेदुखीतून मुक्त करावं, यासाठी कोल्हापूरपासून खाली गदगपर्यंत आणि चिक्कोडीपासून मावळतीस अंबोली-फोंडा घाटपर्यंत, अनेक डॉक्टर्स आणि वैद्य यांच्या दवाखान्याचे उंबरठे मी झिजविले, पण शंकर वैद्यासारखी अफाट प्रॅक्टिस कुठंही आढळली नाही! त्यांचं शंकर वैद्य असं नाव असलं, तरी सर्वांच्या तोंडी 'शंकरू वैद्य' हेच नाव बसलं होतं... त्याच भागातले एक डॉक्टर मित्र परवा भेटले. अर्थात, तेव्हा शंकरू वैद्याचा विषय निघाल्यावर ते म्हणाले,

"शंकरू माझा क्लासमेट! पूर्वीपासूनच वर्गात हुशार, मन लावून अभ्यास करणारा, आयुर्वेदिक डिप्लोमा देऊन आल्यावर त्यानं आपल्या आजाची गादी

चालवून आजापेक्षाही, तसंच या क्षेत्रातलं, सर्वोच्च यश मिळविलं. कुणा एम. बी. एस. वा एम. एस.वाल्या डॉक्टरलाही हेवा वाटावा, अशी त्याची प्रॅक्टिस होती. दूरदूरचे पेशन्ट त्याच्याकडं येत. गोव्याहून तरी रीघ लागे. तिकडील पेशन्ट गोव्याहून विदेशी दारूच्या बाटल्या, फेनी वगैरेही आणीत आणि शंकरूला प्रेझेंट करीत, त्यामुळं त्याला अलीकडं दारू पिण्याचा अफाट नाद लागला होता. रोजी नऊ-दहा हजारांची त्याची सहज कमाई होती आणि अशामध्ये त्याला फ्रेण्डसर्कलही चैनीखोर तरुणांचंच लाभलं. त्यात त्याला खराखुरा मित्र, सावरणारा मित्र, आडबाजूला जाताच नीट मार्गावर आणणारा मित्र, दुर्दैवानं एकही लाभला नाही आणि या साऱ्याचा परिणाम म्हणून दिलाचा दिलदार असणारा, कनवाळू काळजाचा हा माझा वर्गमित्र ऐन पस्तीशीतच उडाला! म्हणून म्हणतात मोरेसाहेब, 'माणसानं यशही पचवायला शिकले पाहिजे! काही अपयशानं कोलमडतात, तर काही यशानंही!!' मधाळ आवाजाच्या तलत मेहमूदनं आपल्या रेशमी, मुलायम आवाजात मराठीत एक गाणं अजरामर करून ठेवले आहे, 'यश हे अमृत झालं...' पण शंकरूच्या बाबतीत मात्र उलटा प्रत्यय आला आणि 'यश हे विषमय झालं...' असं आम्हासारख्या त्याचा वर्गमित्रांना म्हणत बसायला लावून तो कुठल्या कुठं दिगंताच्या प्रवासाला निघून गेला!!"

◆

बिरडं

गुरांचा बाजार म्हटल्यावर गुरं, ती विकायला आणणारी आणि विकत घेणारी माणसं, नि हा व्यवहार जुळवून देणारा हेडी उर्फ दलाल हे घटक आलेच. पण यात आणखीन एक घटक पूर्वी होता, विकत घेतलेली जनावरं त्या-त्या मालकांच्या गावी सुरक्षित पोहचवून येणाऱ्या माणसांचा घटक! पण टेंपोचा प्रसार जिल्हा, तालुका नि पार खेड्यापर्यंत होत गेला, विकत घेतलेली जनावरं लोक आपापल्या गावी टेंपोतून नेऊ लागले आणि या लोकांच्या हातातील कामच हिरावून घेतल्यागत झालं.

तर अशी बेकारीची कुऱ्हाड कोसळण्यापूर्वीच तुकानं या जगाचा कायमचा निरोप घेतला, हा त्याच्या आयुष्यातील एकमेव सुयोग! त्यापूर्वी लग्नादी आलेले सुयोग हे संकटाची एक मालिकाच सोबत घेऊन आल्यानं, त्यांना सुयोग तरी कसं म्हणावं?

तुका माझा प्राथमिक शाळेतील वर्गमित्र. गावच्या वेशीत त्याचं घर. स्वातंत्र्यापूर्वीच्या त्याकाळी वेशीत चार-पाच बैलगाडीचे अड्डे होते. बांबू, वेळू, लाकूडफाटा आदी घेऊन आलेले राधानगरी, गारगोटी भागातील कोकणी बैलगाडीवाले त्या अड्ड्यातून आपल्या गाड्या सोडत. अशाच एका अड्ड्याच्या कडेला त्याचं घर होतं. त्याची विधवा आई अड्डेवाल्यांकडं अड्डा लोटायला होती. गावाबाहेर एकरभर रान होतं. पावसाच्या पाण्यावर त्यात कधी पिकलं-पिकलं, नाही-नाही... कसातरी चौथीपर्यंत तुका माझ्याबरोबर होता. तिथंच बहुतेकांची शाळा सुटे, त्याचंही तसंच झालं. शाळा सुटल्यावर मग आईबरोबर अड्डा लोटणं, बैलगाड्या निघून गेल्यावर पडलेलं शेण गोळा करून कोपऱ्यातील खताच्या खड्ड्यात टाकणं, पडलेला चगाळा-चोथा गोळा करून तो ढिगावर मारणं, अशा कामात आपसूक त्याच्या नशिबाचं दावं ढोरांबरोबर गुतपाळलं गेलं, नि ते शेवटपर्यंत त्यातून सुटलं नाही.

माझंही शिक्षण अर्धवट राहिल्यावर मी पिठाच्या गिरणीत काम करू लागलो. त्यावेळी बाजार करून झाल्यावर वा अधूनमधून तुका पिशवीतून बाजारातून आणलेले

जोंधळे दळून घ्यायला गिरणीत येऊ लागला. कमरेला धोतर, त्यावर नेहमीच आकाशी रंगाचा लांब हातोप्याचा शर्ट आणि डोकीला टोपी असा नेहमीचा त्याचा पोषाख असे. उन्हातान्हातील वाटचालीनं त्याचा आधीच सावळा असलेला वर्ण रापून आणखीन सावळा दिसे... तो त्यावेळी बाजारात खरेदी केलेली ढोरं ज्या-त्या मालकाच्या गावी पोहचवून येण्याचं काम करीत असे. असं ढोरं पोहचवून येण्याचं काम करणारे तेव्हा पाच-सहा जण होते. जवळपासच्या गावचे लोक आपापली ढोरं स्वत:च ताणवत नेत. पण लांबच्या गावचे लोक ढोरं खरेदी केल्यावर तुकासारख्यांच्या ताब्यात ती देऊन आणि आपला पत्ता सांगून बिनघोरी आपल्या गावाकडं निघून जात.

एकदा असाच तुका दळप घेऊन आला होता. दळण्यापूर्वी सुपात ते घेऊन निवडत बसला होता, तेव्हा मीही थोडा निवांत होतो, त्यामुळं त्याला विचारलं,

"तुका, अशी ढोरं पोहचवायला जात असताना एखादं मोंड ढॉर त्यात असलं तर काय करतासा?"

"मोंड ढोरांच्या काय एक तऱ्हा असत्यात मालक?" मी त्याचा वर्गमित्र होतो, तरी का कोण जाणे तुका मला 'मालक' म्हणे! कदाचित गिरणी माझ्याच मालकीची असल्यामुळं असेल!

"अहो, काई थोडी मोटारीचा, फटफटीचा हारन ऐकला तरी भुजत्यात आनि कासऱ्याला हिसडा मारून तराट बाजूच्या रानामाळात पळाय् लागत्यात! काई थोडी मारकी असत्यात, डिरकी टाकत, खाल मान घालून शिंगं उगारत अंगावर आल्यावानी करत्यात! काही थोडी आपला वळखीचा पैलंचा मालक नि त्येची माणसं कुठं दिसनात म्हणून चांगलीच बिथरल्याली असत्यात, अशास्नी चुचकारून न्व्हाया लागतंय! कंचा भुजरा बैल, न्हायतर म्हस आसंल तिला डावीकडं धालून न्व्हाया लागतंय! हिसडा मारून पळून गेल्याल्या ढोरापाठनं आपुनबी पळून जाऊन त्येला पकडून आणावं लागतंय! आठ-धा ढोरं आसली, की त्यास्नी सांभाळून न्व्हायचं एकट्याच्या आवाक्याबाहीरचं म्हणून मग एखांदा जोडीदार बरोबर घ्यावा लागतोय!"

"एवढी पेकाटं मोडून चालत जाऊन, वीस-वीस, तीस-तीस मैल लांब जाऊन ढोरं पोचवून यायचं, तर पैसे ठरल्याप्रमाणं मिळत्यात, का त्यात आनि कुणी कात्री लावत्यात?" मी विचारलं.

"छ्याऽ छ्याऽ! कात्रीबित्री कोण लावत न्हाईत, ठरल्यापरमानं पैसे देत्यात, प्वॉटभर जेवाणबी मिळतंय, आनि वर यस्टीनं परतायसाठी तिकिटाचं पैसेबी देत्यात!" अन् तो म्हणाला, "वर्तीकडं, ईज्यापूराकडं, मुडलगी - कुचडीकडं बैलं आणाय् येणारी ट्रक घिऊन जात्यात तवा त्यातनं आम्हास्नीच न्हेत्यात. एकमेकांची शिगाटं एकमेकात अडकूनेत अशा टगळनं ट्रकच्या हौद्यात जास्तीत जास्त बैल कशी बांधावीत, ह्येचंबी एक शास्त्र आस्तंय, नि त्ये आम्हास्नी ठावं असत्य!

येतावख्ती पाणवठ्याच्या जाग्याला ट्रक उभा करून, बैलास्नी पानी दावून परत हौद्यात बैल बांधायला लागत्यात, तर ह्या कामातबी लै न्हाई थोडं पैसे मिळत्यात!''

''जाताना संगट भाकरी गुंडाळून जायाय् लागत आसंल?''

''ट्रकातनं बैलं, म्हसरं आणाय जाताव, तवा आम्हास्नी न्हेणारा येणाऱ्या वाटंतल्या एखाद्या खानावळीत जेवाण देतोय, पन ढोरं सोडून यायचं काम घेताव तवा मतोर संगट भाकरी तुकडा बांधून घेतावंच. सोताचं पैसे खर्चून वाटंत एखाद्या खानावळीत खाणं परवडत न्हाई!'' अन् तो बोलला, ''माजी म्हातारीच जेवाण करून द्यायची, फुडमागं भाकरीला आधार असावा म्हणून लगीन करून घेटलं, खरं ती भोसडी वरीसभर कशीबशी नांदल्यावानी करून जी म्हायाराला उपाटलीया, ते परत नांदाय यायचं नाव न्हाई! च्याऽ बायलाऽ गरिबाला गरीब भेटत न्हाई, हेच खरं! म्याबी आसा किती दिवस म्हाताऱ्या आईला तरास देत ऱ्हाणार? तिनं चार भाकरी थापटाव्यात तवा पोटाला आन्नपरसाद मिळणार! बघतो आनि दोन-तीन म्हैने, आनि ह्या लगीन सराईत दुसरं लगीन करून घेतो झालं!!''

आणि तुकानं खरोखरच दुसरं लगीन करून घेतलं! एका बाजारी तो आपल्या बायकोलाही बाजारला घेऊन आला. तुकाऐवजी ती आता जोंधळे पाखडाय, निवडाय लागली, तुका ओळख करून देत म्हणाला,

''ही आमची नवी मालकीण!''

इकडील ग्रामीण भागात बायकोला 'मालकीण' म्हणायची प्रथाच आहे, अन् काहींच्या बाबतीत वेगळ्या अर्थीसुद्धा ते वास्तवही आहे!

पाच फुटी गिड्ड्या तुकापेक्षा ती त्याची 'मालकीण' चांगली हातभर उंच आणि ढेंगाळीच होती. तिचंही हे दुसरं लग्न! ग्रामीण भागात यालाच 'पाट लावणं' म्हणतात!

तुकानं दुसरं लग्न केलंय, हे समजल्यावर पहिली बायको धमक्या देऊ लागली. पोटगीचा दावा करतो, कोर्टात खेचतो, म्हणू लागली. हारणकाळजीच्या भित्र्या तुकानं इकडून-तिकडून तीन-चार हजार जमा केले अन् तिच्या डोंबलावर आवळून तिला गप्प बसविलं...

दुसऱ्या बायकोनं वर्षभर तुकाशी संसार केला. त्यांना एक मुलगाही झाला. जणू त्यातच जीव अडकल्यावानी नातवाचं तोंड बघितल्यावर दोनेक महिन्यांत तुकाची आईही वारली आणि आई वारल्यावर दोन आठवडे उलटायच्या आत त्याच्या त्या दुसऱ्या पत्नीनं एके दिवशी शेताजवळच्या विहिरीत उडी टाकून आत्महत्या केली!

या दोन्ही धक्क्यातून सावरलेला तुका एके दिवशी म्हणाला, ''या दुसऱ्या बायकूनं कसलं एडताक करून कंच्या जल्मीचा दावा साधला, बघिटलासा मालक? आम्हा दाल्ला-बायकुत काय भांडानतंटा न्हाई का काय न्हाई, आनि तिनं आसं करावं?'' आई मेल्यावर तिचं तेराव्वं मी घातलतं, तवा मी बायकुला इतकंच

म्हणालो, 'एवढी माजी आई वारली, खरं तेराव्याला तुज्या म्हायारची कोणबी आली न्हाईत!' तर तेवढाच राग धरली बगा तिनं, आनि पाटंऽचं कवा उठून हिरीत जाऊन पडली! ते सारं निस्तरायला पोलिस पाटील नि पोलिस कचेरीच्या मढ्यावर पाच हज्जार आवळलं! त्यासाठी सोन्यासारखं श्यात घाणवट घाटलं!!'' नि डबडबत्या डोळ्यानं तुका म्हणाला, ''बायली, आपल्या नशिबात काय सुक न्हाई, आपलं दावं दुक्काच्या खुट्ट्याला देवानंच बांधलंय बगा! त्या दाव्याचं बिरडं कवा सुटतंय कुणाला दक्कल!!''

उमेदीनं उभारलेल्या दुसऱ्या संसाराचंही असं भदं झाल्यावर तुका खचूनच गेला. त्याच्या तिघी बहिणी गावातच दिलेल्या. त्यातील एखादीकडून कोरतुकडा बांधून घेऊन तुका ढोरं पोहचवायला दोन-दोन, तीन-तीन दिवस जाई. आईविना पोरकं झालेलं पोर या अवधीत एखाद्या बहिणीकडंच सांभाळायला असे. आधीच वातीसारखं झालेलं ते पोर अशा आबाळीनं आणखीन मरतुकडं झालं आणि एके दिवशी त्यानं मान टाकली. सुदैवानं तेव्हा गावीच असलेला तुका त्याला डबरून आला, तेव्हा आणखीन खचून गेला. आता जगण्यासारखं त्याच्या आयुष्यात तसं काहीच उरलं नव्हतं. डोळ्यात पाणी आणून तो म्हणाला,

''बायलीऽ, देव माजचं सत्वं का घ्याय लागलाय? कुणाच्या वाळल्या कानगुटीवर मी कधी पायबी दिला न्हाई, आनि बगा की मालक, माजाच जलम असा वाळुसरा पडल्यावानी का व्हावा?''

मलाही मनातून वाईट वाटलं, एखाद्याची दैव हात धुऊन पाठ घेतं हेच खरं. नाही तर तुकाच्या आयुष्याला अशी बाराबत्तर फाटक्या जुन्याराची कळा का यावी? एका ठिकाणी शिवावं तोवर दुसरीकडं खिसतं! सुख-दुःखाची ऊनसावली म्हणजेच आयुष्य म्हणतात, पण तुक्याच्या आयुष्यात इंगळ टाकणारा वैशाख-वणवा का असावा?

एकदा परित्याकडं तुका असा ढोरांचा खिंड पोहचवायला चालला होता. संगट एक जोडीदारही होता. निढोरीच्या वेदगंगेत त्यांनी ढोरास्नी पाणी दावलं. वर रस्त्यावर आल्यावर तुका जोडीदाराला म्हणाला,

''ईश्वरा, जरा छातीत जळजळाय लागलंय रं, जरा हितं झाडाखाली घटकाभर लवंडतो, नि मग म्होरं जाऊया, जरा नदार ठेव ढोराकडनी!''

आणि तुका लवंडला ते लवंडलाच, परत उठलाच नाही... झोपेतच त्याचं प्राणपाखरू दाव्याचं बिरडं सोडून कानात वारं शिरलेल्या वासरागत दिक्कालात कवाच उधळलं होतं...

◆

भागीर्थी मावशी

खूप दिवसांनी भागीर्थी मावशी दिसली. तिला पाहताच भूत पाहावं, तसा दचकलो! धनुष्यागत वाकलेली नि उजव्या हातातील काठीच्या आधारानं चालणारी भागीर्थी मावशी विचारत होती,

''म्हादू, त्या बायजा जोगतीणीचं घर कुठंसं रं?''

गावातील जोगतीणींच्या ताफ्यातही जातिभेद होते. त्या त्या जातीवरून तो तो ताफा ओळखला जाई. मांग, चांभार वगैरे दलितांचे ताफे वेगळे, मराठ्यांचे वेगळे! भागीर्थी मावशी येथून जाऊन काही वर्षं उलटून गेलेली, अन् इकडं गावचा चेहरामोहराच बदललेला. गल्लीत नवी दुकानं, घरं झालेली, त्यामुळं कोण कुठं, कोण कुठं काही ओळखून येत नव्हतं. मी तिला बायजाचा पत्ता सांगितला नि विचारलं,

''आता कोंच्या गावाला असतीस मौशी?''

''आस्तो भ्हनीकडं, कापशी खोऱ्यात...!''

सेनापती कापशी गावाभोवताली बरीच छोटी-छोटी खेडी विखुरलेली आहेत, त्यातीलच एका खेड्यात तिची बहीण होती.

''आनि सुनंकडं?''

''तिच्यावर सावंराळं शिपडू द्यात बाबा!'' अन् तिनं दोन-तीन अस्सल ग्रामीण शिव्या सुनेला दिल्या...

म्हातारीला एकुलता एक ल्योक होता. तो पोलिस खात्यात नोकरीला होता. असेल हवालदार, पण म्हातारी सांगे, ''माजा ल्योक फौजदार हाय!!'' हा ल्योक कधी वर्षातून एकदाही म्हातारीची दखल घ्यायला येत नसे. गावातच म्हातारीची आणखी एक बहीण होती. ती काही वर्षांपूर्वी वारली असली, तरी तिचा ल्योक वरचेवर म्हातारीची खबरबात घ्यायला येई. हा ढेरपोट्या, गब्दुल ल्योक एका हॉटेलात भट्टीवाल्याचं काम करी, अन् 'मावशी, मावशी' म्हणत मंगळत येई नि गोड गोड बोलत पाच-दहा रुपये उकळून ते पैसे दारूत उडवी. तो निघून गेल्यावर

म्हातारी स्वगत बोलावं, तसं म्हणत राही, "भाड्याला मय्या का दय्या!... पर्वा आज्यारी व्हतो तर कोण काळं कुत्रसुदीक आलं न्हाई बघाय! माजा हांट्या, मूत प्यायला भाईर कुठं पैसे मिळालं न्हाई, की येतोय हिकडं शेपूट हालवीत!"

म्हातारीचं घर कुडामेढीचं होतं आणि मागील बाजूस मारुतीच्या शेपटीगत लांबलचक वाढत गेलं होतं. पुढील दोन खोल्या म्हातारीनं स्वत:साठी ठेवून घेऊन मागील दोन खोल्यांतून तीन बिऱ्हाडं ठेवली होती. शेजारी अशीच कुडामेढींची घरं, झोपड्या, खोपटं होती व तीन वारयोषिता राहात होत्या. या झोपडपट्टीतील मागील वाट म्हातारीच्या तीन खोल्यांकडं जात होती आणि त्या तीन खोल्यांतून अशी तशी लडतर कुळंच राहात होती. आपल्या याराबरोबर पळून आलेल्या पोरींनी त्यातून आपला संसार थाटला होता. त्याचं तुटपुंजं भाडं आणि पुढल्या सोप्यात म्हातारीनं घातलेलं गोळ्या-बिस्कुटाचं छोटं दुकान, ह्यातून आलेल्या मिळकतीवर म्हातारीचं एकटीचं मेटाकुटीनं का असेना चालत होतं!

कधी किलो-दीड किलो धान्य दळायला घेऊन आली, की पाळीवर डबे ठेवून ती धापत बसे व मग तिची टकळी सुरू होई.

"गल्लीत एवढी कोंबटी हैत, खरं एक तरी कोंबटं ऐकंल तर शप्पथ! 'बाबांनो, एवढं दळून आणा जावा गिरणीत जाऊन' म्हटलं तर माज्या हांट्याचं, एकबी कार्ट ऐकंना! माज्या हातचं मीठच खोटं! सणावाराचं काई गोडधोडं केलं, की पोरास्नी हाळी मारून त्येंच्या हातावर लै न्हाई थोडं तरी जरा-जरा ठेवतो, ह्येचीबी जाण न्हाई त्यास्नी, काय कली तरी आली बाबाऽ!!"

म्हातारी काही खोटं बोलत नव्हती. गल्लीत बहुसंख्य मुस्लिम वस्ती; सणावाराचं त्यांच्या मुलांना खायला गोडधोड काही नसतंय, म्हणून म्हातारी आपण केलेल्यातलं, पोरांना हाळ्या मारून मारून बोलावून त्यांच्या हातावर ठेवी. विशेषत: दसरा-दिवाळीला तर खास आठवणीनं! खायला दिल्यावर पोरं तेवढ्यापुरतीच 'आज्जे आज्जे' करीत तिच्या भोवताली घोटाळत अन् मग पाखरांगत भुऽर होत! म्हातारी म्हणे,

"एकला एक ल्योक म्हणून हातावरल्या फोडागत जपला, प्रतिपाळ केला, खरं आता माज्या या पडत्या येळंला मला त्येचा काय उपेग हाय, बघ बाबा! तीन खोल्यांचं भाडं येतंय. त्येबी किस्तं? तर पंचेचाळीस रुपयं निस्तं! त्येच्यावर कसं तरी जुगुतुगु चालतंय झालं! एकल्या एक मान्साला आसं किस्तं लागतांय?"

"ल्योक न्हाई बघिटला म्हणून काय बिघाडलंय का? देवालाच काळजी, चोच देतोय त्यो चाराबी दिलच म्हणायचं झालं!"

"तीन खोल्यांचं भाडं येतंय त्यात कसं तरी नाटानिटीनं चालतंय बघ; न्हाय तर टांचा घासून मरायची पाळी! मान्सावर पडती येळ आली, की काय न्हवंच बघ!

न्हाय तर मी बाई कसली? लाथ मारीन तिथं पानी काढणारी! कापशीस्नं तांदळाची चुंबडीच्या चुंबडी आणून ईकत हुतो; गड्याच्या डोस्कीवर वज्जं वावायचं आणि आडीसरीच्या डोंगरामधल्या गचपानातनं हिकडं खाल्तं उतरायचं, दिस म्हवरायला म्हंजे हिकडं गाव गाठायचं, कुणाला पत्त्या लागायचा न्हाई का कधी पोलिसास्नी गावलो न्हाई; म्हामूर पैसा मिळविला की गा!!''

राज्यबंदी होती तेव्हा महाराष्ट्रातील कापशी, गारगोटी या भात पिकणाऱ्या व कोकण्या म्हणून ओळखल्या जाणाऱ्या भागातून इकडं कर्नाटकात तांदळाचा ब्लॅक करून काहींनी मनगंड पैसा मिळविला होता. त्या रॅटरेसमध्ये म्हातारीही होती हे कळल्यानं थोडी गम्मतच वाटली! अखेर पैसा माणसाला काय काय करायला उद्युक्त करतो! कापशी खोऱ्यात जाताना कुडी टेक चढून गेल्यावर डाव्या बाजूस आडीसरीचा डोंगर लागतो. कापशीकडून विळ्याच्या पात्यागत वक्र वळण घेऊन शिप्पूरच्या दिशेनं पूर्वेस निघून गेलेल्या डोंगरापुढंच मध्ये तुटल्यागत भाग होऊन उत्तरेस केवळ अर्ध्या फर्लांगाचा हा डोंगर म्हणजे देवानं पृथ्वी मोजून झाल्यावर टाकून दिलेली ही आडसरी (म्हणजे अर्धा पायली वा अडीच किलो) आहे अशा श्रद्धेपोटी त्या छोट्याशा डोंगराला आडीसरीचा डोंगर हे नाव पूर्वीपासूनच पडलेलं. हा डोंगर आणि मागच्या मुख्य डोंगर यामधील सखलाटातून गेलेली पायवाट पूर्वेच्या बुदलमुख-अर्जुनी गावावरून इकडं कर्नाटकात घुसते. ही पायवाटच असल्यानं बॉण्ड्रीवरील चेकपोस्टही नसल्यानं ब्लॅक करणाऱ्यांचा हा राजमार्गच त्याकाळी झालेला! पूर्वी गणपतीचा सीझन येण्यापूर्वी ह्याच पायवाटेवरून कापशीमधील कुंभारांचे बाया-बाप्पे डोक्यावरून गणपतीच्या मूर्ती इकडे ईक्रा कराय, साटपा करायला रोज थोड्या थोड्या घेऊन येत, तीच मळलेली वाट राज्यबंदीच्या काळात तांदूळ ब्लॅक करणाऱ्यांची ओळखीची होऊन आणखीन मळून गेलेली होती!

म्हातातीचं दळप झाल्यावर उठता उठता ती म्हणाली, ''म्हातारी झालो बाबा याच गावात, आता मला लै बडघ्याडायलाबी होत न्हाई, पर्वा ल्योक बी आला व्हता कधीच्या काळानं पान्हा फुटल्यागत म्हण! 'हे घर ईकूया नि चल माज्याकडं ऱ्हायाय' म्हणत व्हता! आता माजंबी किती दिवस ऱ्हायल्यात लेकरा? परान सोडतो जातो तिकडं लेकाच्या मांडीवर! तवा घर आता ईकावं म्हंतो; बघ तुझ्या आढळात एखादं गिऱ्हाईक!''

''किती किंमत सांगितलीयास घराची?'' मी पृच्छा केली.

''दीड लाख तरी यावत बाबा!'' म्हातारी सहज स्वरात बोलली. ऐकून मी मनातल्या मनात कपाळावर हात मारून घेतला! कुडामेढीचं हे तुटकं घर नि त्या मागच्या गंजलेल्या पत्र्याचं पार्टीशन असलेल्या खुराड्यागत तीन खोल्या, ह्यांना दीड लाख राहो, पन्नास हजारही मोजायला कुणी तयार होणार नाही, नि ही म्हणते...

"तुझी ती कुळं पैला खोल्या सोडतील का?" मी विचारलं

"काय सांगू त्येंची मज्जाऽ, अलीकडं ती भाडं बी दिनात, नि खोल्या खाली करा म्हनलं तर 'कोर्टाकडनं ये' म्हणत्यात! ल्योक म्हनलाय, हितल्या फौजदाराची मदत घिऊन भ्या दावून त्येनला उस्कलूया!" अन् वळता वळता ती परत बोलली. "बघ एखादं गिऱ्हाईक तुज्या वळखीनं!"

आता दीड लाख कोण मोजतंय आणि म्हातारीचं घर कसलं खपतंय असं मी म्हणत बसलो होतो. दुसराही एक मायनस पॉईंट म्हणजे, घर वारयोषिकतांच्या वस्तीशेजारी; ते कोण घेणार न तिथं राहणार?

पण ३-४ महिन्यातच गावातल्या एका स्वस्त धान्य सोसायटीनं गोडावूनसाठी ४० हजाराला ते घर विकत घेतल्याचं समजलं, न मग म्हातारीही आपल्या लेकाकडं शेजारच्या जिल्ह्याच्या गावी निघून गेली. वर्षभरानं म्हातारी परत एकदा दिसली. गल्लीतील ओळखीच्या घराघरातून ती फिरली. आपली राम कहाणी सांगत! सुनंनं म्हातारीला मारहाण करून घरातून हाकून लावलं होतं. तिच्या अंगावरील माराचे वळ पाहून बायका हळहळल्या. बायकोच्या मुठीतील तिच्या लेकाला शिव्या देत राहिल्या! घर विकून आलेले पैसे कनवटीला लावून असं वृद्धावस्थेत म्हातारीला तिच्या एकुलत्या एका लेकानंच फशी पाडलं होतं! तेव्हापासून म्हातारी कापशी खोऱ्यातील आपल्या बहिणीच्या घरी मिळेल तो तुकडा चाबलून आला दिवस ढकलत होती. यानंतरही २-३ वर्षं उलटली आणि आज अशी धनुष्यागत वाकलेली म्हातारी पाहून भूत पाहावा, तसा मी दचकलो!

वाटलं, एकेकांना दीर्घायुष्याची शिक्षा परमेश्वर का म्हणून देत असेल?

◆

साहेब

पासष्ट सालच्या आसपास मी मोटार मेकॅनिकचं काम सुरू केलं आणि एक तपभर मोटार रिपेअरी गॅरेजही चालविलं. साहेबांना मी तेव्हापासून ओळखतो. स्टोव्ह, गॅसबत्त्या रिपेअरीचं साहेबांचं दुकान होतं. गॅस वेल्डिंगही त्यांचं होतं. इलेक्ट्रिक वेल्डिंगच्या कामाला मात्र त्याकाळी कोल्हापूरला जावं लागे. यापूर्वीही साहेबांचं फोटो फ्रेमचं दुकान होतं, ते बंद करून त्यांनी स्टोव्ह, गॅसबत्त्या रिपेअरीचं दुकान चालू केलं व त्याला जोडधंदा वा पूरक व्यवसाय म्हणून गॅस वेल्डिंगही चालू केलं होतं. त्याकाळी लग्नाच्या वराती चिक्कोडी, मिरज, हुन्नुरगी आदींच्या गावची बॅण्ड पथकं आणून, गॅस बत्तीच्या उजेडात रात्रीच्यावेळी जोशात निघत, त्यामुळं अशा वरातीत गॅसबत्त्या भाड्यानं देणं वा त्यांची दुरुस्ती करणं हा व्यवसाय जोरात होता.

गावात त्याकाळी रेडियटर्स, मोटारींच्या-ट्रॅक्टरांच्या पाण्याच्या टाक्या, रिपेअरी करण्याचं एकच दुकान होतं, तिथं कामांची थप्पी लागलेली. कुठंही शिकायला न जाता साहेबांनी हेही काम शिकून घेतलं. असा धंदा वाडीदिडीला झालेला, पोरंही मोठी होऊन हाताखाली आलेली, त्यांनी अब्बाच्या हाताखाली धंद्यातील हुनर शिकून घेतलं... अशी पोरं तयार होताच साहेबांनी धंदा त्यांच्या स्वाधीन केला आणि घरी मिरचीचा एक डंग काढला... डंग उत्तम चालल्यावर मसाला बारीक करायचं मशीन, शेवयाचं मशीनही त्यांनी घातल्याचं कानावर आलं. साहेबांच्याकडं जाण्याचा परवाच योग आला. चटणीत मसाला मिसळून मला हवा होता. रविवारचा माझा सुट्टीचाच दिवस होता व त्याच दिवशी नेमकी रंगपंचमी आली होती. बाहेर पडावं, तर रंगात बुचकळून काढायची भीती किंवा तोंडाला गिलीटसारखा लवकर धुतला न जाणारा रंग फासायचं भय; यामुळं साहेबांकडं जाऊन चटणीत मसाला मिसळून आणणंच बरं. रंग मारला म्हणून रंगपंचमीच्या दिवशीच कुणाशी तोंड वाजवत बसण्यातही अर्थ नव्हता. मिरची पूड ऊर्फ बुक्की चटणी (म्हणजे मसाला न मिसळलेली चटणी) महिन्यापूर्वीच तयार करून ठेवली होती. तीतील २ किलो

एवढी चटणी घेतली. सौ.ने ओला (म्ह. लसूण, कांदा, कोथिंबीर आदी) मसाला व जिरे, मिरे, तीळ, हिंग आदी सुका मसाला, तेलात भाजून वगैरे ठेवलाच होता. तोही वेगवेगळा प्लॅस्टिक पिशव्यातून बांधून घेतला. अन् माझा बिनपेट्रोलच्या 'हिरोहोंडा' ऊर्फ सायकलीवरून निघालो. एका मोठाल्या प्लॅस्टिक पिशवीत चटणी घेतली होती. ही पिशवी हातानं विणलेल्या एका मोठ्या प्लॅस्टिकच्या बास्केटमध्ये ठेवली. तीवर मसाल्याच्या पिशव्या आणि कुणी रंग ओतलाच तर हे सारं खराब होऊ नये, म्हणून वर एक फडकं व प्लॅस्टिकचा कागदही टाकला होता आणि बास्केट सायकलीच्या हॅण्डलला अडकून निघालो होतो.

चौकाचौकात पोरं शाडूच्या थैल्यातील पिवळी, लाल, निळी, हिरवी आदी नाना रंगांची पिवडी अंगावर उधळत हैदोस धुल्ला घालत होती. कुणी या पिवडीच्या थैल्या ढकलगाडीवर ठेवून गाडीपुढं बेंजो बॅण्ड वाजवीत रस्त्यानं जाणायेणाऱ्यांना पिवडी माखीत होती, तर कुणी ढकलगाडीवर एक मोटार बॅटरी ठेवून तिच्या करंटवर टेप वा स्पीकर लावून, त्यातून बाहेर पडणाऱ्या फिल्मी गाण्यावर बेभान होऊन, नाचत पांथस्थांच्या तोंडाला हातावरल्या कपरी रंगाचं गिलीट वा मोटार गॅरेजमधील काळंशार जळकं मोबाईल माखत होती.

पंधरा ते पंचविशीची ही मद्यधुंद पोरं जीवनातील एक वेगळाच आनंद लुटत होती. मीही आज अंगावर फाटकेच कपडे घातले होते. तरीही तोंडाला रंग वा काळं मोबाईल माखलं जाईल अन् ते डोळ्यात जाईल, या भयास्तव प्रमुख चौक चुकवीत गल्ली मोगळातून वा बोळातून सायकल हाणीत एकदाचा साहेबाच्या घराजवळ आलो. घराच्या पुढील सोप्यात साहेबांनी मिरची कांडप मशीन उर्फ डंग बसविला होता. अन् त्याच्या लगतच्या आतल्या सोप्यात मसाला बारीक करायचं मशीन व शेवया मशीन बसविलं होतं. साहेब पूर्वी गॅसबत्तीच्या दुकानात होते, तसल्याच पोषाखात इतक्या वर्षांनीही होते. खाली पांढरी शुभ्र विजार, वर लांब हातोप्याचा पांढराच शर्ट आणि डोकीला जुन्या पिढीतील लोक घालत तसली पुठ्ठ्याची काळी टोपी, ह्यात इतक्या वर्षात काहीही बदला झाला नव्हता. डोकीला सतत टोपी घालून घालून तिचा उभट आकार गोल झाला होता अन् पूर्वीप्रमाणेच १/२ आठवडे वाढलेली पांढरी शुभ्र दाढी मिशी! साहेब चकाचक दाढी करेल, तर त्यांचा गौरवर्ण आणखीन उजळून गेला असता. पण रोजच्या या कष्टप्रद कामधंद्यातील फुरसतीअभावी चकाचक, गुळगुळीत दाढी घोटून टीपटॉप राहणेच ते विसरून गेले असावेत!

मी सायकल उभी केली व आत गेलो... पुढल्या सोप्यात, आज रंगपंचमी असली तरी १/२ गिऱ्हाईकं बसली होती, अन् डंग चालू होता. साहेबांचा नातू डंगासमोर बसला होता. साहेब आतल्या सोप्यात होते. मला पाहताच म्हणाले,

"या, का आल्तासा?"

"मसाला मिसळून घ्यायला चटणी आणलीय!" नि मी विचारलं, "गर्दी नाही ना? नाहीतर नंबर लागायचा!"

"नाही, आज रंगपंचमीचं गावात सगळीकडं रंग नि त्यात कोण हिकडं येणार?" नि साहेब म्हणाले, "घिऊन या आत चटणी आणि मसाला!"

मी सायकलीच्या हॅण्डेलला अडकविलेलं बास्केट आत नेलं, नि त्यातील प्लॅस्टिक पिशव्या त्यांच्यापुढं ठेवीत म्हटलं,

"ही चटणी, आनी ह्यो मसाला!"

तशी साहेबांनी मसाला मशिनचा हौदा स्वच्छ करण्यास सुरुवात केली. ते काम करता करता म्हणाले,

"सकाळीच मलीदा करायचं एक काम आलं हुतं!"

"बघा आणखी, माझी चटणी गोड होईल!"

"आम्ही हौदा धुऊन घेतो, तसं काय होत न्हाई घ्या!" साहेब म्हणाले, "आणखीन थोडं सौऽच्च करावं म्हणून हे चाललंय!"

"हे मसाला मशीन कोणत्या गावास्नं आणलासा?" मी विचारलं.

"हे मीच तयार केलंय! मशीन सगळं तयार करीत आणलं, पण हौद्यातला मसाला बारीक करायला काय आयडीया करावी ते कळंना! तवा नुकतीच आमची आई वारली हुती नि मला भेटायला इचलकरंजीतला पाव्हणा आला हुता, त्येनं सांगितलं, की कोल्हापुरातल्या उद्यमनगरातल्या एखाद्या कारखान्यात व्यवस्थित कास्टिंग झालं न्हाई म्हणून टाकून दिलेली एखादी लाट मिळतीया का ते बघायचं नि तिचं टीचभर लांबीचं दोन तुकडं करून दोन्हीकडं बसवायचं. तशी लाट उद्यमनगरात मिळाली, तिचंच दोन तुंडकं केलं नि पोटात दोन व्होलं मारून दोन बेअरिंग फीट करून घेतली नि हे चालू केलं!!"

जवळच एक छोटं मशिन दिसत होतं, मी विचारलं,

"हे काय हो?"

"हे गहू पॉलीश करायचं मशीन, सणासुदीला तसंच गणपतीला लोक खीर करायला गहू पॉलीश करून नेत्यात, त्यासाठी हे मशीन!!"

"चटणी डंग, हे मसाला मशीन, हे शेवया तयार करायचं मशीन, हे गहू पॉलीश करायचं मशीन... फार व्याप वाढविला तुम्ही!!"

"पोरांच्या सोद्यान् धंदा केला. मग घरात बसून काय करायचं. म्हणून हे सारं चालू केलंय! राबणाऱ्या माणसाला एका जागी बसून गमत न्हाई, करमत न्हाई, मन गुंतायला काय न्हाई काय तरी कामधंदा पायजेच हो!"

"पन हे सारं काही सुखाचं न्हवं. लै ताप हाय ह्यात! मीबी सात-आठ वर्स डंगावरचं काम केलंयाच की!!"

“हे बघा, धंदा म्हटल्यावर लै न्हाई थोडा ताप ह्यो हायच! सगळं सुखाचं असल्यावर माणूस हातपाय कशाला हालविल?”

“हे कशाला? लाईट गेल्यावर वाटतं?” तिथला जनरेटर बघून मी विचारलं.

“व्हय! आपल्या कर्नाटकात सारखी लाईटची बोंब हाय, तवा हे चालू करायचं!”

“तेलाकडनं हे परवडतं का?”

“कुठलं परवडतंय, गिऱ्हाईकांचा खुळंबा नको म्हणून तर हे आणलंय्! शिवाय कुणी कुणी कार्यक्रम समारंभात वीज गेल्यावर घोटाळा नको म्हणून हे भाड्यानंबी नेत्यात, त्येचंबी थोडं इनकम् मिळतंय!!”

स्वस्थ न बसता कामात नेहमी व्यस्त असलेल्या, तेही ह्या वयातही कार्यरत असलेल्या साहेबांबद्दल मनोमन कौतुक वाटून मी विचारलं,

“सध्या वय किती तुमचं? पंच्चाहत्तर तर सहज असंल?”

“ते कुठलं हो, ऐंशी ओलांडलीय, आता एक्क्याऐंशीवं चालू हाय! आजून कसला रोग न्हाई का आजार न्हाई. मला कसला वाईट नाद न्हाई, तवा आजारी पडायचं कारणच न्हाई. आजून हातपाय चालत्यात तर मक्का-मदिना करावं म्हंतो! म्होरच्या वर्षी जायचं यवजलंय्, बघूया अल्लाच्या मनात काय हाय ते!!”

ऐकून मी थक्क होऊन साहेबांकडं पाहातच राहिलो. या साठाव्या वर्षी जवळच्या कोल्हापूर-बेळगावचा प्रवास करायचा, म्हणजे माझ्यासारख्याला राम आठवतो आणि साहेब एक्क्याऐंशीत लांबवर मक्का-मदिनाला जाण्याचा संकल्प मनी बाळगून आहेत! त्यांच्या या चिरतरुण वृत्तीचं मनोमन मला कौतुक वाटलं, म्हणालो,

“कधी कुणाचं वाईट-वंगाळ तुम्ही चिंतलं न्हाई, अल्लाच्या दरबारात नक्की जाऊन येता घ्या साहेब तुम्ही!!”

◆

वामन्या

गावात कुणाचं बारसं असो, वा बारावं किंवा एखाद्या विवाहातील जेवणावळ वा स्वागतसमारंभ, तिथं वामन्या जेवल्याशिवाय ते पार पडलं, असं इतरांना तर सोडाच, पण ते करणाऱ्यांनाही वाटत नाही! गावात कुठं साधी कोपऱ्यात जरी जेवणावळ चालली असली, तरी त्या सुग्रास जेवणाचा खमंग वास नाकपुड्यांना गुदगुल्या करून वामन्याला आमंत्रण दिल्यासारखा हा तेथे 'दत्त' म्हणून हजर असतोच! अशाच एखाद्या जेवणावळीच्या पंगतीत कधीमधी अस्मादिक आढळताच वामन्या आपल्या जाग्यावरून आरोळी ठोकल्यागत बोलाविल,

"ओऽ माधोरावऽ! हॅ हॅ हॅऽ!!"

वामन्याचा आवाज तसा लपून राहात नाहीही! आणि दोन चार शब्दानंतर हॅऽ हॅऽ हॅऽ करीत त्याचं ते खिंकाळल्यागत हसणंही! त्याच्या या जोरकस हसण्याला 'स्टाटर मारणं' असं म्हटलं जातं. असा स्टाटर मारल्याशिवाय त्याचं बोलणं सुरू होत नाही किंवा संपतही नाही! या स्टाटरचा आवाजही असा जोरदार असतो, की रस्त्यानं जाणारी येणारी माणसेही माना वळवून 'हे कुठलं शाम्पल' अशा नजरेनं पाहू लागावीत!

खाकी हाफ पॅण्ट व वर मुंडं एवढाच वामन्याचा ड्रेस असतो. वरचं मुंडं खालच्या पँटीत खोवून इन केलं, की झालं वामन्याच्या दृष्टीनं टापटीपीनं राहाणं. लॉटरीच्या कंडम झालेल्या तिकिटांचा एक गठ्ठा नेहमी वामन्याच्या खिशात असतो. शेजारचा न्हावी, दाढी करताना वस्ताऱ्याला लागलेला साबणाचा फेस व केस पुसून काढायला या तिकिटांचा उपयोग करीत असतो. वामन्या हमेशा त्याला कंडम तिकिटांचे गठ्ठे सप्लाय करीत असतो व त्याबदली न्हाव्याकडून फुकट दाढी करून घेत असतो. एखाद्यावेळी वामन्यानं न्हाव्याच्या तेलाच्या बाटलीतील शिप्पीभर तेल आपल्या टाळूवर चोपडलं, तरी न्हावी तिकडे दुर्लक्ष करतो. वामन्याचं टप्पार चपचपीत दिसायला लागलं, की ओळखावं, त्यानं न्हाव्याचं तेल लाटलं! कुठं जेवणाची चाहूल कानी आली, की मात्र वामन्या दुपारच्या आपल्या हॉटेलकामाच्या

मधल्या सुट्टीत आपला खास ठेवणीतला ड्रेस (म्हणजे व्यवस्थित धुऊन ठेवलेला नीळसर रंगाचा सूट आणि बारीक चौकड्यांची डिझाईन असलेला हाफ मॅनिला!) घालून तिथं नेमका हजर होतो. धुऊन बरेच दिवस कशी तरी घडी घालून ठेवलेला हा ड्रेस, भांडी देऊन जमा केलेल्या बोहारणीजवळील कपड्यांगत सत्रा ठिकाणी चुरगाळलेला असतो, नि तो घालून जेवणावळीच्या ठिकाणी आलेला वामन्या एक ध्यानच दिसत असतो. पाच फुटापर्यंतची उंची, गव्हाळ रंग, भोळसट डोळ्यांत थोडी वेडसर चमक असलेली, थोडं रुंदाड नाक, एखाद्या निग्रोगत जाडसर ओठ, डोकीवरील परमेश्वरी दौलतही कमी कमी होत जाऊन, आहे म्हणायला कानावर थोडी शिल्लक राहून वरच्या टप्पारावर चांदवा तळपत असलेला, असा वामन्या! चाळीशी पार केलेला वामन्या अलीकडं थोडा स्थूल दिसू लागला आहे. स्थूल माणसागत त्याचं दोंदही सुटलं आहे. वामन्या अजूनीही बीनलग्नाचा आहे. त्याचा बाप जिवंत होता तेव्हा लोक त्याला विचारीत,

"दिगंबरभाऊ, हा वामन किती दिवस स्वट्टभैरी राहाणार? वाजवा की त्याचं, होऊन जाऊन दे दोनाचं चार!"

"एकुलतं एक पोर देवानं दिलं तेही असलं अर्धवट!" त्याचा बाप हताश स्वरात म्हणे, "नवसाचा नारळ वाढवावा नि तोही कुजका निघावा, तसं झालंय, पाहा! या खुळचटाचं लग्न करून कुणाच्या पोरीचा गळा कापू? आहे हे ठीक आहे! नशीब आपलं म्हणायचं आणि गप्प बसायचं! परमेश्वरी इच्छा. वरचा खेळिया तोच नि आपण त्याच्या हातातील केवळ कळसूत्री बाहुल्या..!!"

वामन्या लहान होता तेव्हाच त्याची आई वारलेली. पोर आईच्या मुळावर जन्मलं, असं गोतावळ्यातील सारीच तेव्हा म्हणत. वामन्या १७/१८ वर्षाचं होतं, तेव्हा वृद्ध झालेला बापही गेला. त्याच्या पाठीमागं अशा अर्धवट पोराला कोण आश्रय देणार? यामुळं त्याचं एकमेव आश्रयस्थान बनलं हॉटेल! येथील खरकट्या कपबश्या धुण्याची चाकरी करणं, तिथंच दोन वेळा नाष्टा, दहा टाईम चहा नि मालकाच्या घरून आलेलं जेवण दोन वेळा हांदलत रात्रीचं हॉटेलातील बाकड्यावरच ताणून देणं, हे सारं त्याच्या सावलीगत त्याला चिकटलं! त्याचा बापही दरिद्रीनारायणच असल्यानं एका ब्राह्मणाचा मुलगा हॉटेलातील उष्टी-खरकटी धुतो, त्याची कुठंच चर्चाही झाली नाही. त्याच्या बौद्धिक कुवतीची मजल मराठी चौथीपुढं जाऊच शकली नाही. त्यामुळं त्याच्या लायकीचं एकमेव कार्यक्षेत्र हे हॉटेलच ठरलं!

असाच एकदा जिल्ह्याच्या गावी व्याख्यानाला गेलो होतो. रात्रीचं व्याख्यान. लॉजवर बुक केलेल्या रूममध्ये राहिलो. पहाटे सुटणारी पहिली बस चुकू नये म्हणून त्या आधीच स्टॅण्डवर आलो, तर यस्टी कॅन्टीनमधून बाहेर पडलेला वामन्या दिसला. हातातल्या झाडूनं आतून लोटत लोटत तो बाहेर आला होता. मला

पाहताच म्हणाला, ''काय माधोराव, एवढ्या यरवाळी हिकडं कुठं?'' आणि त्यानं आपल्या स्वभावानुसार 'हॅऽ हॅऽ हॅऽ' करीत स्टाटर मारला.

''आलोतो काल, काम हुतं हिकडं! आता पयली यस्टी चुकते म्हणून यरवाळीच आलोय.'' अन् मी विचारलं, ''तू हिकडं कसा आलास?''

''आलो चालत!'' तो भावरथीपणं म्हणाला.

चाळीशी उलटली तरी त्याचा मेंदू लहान मुलागत आहे. त्यात काहीच वाढ झालेली नाहीय. त्यामुळं हॉटेलात काम करणाऱ्या इतरांसारखं छक्के-पंजे, लांडी-लबाडी आदी दुर्गुण त्याच्या ठायी नाहीत. ''आलो चालत'' हे त्यानं खरं तेच सांगितलं होतं. यस्टी येऊन इतकी वर्षं झाली, पण अजूनीही वामन्या यस्टीत बसलेला नाही!

कुठं पाहुण्यांच्या गावी वगैरे जायचं झालं तर हा आपला चालतच जाणार व चालतच परत येणार! वाटेतील एखाद्या गावी त्याच्या सुदैवानं लग्नसमारंभाची जेवणावळ वगैरे दिसली, की हा तेथे घुसून दोन माणसांचं एकटा हांदलून, ढेकर देत, धुतलेले ओले हात ढुंकणाला पुसत चालला परत वाट तुडवत!

''मग वामन्या, आता गावाकडं कधी?'' मी पृच्छा केली.

''म्हैन्याभरात येणार हाय की तिकडं! साऽ म्हैने हितं हाय, पन साऽ वर्स झाल्यावानी वाटाय लागलंय! आपला गावच बरा!''

वेडा असो वा शहाणा, आपल्या जन्मगावच्या मातीची ओढ सर्वांनाच सारखी असावी; आणि वामन्या एके दिवशी इकडं आलाही. तो दिसताच मी विचारलं,

''कवा आलास रं?''

''परवादिशी!''

''चालतच?''

''व्हय्! लै मज्जा आली! वाटंतल्या एका गावात लगीन, नि एका गावात तेराव्याचं जेवान, दोन्ही जागी जेवलो चापून आणि गावाभाहीरल्या एका झाडाखाली ताणून दिली. मग सांजकरून आलो शिस्तात!''

'जगी सर्वसुखी असा कोण आहे?' असा प्रश्न विचारणाऱ्या कवीला 'मनुजा प्रश्न विचारी मना,' असं म्हणायच्या आत वामन्याला त्याच्यापुढं उभा केला असता, तर पुढले शब्द वा वाक्यं त्यानं ओठातच गिळले असते! इतर चिल्लर माणसांना दोन वेळच्या जेवणाची तरी भ्रान्त असते, पण या भाग्यवंताला त्याचाही घोर नाही! परमेश्वरानं त्याच्या नावे दोन वेळची सोय कुठं ना कुठं बुक करून ठेवलेलीच असते! काही अज्ञजन हॉटेल मालक शिंदेला विचारतातही, ''हे धड शहाणं न्हवं, धड खुळं न्हवं. ह्येला हाटीलात कशाला ठेवून घेतलाईसा?''

''अशी अर्धवटच कामाला लै चांगली असत्यात!'' व्यवहारात लोणच्यागत

मुरलेला शिंदे म्हणतो, "आपण ज्यांना शहाणी म्हणतो ती पक्की बनेल, चारशे वीस असत्यात! अहो, गतसाली एका पोराला कामावर ठेवून घेतलंतं. त्येला येशेल आणाय दोनशे दिलं, तर ते तेलाचा डबा दुकानात ठेवून, आलोच लघवीसनं, असं दुकानदाराला सांगून पैसे घेऊन कुठं उधाळलं! पण ही अर्धवट मात्र सांगितल्यालं काम चोख करत्यात! आमी जे काय सांगितलंय तेवढंच करत्यात, बाकीच्या क्यत्येबाजार करीत न्हाईत!"

असं वामन्या एकदा रुसलं, नि मालकाला कुठं नद्रं पडलं नाही, आयलाऽ खुळचट सालं! म्हणत मालकानं एक टॅक्शी केली आणि निघाला... गावाबाहेर सातआठ मैलावर जाताच रस्त्याच्या कडेनं चालत जाणारं वामन्या दिसलं! ह्यो साला रुसून असा जाणार तरी कुठं? तर बारा मैलावरील तालुक्याच्या गावातल्या आपल्या चुलत बहिणीकडं! तर मालकाचा हा अंदाज खराच ठरलेला, त्याच्याजवळ टॅक्शी उभी करून 'बस गाडीत!' असं हुकूम सोडल्यागत मालकानं म्हणताच पाळीव कुत्र्यागत वामन्या गाडीत येऊन बसलं नि लहान पोरागत भाँऽ करून त्यानं भोंगाच पसरला! 'तुम्ही रागावलासा का मग?' ते रडायचं विसरून एवढंच म्हणालं नि परत त्यानं भोंगा पसरला.

"भोसडीच्याऽ काय नांदती पोर्गी हैस तू, रागावलं म्हणून रुसून लगेच भाहीर पडाय? माज्या पोराला एक अक्कल न्हाई, त्येनं बोललं आसल, पन तू तर श्याना-सुरता नि समजूतदार माणूस, तुला समजूने?" मालक समजूत घालीत राहिला, नि वामन्या सासुरवशी पोरीवानी त्याच्या कुशीत मान खुपशीत त्याची पैरण ओली करीत राहिला.

लग्नाच्या जेवणावळीत एखाद्या वेळी वामन्या दिसला नाही, की खुद्द त्या घरातील यजमानालाच चुटपूट लागून राहाते, नि न राहावून तो म्हणतोही,

"आरं त्यो भोजनभाऊ वामन्या कुठं दिसला न्हाई अजून? कोण तरी हाळी तर मारून या त्येला!!"

वामन्या हॉटेलात असल्यामुळं त्याला अशी साऱ्या गावची ओळख. येडं हे देवअवतारी, जेवून त्येची ध्याई एकदा थंडावली, की जोडप्याला सुखाचं, अशा समजुतीनं ऐकणारा पण वामन्याला शोधायला बाहेर पडतो.

बायलाऽ ह्ये खुळं गेलं कुठं? बरीच शोधाशोध करून दमलेला तो एका दुकानाच्या फळीवर बसून, खिशातील बिडी काढून तो शिलगावीत दम खाऊ लागतो, विश्रांती घेऊ लागतो.

एवढ्यात समोरून वामन्याच खुद्द येत असलेला दिसतो!

अगदी परब्रह्म दिसावं, तसा फळीवर बूड टेकलेला चटाकशिरी उठून उभा राहातो, नि कावदारल्या आवाजात विचारतो,

“कुठं हुतास रे साल्याऽ? मघाधरनं हुडकून हुडकून तोंडात राळं वाळाय लागलं, चल दोन घास ढकल पोटात, म्हंजे तिकडं मालकाची ध्याई थंड हुईल!!”

“मी तिकडं तुम्हाकडंच चाललोतो की गा!!” जेवणावळीचं जणू स्वप्नच पडावं तसा वामन्या म्हणतो.

मिष्टान्नाचा दुरूनच वास येणारं त्याला एखादं खास इंद्रिय परमेश्वरानं बहाल केलं असावं!

◆

घळ्या

घळ्या कितीतरी दिवसांनी, नव्हे वर्षांनी आज दिसला. चौकातल्या सार्वजनिक नळावर पाणी भरत होता. त्याला छानपैकी आता दोंद सुटलं होतं. डोईवरचं शिप्तर वाखागत पांढरं झालं होतं. पन्नाशी उलटल्यानं, त्याच्या नजरेत आणखीन कारुण्य साकळलं होतं... मिठ्ठास मधूर वाणी व नजरेतील साधु-बैराग्यासारखं हे कारुण्य, ही त्याच्या घळ्यापणास उपयोगी पडणारी दोन हत्यारंच होती आणि त्या हत्यारानं यापूर्वी त्यानं भल्या-भल्यांना गारद केलं होतं. माणसांचा विश्वास संपादन करायला ही हत्यारं त्याला फार उपयोगी पडत. त्याच्यावर विश्वासून, विसंबून माणूस एकदा का निर्धास्त राहिलं, की तो अशी काही बेमालूम धोबीपछाड लगावे, की त्या माणसालाही कळू नये, काय झालं ते!

तो दिसताच आपसुक माझ्या तोंडातून प्रश्न आला,

"काय रे घळ्या, कुठं हाय पत्त्या तुझा इतकं दिवस?"

त्यानं इथं पाच-सहा वर्षांपूर्वी धपला केला होता, नि गुप्त झाला होता. त्यानंतर दोनेक वर्षांनी एकदा त्याच्या चुलत भावाकडं चौकशी, तीही अशी सहज बोलता बोलता केली, तसा तो म्हणाला,

"त्यो लफंगा साला जाऊन-जाऊन जाणार कुठं? पाव्हण्यांच्या गावातनीच बेल घालत फिरणार की! हाय म्हणं आजऱ्याला, आपल्या म्हेव्हण्याकडं! तिथं आनी कुणाला तिरकी टोपी घातली, की मग तेही गाव सोडून आणखी कुणा पाव्हण्याच्या गावाला हुंबरा पूजायला जायाला त्यो रिकामा!!"

ऐकून वाटलं, इथं हा इतक्या वर्षांनी उगवला, त्याअर्थी यानं तिथंही काही 'पराक्रम' नक्कीच गाजवून सूंबाल्या केलं असणार! इतर कुठल्या पाव्हण्यांच्या गावी ह्याची कीर्तीपताका फडकली असावी किंवा गेल्या काही वर्षांच्या अवधित बहुतेक सर्व पाव्हण्यांच्या गावी इंगा दाखवून ती सर्व गावं ह्यानं कव्हर केली असावी, म्हणून तो 'प्रॉडीगल सन' स्टोरीतील नायकागत परत आपल्या जन्मगावी, आपल्या आई-वडिलांचे घरी आला असावा...

"हुतो भ्हनीकडं आजऱ्याला!" घळ्या मोघमपणं म्हणाला,

आजऱ्याला जाण्यापूर्वी इथं तो काय पराक्रम गाजवून पळाला होता, ते मला चांगलंच आठवत होतं. इथल्या पेढीवर तो क्लार्क होता. मुलीच्या लग्नासाठी त्यानं चार हजार रुपये मालकांकडून हातउसने घेतले होते, पगारातून थोडे-थोडे वळते करा म्हणून. अन् त्यानंतर तो इथं कसा तरी चार-पाच महिने राहिला होता आणि त्यानंतर येथील बायको-मुलांची थोडीही पर्वा न करता उडन छू: झाला होता! वर्षभरापूर्वी त्या पेढीवाल्या मालकाच्या मुलाजवळ मी ह्याचा विषय काढला होता, तेव्हा तो म्हणाला होता, "आपल्या बहिणीच्या गावाकडं हाय म्हणं माकडमल्लीचं! हिकडं ईलच की कधीतरी, दावताव त्येला मग!!" आणि आता हा आला होता, तर पेढीवाल्याचा मुलगा म्युन्सिपालीटीवर मेंबर म्हणून परवा परवा निवडून आला होता व लीडर झाला होता. आता अशा ह्या लीडरला चार हजार रुपयांपायी एखाद्या नागरिकाला मारहाण करून जनमानसातील आपली प्रतिमा-इमेज खराब करून घेण्यापेक्षा, 'जाऊ दे तिकडं!' म्हणून त्यावर तिलांजली देणंच जास्त श्रेयस्कर वा उचित वाटणार!! कुठं डिग्री, डब्बल डिग्री न घेता हा घळ्या मानसशास्त्राचा तज्ज्ञ होता. असं तज्ज्ञ होण्यासाठी कुठल्या सरकारमान्य वगैरे विद्यापीठाची पदवी घ्यायचीही जरूरी नसते, शाळा-कॉलेजच्या चार भिंतीबाहेरच्या जगात आपण डोळे उघडे ठेवून, कानातील श्रवणेंद्रियाचा योग्य वापर करून संवेदनशील मनानं वा जागरूकपणे वावरलो तरी पुरेसं आहे!

पण ह्या घळ्याचं पेढीवरील 'प्रकरण' हे काही आयुष्यातलं पहिलंच नव्हतं! पहिलं प्रकरण केलं त्यानं एका स्वस्त धान्य दुकानात. अशा दुकानातून रॉकेल, साखर ह्याबरोबर धान्याचाही काळाबाजर करायला खूप वाव असतो. ठराविक तारखेपर्यंत धान्य न नेणाऱ्यांचं बुडतं व असं शिल्लक राहिलेलं सहजी ब्लॅक करता येतं. रॉकेल ब्लॅक करायचे असेल, तर जिल्ह्याचा सरकारी डीलर वा सबलीडर ह्याला ऑनमनी दिले, की तो हवं तेवढं रॉकेल ब्लॅकसाठी देतो! पण सोसायटीच्या बॉडीला हे सारे घळ्याचे प्रताप समजताच त्यांनी ह्याला व त्याच्या हाताखालच्या इब्राहीमला काढून टाकलं! पण काही महिन्यांतच दोघांनी गावातीलच एका नवीन निघालेल्या लीकर शॉपमध्ये नोकरी मिळविण्यात यश संपादन केलं. घळ्याच त्या लीकर शॉपचा चीफ आणि त्याच्या हाताखाली इब्राहिम. तिथं दोघांनी काही महिने अगदी प्रामाणिकपणं काम केलं, अन् मग आपल्या उद्योगास प्रारंभ केला. जेवढी लीकर बाटल्यांची वा क्वाटर्सची विक्री होईल तेवढी रक्कम शॉपच्या अकाऊंटवर बँकेत जमा न होता, कमी जमा होऊ लागली आणि उरलेली रक्कम चैनीत उडविली जाऊ लागली. वर्षअखेरच्या चेकिंगच्या वेळी विक्री केलेल्या बाटल्या व जमा झालेली रक्कम ह्यात फरक जाणवू लागला.

दारूबंदी प्रथम कर्नाटकात उठली आणि त्यानंतर बऱ्याच कालावधीनंतर महाराष्ट्रात. ह्या अवधीत इकडून तिकडं क्वाटर्स बाटल्यांचा ब्लॅक करून मालक गब्बर झाला होता आणि गावात त्याची एक जोरात चाललेली खानावळही होती. तेजीत चाललेल्या खानावळीच्या व्यापात त्याचं आपल्या लीकर शॉपकडं दुर्लक्ष झालं होतं, शिवाय घळ्यानं आपल्या स्वभावानं त्याच्या मनात विश्वासही संपादन केला होता आणि ही पोरं तसा च्यापटरपणा कशाला करतील? अशा विचारानं त्याचं दुर्लक्षही झालं असावं. अकाऊंटंटना बोलावून सारं तपासलं तेव्हा दहा हजारांचा धपला झालेला आढळला! दारूबंदी नुकतीच उठली होती. त्या काळात दहा हजारांची रक्कम ही खूपच मोठी होती! घळ्याचा बाप तेव्हा जिवंत होता. त्याचा पूर्वी तंबाखुचा व्यापार होता. त्यात दिवाळं वाजल्यावर कर्जापोटी त्यानं गावात बांधलेली दोन घरं गेली होती. केवळ शेत तेवढं राहिलं होतं.

लीकर शॉपवाल्यानं घळ्याच्या बापाला बोलावून घेतलं. म्हटलं,

"आम्ही विश्वासानं तुमच्या लेकाच्या ताब्यात दुकान दिलं, वर्षभरात त्यानं काय गोंधळ घातला बघा! आता हे प्रकरण आपापसात करायचं, की पोलिसांच्या ताब्यात द्याचं, तुम्हीच सांगा!!"

"आमचा नागाप्पा हे असं सारं करील?" बापाचा प्रथम विश्वासच बसेना.

"अहो, संगतगुणानं पोरं बिघडतात! आपलं फ्रेण्डसर्कल आधी चांगलं असायला हवं! आता नागप्पाच्या ताब्यात आम्ही दुकान दिलं होतं म्हणजे तोच इनचार्ज इथला, तेव्हा आम्ही ह्या साऱ्या घोटाळ्याला त्यालाच जबाबदार धरणार की नाही?"

तंबाखू धंद्यात लाखोंची उलाढाल केलेला नागाप्पाचा बाप काय समजायचं ते समजला आणि दहा हजारांबदली आपली ८/९ एकर शेती होती ती लीकर शॉपवाल्याच्या नावे करून आपल्या नशिबाला दोष देत तो बसला... नंतर काही दिवसांनी तो वारल्यावर नागाप्पाला कुणाचा अंकुशच राहिला नाही! आई पूर्वीच वारली होती. बापही वारला आणि नागाप्पा रिकामा झाला. वडिलार्जित घराच्या वाटण्या करून घेऊन तिघं भाऊही वेगळे राहिले होते. दोघी बहिणींची लग्नंही झाली होती, अन् त्याची बायको बिड्या बांधून घरप्रपंच चालवित होती. हा आपला इथं बिड्या ओढत उभा राहा, तिथं चकाट्या पीट, असं करीत राहिला... बिड्याच्या हजेरीचा पगार येत असल्यामुळं दोन वेळच्या जेवणाची तरी काळजी नव्हती! अशा परिस्थितीत त्याला तिनेक वर्षात पेढीवर नोकरी लागली होती. तेथील कालखंडातही आपल्या स्वभावधर्मानुसार 'प्रकरण' करून ह्यानं नौ दो ग्यारा केलं होतं, अन् इतक्या वर्षांच्या भूमिगत अवस्थेनंतर आता गावात आगमन केलं होतं!

आता ह्याची शिकार कोण होणार? ह्याचे औत्सुक्य मला लागून राहिलं होतं! कारण लोकांची स्मरणशक्ती कमकुवत असते. पाच-सहा वर्षांपूर्वीची एखादी घटनाही लोक चटकन विसरतात. कारण जीवनच इतकं धावपळीचं, व्यापाचं नि गुंतागुंतीचं झालं आहे, अन् मधल्या अवधीत इतक्या अनेक धक्कादायक घटना घडून जात असतात, की त्या ओघात पूर्वीचं सारं लोक विसरूनही जातात!

काही दिवस त्यानं फिरून काढले, अन् मग तो एका मोटार स्पेअर पार्टस्च्या दुकानात दिसू लागला. आपल्या लाघवी स्वभावानं तेथे त्यानं नोकरी मिळविली असावी...

एके दिवशी तो असाच रस्त्यात भेटल्यावर मी त्याला म्हणालोही,

''घळ्या, नशिबानं नोकरी लागलीया, आता इथं तरी नीटपणं राहा, आता म्हातारा होऊ लागलाहेस, एकाच जागेला चांगल्या तऱ्हेनं राहा!!''

''मी पण तेच म्हणतो महादेव, पण खूप पैसा बघितला, की डाव्या हाताच्या मनगटाजवळ खाज सुटते, नि मग काही सूचत नाही बघ. जित्याची खोड म्हणतात ना, तसं समज!!'' तो कोडगेपणे म्हणत हसला.

''मग लेका, असा चांगला हात मार तरी, की जन्माची ददाद मिटावी! एवढ्या दोन-चार हजारानं काय होणार?'' मी म्हणालो.

''हे बघ महादेव, जास्त आराच्या बाहेर खाल्लं तर ते पचवायची आपली ताकद पाहिजे! लई डल्ला मारून दोन-चार सालासाठी अंदर जाऊ?''

''म्हणजे हे एवढसं...?''

''दोन-चार हजार मारले, तर लोक लै वाडाचार लावीत नाहीत, की ते वसूल करायला पोलिसांचीही मदत घेत नाहीत, कारण पोलिसांना परत तेवढंच चारावं लागतात. कोर्ट-कचेरी करायला काही लिखापढी वा पुरावे नसतात! त्यामुळं अक्कलखातं खर्च घालून लोक गप्प बसतात!''

''तुझ्या अक्कलेला दाद द्यायला हवी, मानायला हवं तुला!!'' आणि मी कोपरापासून त्याला हात जोडले...

आणि वर्ष-दीड वर्षात घळ्या त्या स्पेअरपार्टस्च्या दुकानातही दिसेनासा झाला. त्यांच्या चुलत भावाला मी त्याबद्दल एकदा विचारलं,

''नागाप्पा अलीकडं कुठं दिसत नाही रे?''

''त्या स्पेअरपार्टस्च्या दुकानात तिनेक हजाराचा धपला केला त्यानं आणि फुर्ऽ झाला. तालुक्याला जावयाच्या गावी परवा त्या केरबा केसकरला दिसलाता म्हणं. म्हादूमा, कुत्र्याची शेपूट वाकडी ती वाकडीच. कुत्रं म्हातारं झालं तरी ती सरळ हुईल व्हय्?''

“तिथं आनी काही तरी पराक्रम करून जावयाला मान खाली घालाय् नाही लावली म्हणजे मिळविली!!”

“म्हादूमा पैशाची नड पडली, म्हंजे माणूस जावाई फिवाई काई बघत न्हाई, त्येला नुस्ता पैसाच नद्रंम्होरं दिसाय् लागतोय! आनी दोन वरसं तरी त्यो त्या गावात थरांबतोय का बघ!!”

◆

डायरेक्टर

जिल्ह्याचं गाव, खोडाला फणस लहडून राहावा तसं पुना-बेंगलोर हाय-वेला चिकटलं आहे. काही ना काही कामासाठी मला नित्य तिकडं जावं लागलं. तिकडून परत येताना शहराबाहेर नगरपालिकेच्या हद्दिच्याही पुढं मावळतीच्या बाजूला असलेल्या एका बरड जमिनीवर 'हॉटेल समाधान' नावाचा बोर्ड डोईवर धारण करून पूर्वी एक बैठं घर उभं असे. 'तात्या जगदाळे'ची खानावळ म्हणून ते बैठं घर पूर्वी प्रसिद्ध होतं, पण त्याची प्रसिद्धी वाढविणारी आणखीन एक घटना घडून तिला जिल्हा दैनिकांत ठळक प्रसिद्धी मिळाली व त्या 'तात्या जगदाळे'च्या खानावळीचा लौकिक आणखीन वाढला! तेथे छुपा वेश्या व्यवसायही चाले, हे पण या घटनेवरून ज्ञात झालं. तशी हरेक जिल्ह्याच्या गावातील हॉटेल वा लॉजिस ही छुपी वेश्यालयच असतात, तसेच एकमेकांवर आसक्त झालेली अनेकजण तेथील बुकांतून 'पती-पत्नी' अशी नोंद करून मजा मारून परत येतात. कॉलगर्लस, वारयोषिता वगैरेंचाही पुरवठा काही लॉजिसमधून केला जात असतो, पण तात्या जगदाळेनं आपली खानावळ कम वेश्यालय केली म्हणून नवल नाही! जिल्ह्याच्या गावचे टांगे जाऊन नुकत्याच रिक्षाही डांबरी रस्त्यावरून धावू लागल्या होत्या. अशा रिक्षांतून तरुणांचे लोंढेच्या लोंढे जगदाळेच्या 'हॉटेल समाधान'मध्ये येत आणि आपल्या शरीराच्या दोन्ही क्षुधा शांत करून समाधानानं परतत. 'समाधान' हे नाव सार्थ करीत! अशाच उल्लू मशाळजी तरुणांचे टोळके एका रात्री तेथे आले आणि दारू पिऊन धुत्त होऊन तेथील वेश्या पोरीवरून हॉटेलच्या नोकरांशी भांडत राहिले. त्या भांडणाचे पर्यवसान नंतर मारामारीत होऊन, त्यात आलेल्या एका तरुणाचा मुडदाच पडला! अर्थात, ही बातमी तेव्हा दैनिकांच्या पहिल्या पानांवर चौकटीत झळकली आणि सर्वांच्याच लक्षात हे 'हॉटेल समाधान' राहिले!

पण माझ्या लक्षात ते राहाण्याचे मात्र वेगळेच कारण घडले...

एके दिवशी सकाळी अकराच्या सुमारास, मी माझ्या व्यवसायधंद्याच्या ठिकाणी जरा निवांतचित्त होतो, तोवर चाळीशीच्या उंबरठ्यावरील चष्मीस, थोडा उंचेला व

स्थूलसा नि थोडी ढेरी सोडलेला, गव्हाळ रंगाचा, डोईवर चांदवा चमकत असलेला, अन् त्याच्या भोवताली असणारे केस वीतभर असे वाढविलेले, की जणू डकविलेत असे वाटावे! खाली राखाडी रंगाचा सूट, त्यावर आडव्या-उभ्या काड्याची डिझाईन असेलला नीळसर वर्णाचा शर्ट इन केलेला, शर्टचे लांब हातोपे दुमडलेले, तसेच शर्टाचं वरचं बटन न घातल्यानं छातीवरच्या केसांनी बाहेर डोकी काढलेली. जुन्या फॅशनप्रमाणे सूटाचे दोन्ही पाय खालून एक घडी घातलेले आणि पायांत स्लीपर!

"महादेव मोरे आपणच ना?" आत आल्या-आल्या अभ्यागतानं विचारलं.

मी काम करीत असलेले शेड म्हणजे एक धर्मशाळाच आहे. कुणीही उपटसुंभ परवानगीशिवाय आत घुसतो आणि माझा मूड व वेळ खराब करीत आपली टकळी चालू करतो. आता हा अनाहूत माझा किती वेळ खाणार, अशा भयानं पोटात भीतीचा खड्डाच पडला.

"माझं नाव अतुल नाडकर्णी. डायरेक्टर अतुल नाडकर्णी. एन. अतुलकुमार म्हणूनही जिल्ह्याच्या गावी मला ओळखतात!"

"म्हणजे, आपण मराठी चित्रपटाचे डायरेक्टर वगैरे आहात का?" आपल्या आयुष्यातील अमूल्य तीन तास खर्च करून मराठी चित्रपट पाहावेत, असं त्यात बहुतेक वेळा काही नसल्यामुळं मी अलीकडं मराठी चित्रपट पाहणंच सोडून दिल्यानं कोण नि कुठल्या चित्रपटाचा डायरेक्टर वगैरे आहे, याचं अमूल्य असं ज्ञान मज पामराकडं नसतं! त्यामुळं डायरेक्टर अतुल नाडकर्णी हे नाव मला ठाऊक असणं शक्य नव्हतं!

"छे: हो!" नाडकर्णी म्हणाला, "हल्ली मराठी चित्रपट पाहातंय कोण? मी नाटकाचा डायरेक्टर आहे!" त्याच्या स्वरात थोडा अभिमानही होता.

"म्हणजे आपली नाटक कंपनी वा संस्था आहे तर!"

"आपला थोडा गैरसमज झाला पाहा!"

"गैरसमज यामुळं, की मला याबाबतीत विशेष ज्ञान नाही!"

"शाळा-कॉलेजची गॅदरिंग, गावोगावच्या जत्रा व उरूस यातून जी नाटकं हौसे, गवसे, नवसे करीत असतात त्यांना डायरेक्शन करण्याच्या ऑफर्स मला येत असतात, त्या मी स्वीकारतो. त्यातून मानधनाच्या रूपानं अर्थार्जन होत असतं!"

हे अर्थार्जन लागू-मागू दिवाळीसारखंच असावं, हे त्याच्या पोशाखावरून दिसत होतं. मराठीतील नाटकं काय किंवा चित्रपट काय, त्यांच्या डायरेक्टरांची फारशी सुस्थिती नसतेच. एखाद्याची घरची मूळचीच सुस्थिती असल्यास किंवा एखादा बँकेत वा इतरत्र नोकरी करीत असल्यास प्रश्न अलाहिदा! पण केवळ डायरेक्शनच्या मानधनावर अवलंबून असणाऱ्याची फारशी चांगली आर्थिक परिस्थिती नसतेच!

"बरं, आपण माझ्याकडं कसं काय येणं केलंत?" तो आणखीन फाफटपसारा घालीत बसेल म्हणून मी मुद्यालाच हात घातला.

"आपल्या कथा-कादंबऱ्या मी वाचल्या आहेत. त्यालीत चटपटीत, चटकदार व खटकेबाज म्हणा, डायलॉग आपण फार हुशारीनं लिहिता. त्यामुळं मला वाटलं, आपण एखादं चांगलं, प्रयोगक्षम नाटक सहज लिहू शकाल! आणि आपणाला भेटण्यास येण्याचं हेच प्रयोजन आहे. आपण मला एक नाटक लिहून द्यावं, याची रिक्वेस्ट करायला आज मी आपला पत्ता शोधत इथवर आलो आहे. आपल्यात चमक आहे, नाटक लिहिण्याची क्षमता आहे. आपण नाटक लिहा. मी ते बसवेन, डायरेक्ट करेन, त्याचे प्रयोग होतील, गाजले तर तुमचं आणि माझंही नाव होईल प्रयोगासाठी आपणास रॉयल्टी मिळेल. मलाही थोडा पैसा मिळत राहील..."

"नाटक करायचं म्हटलं, की भांडवलाचा प्रश्न आहे. एखादं नाटक स्टेजवर उभं करायचं असल्यास कमी का खर्च येतो!" मी मागं पाय ओढायला सुरुवात केली.

यापूर्वीही अशा ऑफर्स मला आल्या होत्या, एका नाट्य संघाकडून. मुंबईच्याही एका रसिकाकडून, तसंच सिनेस्क्रिप्ट रायटिंगच्या तीन, अन् दूरदर्शन मालिका लिहिण्याची एक अशा ऑफर्स आलेल्या. एखाद्या लॉजमधील खोली बुक करून, तेथे निर्माता वा फायनान्सर व डायरेक्टर आदींबरोबर चर्चा करीत एक-दोन महिने राहून, लेखन करण्याइतकी फुरसत मला माझ्या व्यवसायातून नव्हती. व्यवसाय-धंद्याला टाळे ठोकून, या लोकांच्या नादी लागून शेवटी तो धंदाच बाराच्या भावात जायचं भय होतं. पुढ्यातील भाकरी सोडूनच पळत्याच्या पाठी लागण्यासारखं ते होतं. नाटक-सिनेमावाल्यांकडून पैसे वसूल करणं हे एक दिव्यच असतं, असं त्या लोकांचा अनुभव घेतलेले लेखकमित्र सांगत होते. शिवाय ढोर मेहनत घेऊन आपण लिहिलेलं नाटक वा सिनेस्क्रिप्ट यथायोग्य प्रेक्षकांसमोर आलं नाही, म्हणजे होणारा मन:स्ताप आणखी वेगळाच!

"अहो, भांडवलाचं काय घेऊन बसलात मोरेसाहेब, आमचा तात्या जगदाळे आहे ना! तो नाटकाचा नादिष्ट आहे. तो भांडवल देईल मला, त्याची माझ्यावर मर्जीही आहे. मी त्याला सहज गटवू शकतो!"

"हा कोण तात्या जगदाळे?" मी तेव्हा या नावाच्या व्यक्तीबाबत तसा अनभिज्ञच होतो.

"जिल्ह्याच्या गावाहून तुम्ही परत येताना शहराबाहेरील जकात नाका ओलांडून दीडेक मैल गेल्यावर पश्चिमेस रस्त्याकडेलाच 'हॉटेल समाधान' लागतंय ना त्याचा मालक!"

"काही वर्षांपूर्वी तिथं एक मर्डर झाला होता. तेच हॉटेल ना?"

"होय, तेच!" तो म्हणाला, "ती केस तात्यानं हायकोर्टापर्यंत लढविली नि तिथं तो निर्दोष सुटला! हायकोर्टाचा निकाल घेऊन राजधानीच्या गावाहून मीच आलो होतो ना!"

त्याच्याबाबतीत हे कळल्यावर एक डायरेक्टर म्हणून मनात उभी राहिलेली त्याची इमेज थोडी काळवंडल्यासारखी झाली.

"तुमच्यावर खूपच मर्जी दिसते तात्याची!" माझा उपरोधी स्वर.

"तात्यांचा मी मानसपुत्रच आहे म्हणा! त्यालाही मुलगा नसल्यानं त्यांचं पुत्रवत प्रेम आहे माझ्यावर. मी नेहमी त्यांच्याइथंच पडून असतो..."

"आणि तुम्हाला घरदार, पत्नी, मुलं-बाळं?" मी प्रश्न केला.

"प्रपंच्याचे पाश, विवंचना वगैरेपासून तसा मी मुक्तच आहे म्हणा. मी अजूनही लग्न करून घेतलं नाही, पण तरीही मी ब्रह्मचारी नाही. नाटकाच्या जगात वावरत असल्यामुळं काही वेळा स्त्रीसुख आपोआप चालून समोर येतं आणि ते मी अव्हेरत नाही! तसा 'त्या' बाबतीत मी सुखीच आहे. पण खंत एवढीच आहे, की डायरेक्टर म्हणून मी फारसं नाव मिळवू शकलो नाही. यामुळं काही वेळा नर्व्हस ब्रेकडाऊनपणा येतो. ते वैफल्य मी दारूच्या बाटलीत बुडवितो! जीवनाच्या लढाईत यशस्वी झालेल्यांचे पोवाडे सर्वच गातात, पण अयशस्वी झालेल्यांना, त्यांच्या प्रयत्नांना मात्र कुणीच वाली नसतो. म्हणून तात्या जगदाळेसारख्यांचा आसरा आम्हाला नाकारता येत नाही! खुनाच्या 'त्या' प्रकरणानं त्याची इमेज बिघडली असेल, पण त्यातून तो आता सावरला आहे. खुनाची केस झाल्यावर काही वर्षं बंद पडलेली खानावळ 'स्वीट होम' नावानं ढाब्याच्या रूपात त्यानं दोन वर्षांपासून चालूही केली आहे. हाय-वे वरून जाणारे ट्रक्स आता तेथे थांबूही लागलेत. आता तेथे पूर्वीसारखे 'तसे' काही चालतही नाही. तात्या आता सावरला आहे. आयुष्यात चूक कोणाच्या हातून होत नाही? आता 'तसा' प्रकार तेथे नाही, आपण बेधडक एकदा या तेथे, मी मागील बाजूच्या खोलीत असतो. तेथे बसून चर्चा करू अन् एक असे फायना नाटक लिहून द्या, जे गाजावं आणि डायरेक्टर म्हणून माझंही नाव व्हावं!" नि मग तो आग्रह करून निरोप घेऊन निघून गेला...

या गोष्टीलाही तप होत आलं. जिल्ह्याच्या गावाला अनेक वेळा जाताना व तेथून परत येताना ते 'स्वीट होम' अनेक वेळा दिसते, नि त्या डायरेक्टरची आठवण येते. पण तेथे उतरून त्याला भेटावसं वाटलं नाही! ज्या गावी जायचं नाही त्या रस्त्याकडं जावं तरी कशाला? पण अनाहूतपणे भेटलेला तो डायरेक्टर अजूनही मन:पटलावरून गेलेला नाही.

◆